அலெக்சாண்டர் ஐசெவிச் சோல்செனிட்சின், 1918-ஆம் ஆண்டு பிறந்தவர். பிரபல ரஷ்ய இலக்கியவாதி, தத்துவவியலாளர், வரலாற்றறிஞர், அரசியல் சிறைக்கைதி என்னும் பன்முகங்களைக் கொண்டவர். சோவியத் யூனியன் மற்றும் கம்யூனிசம் குறித்த தீவிர விமர்சகர். சோவியத்தில், கட்டாய உடலுழைப்பு முகாம் குறித்து உலகளவில் கவனத்தை ஈர்க்கக் காரணமாக அமைந்தவர்.

இரண்டாவது உலகப் போரில் பணியாற்றியபிறகு, தனிப்பட்ட கடிதமொன்றில் ஸ்டாலினை விமர்சித்ததற்காக எட்டு வருடம் சிறைத்தண்டனையும் நாடுகடத்தல் தண்டனையும் பெற்றவர். இவரது, இவான் டெனிசோவிச்சின் வாழ்வில் ஒருநாள் நாவலை மட்டுமே வெளியிட சோவியத் யூனியன் அனுமதித்தது. குருச்சேவ் காலத்தில் நாடுகடத்தல் தண்டனை ரத்துசெய்யப்பட்டபோதும், இவரது பிற நாவல்கள் சோவியத் அதிகாரவர்க்கத்தின் கோபத்தைத் தூண்டி, 1974-இல் சோவியத் குடியுரிமையை இழக்கக் காரணமாயின.

பின் அவர் ஜெர்மனிக்கும், அங்கிருந்து அமெரிக்காவும் இடம்பெயர்ந்தார். சோவியத் யூனியன் கலைக்கப்படுவதற்கு சற்று காலத்துக்கு முன்பே அவரது குடியுரிமை திரும்ப அளிக்கப்பட்டது. அதன் பின்பே அவர் ரஷ்யாவுக்குத் திரும்பி, 2008-இல் மரணமடைந்தார்.

1970-இல் ரஷ்ய இலக்கியத்தின் இன்றியமையாத மரபுகளைப் பின்பற்றிய அறம்சார்ந்த உத்வேகத்துக்காக இவருக்கு நோபல் பரிசு வழங்கப்பட்டது.

குலாக் தீவுக்கூட்டம் (The Gulag Archipelago) பல லட்சக்கணக்கான பிரதிகள் விற்றதோடு, உலக அளவிலான இலக்கிய கவனத்தையும் பெற்றுத் தந்தது.

இவான் டெனிசோவிச்சின் வாழ்வில் ஒருநாள்– எனும் இந்நாவல், ரஷ்ய சிறப்பு முகாமில் சிறைக் கைதி ஒருவனின் வாழ்வில், எழுவது முதல் தூங்கச் செல்வது வரை நடப்பதை விவரிப்பதன் மூலம், சிறைக் கொடுமையையும், அங்கு நிலவும் ஊழலையும், சிறப்பு முகாம் வாழ்க்கையின் குறுக்குவெட்டுத் தோற்றத்தையும் வாசகர்களுக்கு அளிக்கிறது.

இவான் டெனிசோவிச்சின் வாழ்வில் ஒருநாள்

அலெக்சாண்டர் சோல்செனிட்சின்

தமிழில்

க. சுப்பிரமணியன்

எதிர் வெளியீடு

இவான் டெனிசோவிச்சின் வாழ்வில் ஒருநாள்
அலெக்சாண்டர் சோல்செனிட்சின்

தமிழில்: க. சுப்பிரமணியன்
முதல் பதிப்பு: பிப்ரவரி 2021

எதிர் வெளியீடு,
96, நியூ ஸ்கீம் ரோடு, பொள்ளாச்சி - 642 002.
தொலைபேசி: 04259 - 226012, 99425 11302.

விலை: ரூ. 250

ONE DAY IN THE LIFE OF IVAN DENISOVICH
Author: Aleksandr Solzhenitsyn

Translated by: K. Subramanian
First Edition: February 2021

Published by
Ethir Veliyeedu, 96, New Scheme Road. Pollachi - 2.
email: ethirveliyedu@gmail.com
www.ethirveliyedu.in

ISBN: 978-81-94937-17-3

Printed at Jothy Enterprises, Chennai.
Cover Design: Jeevamani

Copyright © Aleksandr Solzhenitsyn

All rights reserved. No part of this book may be reprinted or reproduced or utilised in any form or by any electronic, mechanical or other means, now known or hereafter invented, including Photocopying and recording, or in any information storage or retrieval system, without permission in writing from the Publisher.

அன்று காலை ஐந்து மணிக்கு, பணியாளர் வசிப்பிடத்தின் அருகே தொங்கவிடப்பட்டிருந்த நீளமான இரும்புத்துண்டில் சுத்தியலால் அடித்து, வழக்கம்போல் பணிக்கு எழுப்பும் ஒலி கிளம்பியது. விட்டு விட்டு ஒலித்த சப்தம், இரண்டு விரல் தடிமனுக்கு ஜன்னல் கண்ணாடி மீது படிந்திருந்த உறைபனியைத் தாண்டி அரிதாகவே கேட்டது... மேலும் சப்தம் எழுந்த வேகத்திலேயே முடிந்தும் போனது. வெளியே குளிராக இருந்ததால், முகாம் காவலன் தொடர்ந்து அடித்து ஒலியெழுப்பத் தயங்கினான்.

இவான் டெனிசோவிச் சுகோவ் எழுந்து வாளியினருகே போகநினைத்தபோது, மணிச்சப்தம் நின்றுவிட்டிருந்தது. வெளியில் இன்னும் அனைத்தும் நடு இரவில் இருப்பதுபோலவே காணப்பட்டது. வெளிப்பகுதியிலிருந்து இரண்டும், முகாமுக்குள்ளிருந்து ஒன்றுமாக- ஜன்னலில் விழுந்த மூன்று மஞ்சள் வெளிச்சங்களைத் தவிர- கும்மிருட்டாகவே திகழ்ந்தது.

ராணுவக் குடியிருப்பின் கதவைத் திறக்க யாரும் வரவில்லை. கழியை மலப் பீப்பாயின் உள்ளே நுழைத்து ஏவல் பணிக்கு நியமிக்கப்பட்ட ராணுவ வீரர்கள் வெளியே தூக்கிவரும் சத்தம் கேட்கவில்லை.

சுகோவ் எழுப்புதலொலிக்குப்பின் ஒருபோதும் தூங்கியதில்லை. அவன் எப்போதும் உடனடியாக எழுந்துவிடுவான். வேலைக்காக ஒன்றுகூடுகிற வரைக்குமான அடுத்த 90 நிமிடங்கள் அவனுக்கானவை. அதிகாரிகளுக்கானவையல்ல. எந்தவொரு நெடுநாள் சிறைவாசியும், பழைய ஆடையின் கைப்பகுதியின் உட்புறத் துணியிலிருந்து யாருக்காவது ஜோடி கையுறைகளைத் தைத்தோ, அல்லது குழுவிலுள்ள பணக்காரச் சோம்பேறிக்கு, மூலையில் குவிந்துகிடக்கும்

காலணிகளில் எது தனது என தேடித் திணறாதபடிக்கு, குளிர்காலத்தில் அணியும் அவனது மூட்டுயர வேலங்கியைத்★ துடைத்து படுக்கை வரை எடுத்துவந்தோ, அல்லது பண்டகசாலைகளுக்குச் சென்று எதையாவது எடுத்துத் தந்தோ, துடைத்துத் தந்தோ, அல்லது உணவுக்கூடத்துக்குச் சென்று மேஜையிலிருந்து கிண்ணங்களைச் சேகரித்து, கழுவுமிடத்துக்குக் கொண்டுசேர்த்தால் - சாப்பிடுவதற்கு ஏதாவது தருவார்களென நீங்கள் நிச்சயமாயிருக்கலாம். எனினும் நிறைய பேர் இந்த ஆட்டத்தில் பங்கேற்பார்கள்- இதில் மோசமானது என்னவெனில், ஏதாவதொரு கிண்ணத்தில் மிச்சமிருக்கக் கண்டால், அதை ருசிக்கும் எண்ணத்தைத் தவிர்ப்பது கடினம். ஆனால் சுக்கோவ் ஒருபோதும் அவனது முதல் குழுத் தலைவர் குஸியோமினின் வார்த்தைகளை மறந்தது கிடையாது. குஸியோமின்- ஒரு பிடிவாதமான சிறைவாசி. 1943-லேயே 12 வருடம் சிறைவாசம் அனுபவித்தவர். பாழடைந்த காட்டில் மரம்வெட்டும்போது, சிறைக்குப் புதிதாக வந்திருந்தவர்கள், நெருப்பைச் சுற்றி அமர்ந்திருக்க முன்னால் அமர்ந்தபடி இப்படிச் சொன்னார்:

“இங்கே நாம் இலையுதிர்கால காடுகளின் விதிப்படி வாழ்கிறோம் தோழர்களே. ஆனால் இங்கேயும்கூட மக்கள் சமாளித்து வாழ்கிறார்கள். பிறர் மிச்சம்வைத்ததை நக்கிப்பார்ப்பவர்கள், பிரச்சனையிலிருந்து தப்பிக்க மருத்துவர்களை கணக்கில்கொள்பவர்கள், தங்களது நண்பர்களை அதிகாரிகளிடம் காட்டிக்கொடுப்பவர்கள்தான் இங்கே தாக்குப்பிடிக்க முடியாது.”

போதகர்களைப் பொறுத்தவரை, அவர் சொன்னது தவறு. அவர்கள் முகாம் அனுபவத்தை ஏற்றுக்கொண்டு கடந்துசெல்வது நிச்சயம். மற்றவர்களின் ரத்தத்தில் தங்களது சொந்தத் தோலை காப்பாற்றிக்கொண்டவர்கள் அவர்கள் மட்டுமே.

சுகோவ் எழுப்புதலொலியின்போதே எப்போதும் எழுந்துவிடுவான். ஆனால் இன்றைய தினம் அவன் எழவில்லை. அவன் முந்தைய நாள் மாலையில் விநோதமாக,

---

★ குளிர்காலத்தில் அணிவதற்கான மூட்டுயர வார்களைக் கொண்ட காலணிகள்

காய்ச்சல்தன்மையுடனான வலியை உடலெல்லாம் உணர்ந்தான். இரவெல்லாம் அவனால் வெம்மையை உணரமுடிந்திருக்கவில்லை. தூக்கத்தில்கூட அவன் ஒரு கணம், தான் மிகவும் மோசமாக நலம்குன்றியிருப்பதுபோலும் மறுகணம் தான் நலமாகிவருவதுபோலும் உணர்ந்தான். காலை வரவேகூடாதென அவன் ஆசைப்பட்டிருந்தான்.

ஆனால் வழக்கம்போல காலை வந்தது.

எவ்வகையிலேனும், சாளரமெல்லாம் பனி படர்ந்திருக்க, பிரம்மாண்ட ராணுவக் குடியிருப்பின் சுவர்கள் மேற்கூரையுடன் இணையும் இடமெல்லாம் வெண்ணிற சிலந்திவலைபோல உறைபனி படரும் இதுபோன்றதொரு இடத்தில் நீங்கள் எங்கு வெம்மையைப் பெறமுடியும்!

அவன் எழுந்திருக்கவில்லை. சுவரோடிணைந்த அடுக்குப் படுக்கையின் மேல் அடுக்கில், அவனது தலை போர்வையிலும் மேற்கோட்டிலும் புதைந்திருக்க, இரண்டு கால்களும் பருத்தியுறை மேற்சட்டையின் கீழ்க்கையினுள் ஒன்றாகத் திணிக்கப்பட்டிருந்தன. அவனால் பார்க்கமுடியாதபோதும், அந்த ராணுவக் குடியிருப்பு அறையில் நடப்பவை அனைத்தையும்-குறிப்பாக அவனது குழு ஆக்கிரமிருந்த மூலையில் நடப்பதை அவனது காதுகள் உணர்த்தின. ராணுவக் குடியிருப்பை ஒட்டியிருந்த பாதையில் பெரியதொரு மலப் பீப்பாயைச் சுமந்தபடி வெளியே சென்ற ஏவல் பணியாளர்களின் கனமான காலடிகளைக் கேட்டான் அவன்.

அது வலுவற்றவர்களுக்கான இலகுவான வேலையாக கருதப்பட்டது, ஆனால் நீங்கள் அந்த எருவை சிறிதும் சிந்தாமல் கொண்டுசெல்ல முயலவேண்டும். அவன் உலர்த்துவதற்கான கொட்டகையிலிருந்து 75-வது அணியைச் சேர்ந்தவர்களின் காலணிகள் தரையில் எழுப்பும் சத்தத்தைக் கேட்டான். தற்போது அவனது சொந்த அணியைச் சேர்ந்தவர்கள் அதைச் செய்துகொண்டிருந்தனர் (அது அவனது சொந்த அணியைச் சேர்ந்தவர்களின், வேலங்கியை உலர்த்தும் முறைகூட). அணித் தலைவர் டியூரின், துணைத் தலைவர் பாவ்லோ தங்களது வேலங்கியை ஒரு வார்த்தையுமின்றி அணிந்துகொண்டிருந்தனர். ஆனால் அவர்களது அடுக்குப்

படுக்கை கிறீச்சிடுவதை அவன் கேட்டான். தற்போது பாவ்லோ ரொட்டி சேமிப்பகத்துக்கு போய்க்கொண்டிருப்பார். டியூரின் பணியாளர் வசிப்பிடத்திலுள்ள, உற்பத்தி திட்டமிடுதல் துறைக்குப் போய்க்கொண்டிருப்பார்.

ஓ.., அதிகாரிகளிடம் தினசரி பணி ஒதுக்கீடுக்காக வழக்கம்போல் சென்று வெறுமனே அறிக்கை தருவதற்கல்ல. இன்று காலை தனது விதி அங்குமிங்கும் ஊசலாடிக்கொண்டிருப்பதை சுகோவ் நினைவுகூர்ந்தான்: அவர்கள் 104-வது அணியை கடைகள் கட்டியெழுப்புவதிலிருந்து புதிய இடத்துக்கு, "சமதர்ம வாழ்க்கை முறை" குடியேற்றத்துக்கு மாற்ற விரும்பினர். அது திறந்தவெளியில் பனிப்பொழிவுகள் சூழ அமைந்துள்ளது. அங்கே எதுவும் செய்வதற்குமுன் அவர்கள் குழிகள் தோண்டி, கம்பங்கள் நட்டு அவற்றை முள்வேலிகளால் இணைக்கவேண்டும். தங்களைத் தாங்களே ஓடிவிடமுடியாதபடி வேலியிட்டுக்கொள்ளவேண்டும். பிறகே அவர்கள் கட்டடம் கட்டத் தொடங்கமுடியும்.

அங்கே ஒரு மாதம் முழுக்க ஒதுங்கிக்கொள்ள கதகதப்பான மூலை முடுக்கொன்றும் இருக்காது. நாய்க் கொட்டில்கூட இருக்காது. நெருப்பும் கேள்விக்கு அப்பாற்பட்டது. அங்கே மறைந்துகொள்வதற்கு ஒன்றும் இருக்காது. நீங்கள் செய்யும் வேலையே உங்களை கதகதப்பாக்கவேண்டும், அது மட்டுமே உங்களது ஒரே மீட்பு. அணித் தலைவர் கவலையுடன் காணப்பட்டதில் ஆச்சரியம் ஏதுமில்லை. 104-வது அணிக்கு ஒதுக்கப்பட்ட வேலையை தங்களுக்குப் பதில் வேறு யாருக்காவது, வேறொரு அணியைச் சேர்ந்தவர்களுக்கு, வேறுசில ஏமாந்த சோணகிரிகளுக்கு கைமாற்றிவிடவேண்டும். நிச்சயமாக வெறும் கைகளை வீசிக்கொண்டுபோய் நீங்கள் எதையும் செய்யமுடியாது. டியூரின் சில பவுண்ட் உப்பிடப்பட்ட பன்றி இறைச்சி இல்லாவிட்டாலும், ஒரு பவுண்ட் இறைச்சியையாவது எடுத்துச் சென்றாகவேண்டும்.

முயற்சிப்பதில் எந்தத் தீங்கும் இல்லையெனில், ஏன் மருந்தகம் போய் சில நாட்கள் விடுமுறைக்கு முயற்சிக்கக்கூடாது? அனைத்துக்கும் மேலாக, அவன் உடலின் ஒவ்வொரு உறுப்பும் இணைப்பிலிருந்து விலகியதுபோல உணர்ந்தான்.

பின் அன்று காலை எந்த முகாமைச் சேர்ந்த காவலர்களுக்கு பணி என வியந்தான். அது "ஒன்றரை" இவானின் முறை என நினைவுகூர்ந்தான். இவான் ஒரு மெலிந்த, பலவீனமான, இருண்ட தோற்றமுடைய ராணுவ வீரன். முதல் பார்வைக்கு அவன் அசல் விரும்பத்தகாத நபராகத் தோன்றினான். ஆனால் நீங்கள் அவனை அறிந்துகொள்ள வரும்போது காவலர் பணியிலிருப்பவர்களிலே மிகவும் நல்ல குணம் படைத்தவனாகத் தோன்றத் தொடங்கினான். அவன் காவலர் அறையில் உங்களை அடைக்கமாட்டான். அதிகாரிகளுக்கு முன்பாக உங்களை இழுத்துச்சென்று நிறுத்தமாட்டான். எனவே சுகோவ் தனது அடுக்குப்படுக்கையில் இன்னும் சற்று படுத்திருக்க விரும்பினான். குறைந்தபட்சம் 9-வது ராணுவக் குடியிருப்பைச் சேர்ந்தவர்கள் உணவக அரங்கில் இருக்கும் வரையிலாவது.

அந்த மொத்த நான்கடுக்கு படுக்கைச் சட்டகம் குலுங்கவும் அசையவும் தொடங்கியது. அதனைப் பயன்படுத்துபவர்களில் இருவர் ஒரே நேரத்தில் எழுந்தனர்: சுகோவின் மேலடுக்கு அண்டைப் படுக்கைக்காரன், அலோய்ஷா பாப்டிஸ்ட். பியூனோவ்ஸ்கி, முன்னாள் கப்பல்படை தலைவன் கீழ் படுக்கைக்காரன். ஏவல் பணி வீரர்கள் இரண்டு பீப்பாய் கழிவுகளையும் நீக்கியபின், அவர்களில் யார் சுடுநீர் கொண்டுவரப் போவதென வயதான பெண்களைப் போல அசிங்கமாக சர்ச்சையிட ஆரம்பித்தனர்.

"ஹே, கோழிகள்போல கொக்கரித்துக்கொண்டு இருக்கிறீர்களா!" 20-வது குழுவைச் சேர்ந்த மின்சார பற்றவைப்பு வேலைசெய்பவன் கோபமாக முனகினான். "தூரச் செல்லுங்கள்." அவன் ஒரு காலணியை அவர்களை நோக்கி எறிந்தான்.

அந்தக் காலணி ஒரு கம்பத்தின் மீது மோதியது. சச்சரவு நின்றது. அடுத்த குழுவில் துணைத் தலைவர் அமைதியாக உறுமினான்:

"வஸிலி ஃப்யோதோரோவிச், விநியோக பண்டகசாலையில் திரும்பவும் நம்மை ஏமாற்றிவிட்டார்கள், அந்த அழுக்குப்பிடித்த எலிகள். அவர்கள் நமக்கு இருபத்தைந்து அவுன்ஸ் ரொட்டிகள் நான்கு தந்திருக்கவேண்டும். நான் மூன்று

மட்டுமே பெற்றிருக்கிறேன். யார் குறைவான பங்கை பெறப்போகிறீர்கள்?"

அவன் தனது குரலைத் தணிவாகவே வைத்திருந்தான், ஆனால் அவனது குழுவிலுள்ள அனைவருக்கும் அவன் பேசுவது கேட்டது. அன்று மாலை ஒரு துண்டு ரொட்டியை இழக்கப்போவது யார் என அறிய பயத்துடன் காத்துக்கொண்டிருந்தனர். சுகோவ் தனது மரத்தூள் மெத்தையில், நீண்ட துணியால் மூடிய கடினமான பலகையைப் போல் தொடர்ந்து படுத்துக்கொண்டிருந்தான். இது- அவனை அசல் காய்ச்சலில் விழவைப்பதாகவோ அல்லது அவனது வலியெடுக்கும் இணைப்புகளை எளிதாக்குவதாகவோ என இரண்டில் ஒன்றாகவே முடியும்.

அலோய்ஷா தனது பிரார்த்தனைகளை முணுமுணுத்துக் கொண்டிருக்கையில் ப்யூனோவ்ஸ்கி கழிவறையிலிருந்து திரும்பி, குறிப்பாக யாரிடமும் என்றில்லாமல் ஒருவித தீமைபயக்கும் சந்தோஷத்துடன்: "நல்லது, மாலுமிகளே, சவாலை எதிர்கொள்ள ஆயத்தமாயிருங்கள். நிச்சயமாக, வெளியே வெப்பநிலை இருபதுக்கும் கீழே இருக்கும்" என்றான்.

சுகோவ் உடல்நிலை சரியில்லையென அறிக்கைதரத் தீர்மானித்தான்.

சரியாக அதே கணத்தில் அவனது போர்வையும் சட்டையும் அவனிடமிருந்து அதிகாரத்துடன் உருவப்பட்டது. அவன் தனது முகத்திலிருந்து மேற்கோட்டை விலக்கி எழுந்தமர்ந்தான். அவனை ஏறிட்டுப் பார்த்தபடி இருந்தது மெலிந்த உருவத்துடனான டார்ட்டர். டார்ட்டரின் தலை படுக்கையின் மேலடுக்கு வரை இருந்தது. ஆக காவலர் பணியில் இருக்கவேண்டியவனின் முறை மாறிவிட்டிருக்கிறது.

"எஸ் 854," டார்ட்டர் அவனது கறுப்புச் சட்டையின் பின்புறம் ஒட்டப்பட்டிருந்த வெண்ணிற பட்டையைப் பார்த்து வாசித்தான். "மூன்று நாட்கள் வேலையுடன் கூடிய அபராதம்."

அவனது விநோதமான அடைக்கும் குரலைக் கேட்ட கணம், மங்கலாக ஒளியூட்டப்பட்ட, பூச்சிகள் நிறைந்த அடுக்குப்படுக்கைகளில் இருநூறு பேர் உறங்கும் வசதிகொண்ட அந்த ராணுவ முகாம் முழுவதும் இன்னும் எழுந்திராத

அனைவரும் - திடீரென உயிர்ப்படைந்து அவசரமாக உடையணிய ஆரம்பித்தனர்.

"குடிமக்கள்* தலைவரே எதற்காக?" சுகோவ் தான் நினைத்ததை விடவும் கூடுதல் ஏமாற்றம் வெளிப்படும் குரலில் கேட்டான்.

வேலையுடன் எனில்- அது பாதியளவுக்குக்கூட மோசமில்லை. அவர்கள் உங்களுக்கு சூடான உணவை வழங்கிவிடுவார்கள், நீங்கள் யோசிக்குமளவுக்கு நேரமிருக்காது. உண்மையான சிறை, நீங்கள் வேலையிலிருந்து தடுத்துவைக்கப்படும்போதுதான்.

"துயில் எழுப்புதல் ஒலிக்கு எழத் தவறியதற்காக. முகாம் படைத்தலைவர் அலுவலகத்துக்கு என்னைத் தொடர்ந்து வா," டார்ட்டர் சோம்பலாகக் கூறினான்.

அவனது கசங்கிய, முடியற்ற முகம் சலனமற்றிருந்தது. அவன் திரும்பி சுற்றிலும் இன்னொரு பலியாட்டைத் தேடினான். ஆனால் தற்போது அனைவரும்- இருட்டான மூலையில் இருந்தவரும் விளக்குகளுக்குக் கீழிருந்தவரும் மேல் படுக்கையிலிருந்தவரும் கீழ் படுக்கையைச் சேரந்தவரும், தங்களது கறுப்பு மடிப்பு கால்சட்டையில் தங்கள் கால்களை நுழைத்துக்கொண்டோ, ஏற்கெனவே ஆடையணிந்தோ, தங்களது மேற்சட்டையை தங்களைச் சுற்றி அணிந்துகொண்டோ, கதவைநோக்கி விரைந்து வழியைவிட்டு அகலவோ என டார்ட்டர் அகலும் வரை மும்முரமாக இருந்தனர்.

சுகோவ் தகுதியான காரணத்துக்காகத் தண்டிக்கப்பட்டிருந்தால், அவன் அதுகுறித்து பெரிதும் ஆத்திரப்பட்டிருக்கமாட்டான். எது அவனை காயப்படுத்தியதெனில், எப்போதும் அவன் முதலில் எழுந்திருப்பவர்களில் ஒருவன். ஆனால் அவன் டார்ட்டரிடம் அதுகுறித்து கெஞ்சமுடியாதென அறிவான். வெறுமனே ஒப்புக்காக போராடிக் கொண்டிருப்பதைவிட்டு, அவன் தனது டவுசரை இழுத்து அணிந்து (ஒரு சீரற்ற துணிப் பட்டை, மங்கிய கறுப்பு எண்களுடன் இடது முழங்காலுக்குமேல் தைக்கப்பட்டிருக்கும்) சட்டைக்குள் நுழைந்தபடியே (இதில் அதே எண்கள் மார்பிலும் முதுகிலுமென இருமுறை

★ சிறைவாசிகள் தோழரே என்ற வார்த்தையைப் பயன்படுத்த அனுமதிக்கப்படவில்லை.

காட்சியளிக்கும்), தரையில் கிடந்த குவியல்களிலிருந்து தனது வேலங்கியைக் கண்டெடுத்து, தொப்பியை அணிந்து (துண்டுத் துணியில் முன்பக்கம் அவனது எண் காணப்படும்), டார்ட்டரைப் பின்தொடர்ந்து ராணுவ வீரர் குடியிருப்பைவிட்டு வெளியேறினான்.

மொத்த 104-வது குழுவும் அவன் போவதைப் பார்த்தது, ஆனால் யாரும் ஒரு வார்த்தை சொல்லவில்லை- அதனால் என்ன பயன், தவிரவும் அவர்கள் என்ன சொல்லிவிட முடியும்? குழுத் தலைவர் நிச்சயம் ஏதாவது செய்ய முயன்றிருக்கலாம். ஆனால் அவர் அங்கில்லை. சுகோவும் யாரிடமும் எதுவும் சொல்லவில்லை. அவன் டார்ட்டரை எரிச்சலூட்ட விரும்பவில்லை. எப்படியோ அவன் தன் அணியிலுள்ள மற்றவர்கள் யாரையாவது தனது காலையுணவை தனக்காக வாங்கிவைக்க நம்பியிருக்க வேண்டும்.

அந்த இரண்டுபேரும் தங்குமிடத்தைவிட்டு நீங்கினர். குளிர் சுகோவை மூச்சுத்திணற வைத்தது.

இரண்டு சக்திவாய்ந்த தேடுவிளக்குகள் தூரத்திலிருந்த கண்காணிப்புக் கோபுரத்திலிருந்து முகாமின்மீது வெளிச்சம் வீசின. எல்லை விளக்குகளும் அதேபோல முகாமுக்குள் இருந்த விளக்குகளும் எரிந்துகொண்டிருந்தன. அவற்றுள் பல நட்சத்திரங்களை மங்கச் செய்வனவாகத் திகழ்ந்தன.

காலணிகளுக்குக் கீழே பனி கிறீச்சிட, சிறைவாசிகள் அவசரமாகச் ஒவ்வொருவரும் தங்கள் சொந்த வேலையாகப் போய்க்கொண்டிருந்தனர். சிலர் சிப்பங்கள் வரும் அலுவலகத்துக்கு, சிலர் தனி சமையலறையில் சமைக்கப்படுவதற்காக தானியங்களை ஒப்படைக்க... அனைவரும் பட்டன்கள் போடப்பட்டிருந்த தங்களது கோட்டுக்குள் தலைகவிழ்த்திருந்தனர். மேலும் அனைவரும் எலும்பு வரைக்கும் குளிர்ந்துபோயிருந்தனர், பெரிதும் உண்மையான குளிரால் இல்லாமல், முழுநாளும் குளிரில் செலவிடவேண்டும் என்னும் எதிர்பார்ப்பால். ஆனால் டார்ட்டர் மசிநீல நிற நாடாவுடனான தனது பழைய ராணுவக் கோட்டுடன், குளிர் தனக்கு ஒன்றுமேயில்லை என்பதைப்போல நிதானமான வேகத்தில் நடந்தான்.

அவர்கள் முகாமிலுள்ள ஒரே செங்கல் கட்டடமான காவலர் அறையைச் சுற்றியுள்ள உயரமான மரவேலியை வேகமாகக் கடந்தனர். சிறைவாசிகளிடமிருந்து முகாம் பேக்கரியை பாதுகாத்த முள்வேலியைக் கடந்தனர். பணியாளர் குடியிருப்பின் முனையில், நீளமான தடுப்புவேலியின், தடிமனான முட்கம்பிகளில் பனிபடர்ந்து தொங்கிக்கொண்டிருக்கும் இடத்தைக் கடந்து, (பதிவாகும் வெப்பநிலை மிகக் குறைவாக இறங்காதவாறு பாதுகாப்பானதொரு இடத்தில்) வெப்பமானி தொங்கிக்கொண்டிருக்கும் மற்றொரு கம்பத்தைக் கடந்தனர். சுகோவ் ஓரக்கண்ணால் நம்பிக்கையுடன் அந்த பால்வெள்ளை நிற குழலைப் பார்த்தான்- அது -41° காட்டினால் அவர்கள் வேலைக்கு வெளியில் அனுப்பப்படக்கூடாது. ஆனால் இன்றைக்கு வெப்பநிலை -41° நெருக்கமாகக்கூட இல்லை.

அவர்கள் ராணுவப் பணியாளர் குடியிருப்பினுள் நடந்துசென்றனர், டார்ட்டர் அவனை நேராக காவலர் அறைக்கு இட்டுச்சென்றான். சுகோவ் வழியில் யூகித்ததுபோல், அவன் காவலர் அறைக்கு முற்றாக அனுப்பப்படவில்லை- அந்த காவலர் அறையின் தரை சுத்தம்செய்யப்படவேண்டியிருந்தது. டார்ட்டர் அவனை விட்டுச்செல்லப் போவதாகவும், தரையைச் சுத்தம்செய்யும்படியும் உத்தரவிட்டான்.

காவலர் அறைக்கான தரையைச் சுத்தம்செய்யும் வேலை, முகாமுக்கு வெளியே வேலைசெய்ய அனுப்பப்படக்கூடாத சிறப்பு சிறைக்கைதிக்கு- ராணுவ அதிகாரிக்கான ஏவல் பணியாளுக்குத் தரப்படும் வேலை. அந்த நபர் வெகுகாலத்துக்கு முன்பே ராணுவ அதிகாரிகளின் வசிப்பிடத்தை தனக்கான வீட்டைப் போல் மாற்றிக்கொண்டிருந்தான். ஒழுக்கத்துக்கு பொறுப்பான முகாம் படைத்தலைவர், பாதுகாப்பு அலுவலர் (அவர்கள் அவரை பாவமன்னிப்பு கேட்கும் பாதிரி என அழைத்தனர்) ஆகியோரின் அலுவலகங்களுக்குள் சென்றுவருமளவுக்கு ரகஜமாகியிருந்தான். அவர்களுக்காக வேலைசெய்யும்போது சமயங்களில் காவலர்கள்கூட அறியாத விஷயங்களை அவன் சகித்துக்கொள்ளவேண்டும். கொஞ்ச காலத்துக்குப் பின் அவனது தலை வீங்கிப்போனது. தரையைச் சுத்தம் செய்வதை உயர் பதவியாகவும் முகாம் காவலர்களை சற்றே அவனுக்கு கீழாகவும் அவன் மதிப்பிட

ஆரம்பித்தான். ஒன்றிரண்டு முறை அவனை அனுப்பிய பின், காவலர்கள் அவன் மனதிலிருந்ததைக் கண்டுபிடித்ததோடு, தரை சுத்தம் செய்வதற்கு வேறு சிறைக்கைதிகளை அனுப்ப ஆரம்பித்தனர். காவலர் அறையில் அடுப்பு தீவிரமான வெப்பத்தை வெளியிட்டுக்கொண்டிருந்தது. இரண்டு காவலர்கள் அழுக்கான சீருடையில் செக்கர்ஸ் விளையாடிக்கொண்டிருந்தனர், மூன்றாவது காவலன் குறுகிய இருக்கையில் தனது ஆட்டுத்தோலையும் வேலங்கியையும் அகற்றுவதைப் பற்றிக்கூட கவலைப்படாமல் குறட்டைவிட்டுக்கொண்டிருந்தான். அறையின் மூலையில் காலியான வாளி, உள்ளே துணியொன்றோடு காணப்பட்டது.

சுகோவ் மகிழ்ச்சியடைந்தான். டார்ட்டர் தன்னை விட்டுவிட்டதற்காக நன்றி செலுத்தும்விதமாக: "இப்போதிலிருந்து நான் எப்போதும் தாமதமாக எழுந்திருக்கமாட்டேன்" என்றான்.

இங்கே விதி எளிதான ஒன்றுதான்: நீங்கள் வேலையை முடித்ததும் கிளம்பிவிடலாம். தற்போது செய்வதற்கு வேலை தரப்பட்டதும், சுகோவின் வலியும் குடைச்சலும் அகன்றது போலிருந்தது. அவன் வாளியை எடுத்துக்கொண்டு வெறும் கையுடன் கிணற்றுக்குச் சென்றான்- அவசரத்தில் அவன் தனது கையுறையை தனது தலையணைக்குக் கீழிருந்து எடுக்க மறந்திருந்தான்.

ஒன்றுக்கும் மேற்பட்ட குழுத் தலைவர்கள் உற்பத்தி திட்டமிடல் துறைக்குச் செல்லும் வழியில் வெப்பமானி இருந்த கம்பத்துக்கு அருகில் குழுமினர். அவர்களில் இளம் வயதினன், சோவியத் ஒன்றியத்தின் முன்னாள் நாயகன், அந்த வெப்பமானியைத் துடைத்து மின்னச் செய்தான்.

மற்றவர்கள் கீழிருந்து சத்தமாக அறிவுரை கூறினர், "நீ அதன்மேல் மூச்சை வெளியிட்டுவிடாதே. வெப்பநிலையை அது உயர்த்திவிடும்."

"உயர்த்திவிடுமா? வாய்ப்பில்லை. என் மூச்சுக்காற்று எந்த விளைவையும் ஏற்படுத்தாது."

சுகோவின் 104-வது அணியைச் சேர்ந்த- டியூரின் அவர்களில் காணப்படவில்லை. சுகோவ் வாளியைக் கீழே வைத்துவிட்டு தனது சட்டைக் கையை மடித்துவிட்டு ஆர்வத்துடன் கவனித்தான்.

கம்பத்தில் மேலிருந்தவன் கரகரப்பான குரலில் கத்தினான்:

"இருபத்தியேழரை. அதைவிட துளியும் அதிகமில்லை."

நிச்சயித்துக்கொள்வதற்காக மற்றொரு முறை பார்த்துவிட்டு சறுக்கியிறங்கினான்.

"ஓ, அது ஓரப்பார்வை. அது எப்போதும் பொய்தான் சொல்லும்," யாரோ ஒருவன் கூறினான்.

"அவர்கள் எப்போதாவது உண்மையான வெப்பநிலையைச் சொல்லும் வெப்பமானியைத் தொங்கவிட்டிருப்பார்கள் என நீங்கள் நினைக்கிறீர்களா?"

குழுத் தலைவர்கள் பிரிந்துசென்றனர். சுகோவ் கிணற்றுக்கு ஓடினான். சுகோவ் கட்டியிராத ஆனால் தாழ்வாக அணிந்திருந்த காதுமறைப்பானுக்குக் கீழிருந்த காதுகளை உறைபனி மெல்லக் கடிக்க முயற்சித்தது.

கிணற்றின் மேற்பக்கம் தடிமனாக பனிமேவி உறைந்திருந்தது. அவன் சமாளித்துதான் துளையில் வாளியை நுழைக்க முடிந்தது. கயிறு, துப்பாக்கிக்குள் மருந்தைத் திணிக்கும் கம்பியைப் போல இறுக்கமாகக் காணப்பட்டது.

மரத்த கைகளுடன் அவன் நீரொழுகும் வாளியுடன் காவலர் அறைக்குத் திரும்பி கைகளை நீருக்குள் விட்டான். கதகதப்பாக இருந்தது.

டார்ட்டர் அப்போது அங்கில்லை. தற்போது நான்கு காவலர்கள்- ஒரு குழுவாக நின்றனர். அவர்கள் தங்களது செக்கர்ஸையும் தூக்கத்தையும் நிறுத்திவிட்டு, ஜனவரியில் தங்களுக்கு எவ்வளவு தானியங்கள் கிடைக்கப்போகிறதென விவாதித்துக்கொண்டிருந்தனர். (உணவுப் பொருட்கள் ரேஷன் முறையில் வழங்கப்படுவது நின்று நீண்டகாலமாயிருந்தும், பொதுமக்களுக்குக் கிடைக்காத குறிப்பிட்ட சில பண்டங்கள்

தள்ளுபடியில் அவர்களுக்கு விற்கப்பட்டன. இருந்தபோதும், உணவு அந்தக் குடியிருப்பில் தேவைக்கும் குறைவாகவே விநியோகிக்கப்பட்டது).

“கதவை மூடு, வீணனே. பனிக்காற்று வீசுகிறது” காவலர்களில் ஒருவன் கூறினான்.

காலையில் உங்களது காலணிகளை ஈரமாக்கிக்கொள்வது அறிவான செயல் இல்லை. சுகோவ் விரைந்து ராணுவக் குடியிருப்புக்குத் திரும்பினாலும் மாற்றுவதற்கு மற்றொரு ஜோடி அவனுக்குக் கிடைக்கப்போவதில்லை. எட்டாண்டு கால சிறைவாசத்தில் காலணிகள் ஒதுக்கீடு செய்வதற்கான பல்வேறு வழிமுறைகளை அவன் அறிந்திருந்தான்: குளிர்காலம் முழுவதும் வேலங்கியோ தோல் காலணிகளோ இல்லாமலே கழித்த காலங்களும் உண்டு, சியாபின்ஸ்க் ட்ராக்டர் வேலைக்குப் பின்பு கயிற்றாலான செருப்புகள் அல்லது மோட்டார் வாகனங்களின் டயரிலிருந்து உருவாக்கப்பட்ட ஒருவகை காலணிகளை அணிந்து காலம் கழித்ததுண்டு. அவர்கள் அதை செடேசஸ் என அழைத்தனர்.

தற்போது காலணி நிலவரம் பரவாயில்லையெனத் தோன்றுகிறது. அக்டோபரில் சுகோவ் ஒரு ஜோடி சாதாரண, கடின வேலைகளுக்குப் பயன்படுத்தக்கூடிய, உட்புறம் இருமடங்கு தடிமனான காலுறைத் துணிகளைப் பயன்படுத்தக்கூடிய தோல் பூட்ஸ்களைப் பெற்றான் (அவன் பண்டகசாலைக்கு பாவ்லோவுக்குப் பின்னால் போயிருந்தான், பாவ்லோவுக்கு நன்றி). ஒரு வார காலத்துக்கு, என்னவோ பிறந்தநாள் பரிசாகத் தரப்பட்டதுபோல தனது புதிய காலணிகளை மாட்டிக்கொண்டு திரிந்தான். பின் டிசம்பரில் வேலங்கி வந்தது. ஓ, வாழ்க்கை அற்புதமானதாக இருந்ததல்லவா?

ஆனால் கணக்குப் பதிவாளர் அலுவலகத்தின் ஏதோவொரு சாத்தான், படைத்தலைவரின் காதில் தங்களது பூட்ஸ்களை ஒப்படைத்தவர்களுக்கு மட்டும்தான் வேலங்கி வழங்கவேண்டுமென கிசுகிசுத்திருக்கவேண்டும். ஒரே நேரத்தில் இரண்டு ஜோடி காலணிகளை வைத்திருப்பது விதிகளுக்கு எதிரானது. எனவே சுகோவ் தேர்வுசெய்யவேண்டி வந்தது. ஒன்றா அவன் குளிர்காலம் முழுவதும் தோல் காலணிகளை

அணியவேண்டும் அல்லது பூட்ஸ்களை ஒப்படைத்துவிட்டு பனிக்காலத்திலும் வேலங்கி அணியவேண்டும்.

அவன் தனது புதிய பூட்ஸ்களின் தோலை எண்ணெய்ப் பசை தடவி மெதுவாக்கி நன்கு பேணிவந்திருந்தான். ஓ, இந்த எட்டாண்டு கால முகாம் வாழ்க்கையில் தனது பூட்ஸ்களைப் பிரிவதைப்போல வேறெதுவும் அத்தனை கடினமானதாக அவனுக்கு இருந்ததில்லை. அவர்கள் பொதுவான பூட்ஸ் குவியலில் அதைத் தூக்கியெறிந்தனர். வசந்தகாலத்தில் உங்களது சொந்த பூட்ஸ் ஜோடியைக் கண்டெடுத்துவிட முடியும் என்ற நம்பிக்கைகூட வரவில்லை. தற்போது அவன் என்னசெய்யவேண்டுமென சுகோவ் அறிவான். தனது வேலங்கியிலிருந்து லாவகமாக கால்களை உருவி, மூலையில் வேலங்கியை வைத்து, தனது காலுறைகளை அதனுள் திணித்தான். (அவனது கரண்டி தரையில் விழுந்து சப்தமெழுப்பியது- அவன் காவலர் அறைக்கு அவசரமாகச் சென்றிருந்தபோதும், தனது கரண்டியை மறந்திருக்கவில்லை). வெறும் காலிலிருந்த நீரை காவலர்களின் வேலங்கியின் கீழே உதறினான்.

"ஏய், சோம்பேறி, எளிதாய் எடுத்துக்கொள்," காவலர்களில் ஒருவன் தனது காலை நாற்காலியில் வைத்தபடி கத்தினான்

"அரிசி?" அடுத்தவன் தொடர்ந்தான். "அரிசி மற்றொரு வகைப்பாட்டில் வருகிறது. நீ தானியத்தை அரிசியுடன் ஒப்பிடமுடியாது."

"முட்டாளே, எவ்வளவு நீரை நீ பயன்படுத்தப் போகிறாய்? உலகத்தில் எவனாவது இதுபோல கழுவிவிடுவானா?

"குடிமகன் தலைவரே, இது சேறுபடிந்து தடிமனாக உள்ளது. இல்லாவிடில் இதை நான் ஒருபோதும் சுத்தம் செய்யமுடியாது,"

"உனது மனைவி தரையைத் தேய்த்து சுத்தம்செய்வதை நீ ஒருபோதும் பார்த்ததில்லையா, பன்றியே."

சுகோவ் நிமிர்ந்தான், அவனது கையில் நீர்சொட்டும் துணிக்கந்தல் இருந்தது. அப்பாவித்தனமாக அவனது பற்களுக்கிடையேயான இடைவெளி வெளிப்பட சிரித்தான், 1943-ல் உஸ்த்-இஸ்மா

முகாமில் ஏற்பட்ட ஸ்கர்வி நோய்த் தாக்கத்தின் விளைவு. அதன் தாக்கம் எத்தகைய ஒன்றெனில்- அவனது களைப்படைந்த வயிறு எந்தவிதமான உணவையும் தாங்காது, அவனது இரைப்பை திரவ உணவைத் தவிர எதனையும் செரிக்காது. ஆனால் அந்த பழைய பிரச்சனையின் விளைவாக ஒருவித மழலைத்தனமான மிழற்றல் மட்டுமே எஞ்சியிருக்கிறது.

"நாற்பத்தி ஒன்றிலேயே எனது மனைவியிடமிருந்து பிரிக்கப்பட்டுவிட்டேன் குடிமகன் தலைவரே. அவள் எப்படியிருப்பாள் என்பதையே நான் மறந்துவிட்டேன்.

அந்தக் கழிசடை இப்படித்தான் கழுவுவாள்... அவர்கள் ஒரு விஷயத்தை எப்படிச் செய்வதென்றும் அறியமாட்டார்கள். கற்றுக்கொள்ளவும் விரும்பமாட்டார்கள். நாம் கொடுக்கும் ரொட்டிக்குத் தகுதியானவர்கள் அல்ல அவர்கள். ஒன்றுக்கும் உதவாத அவர்களுக்கு நாம் உணவிட்டாகவேண்டும்."

"எப்படியோ, தினசரி கழுவுவதில் என்ன பொருளிருக்கிறது? யார் ஈரத்தைப் பொறுத்துக்கொள்வார்கள்? இங்கே பார் 854. சும்மா தரையை லேசாகத் துடைத்து ஈரமாக்கிவிட்டுத் தொலைந்துபோ?"

"இல்லை, நீங்கள் தானியத்தை அரிசியுடன் ஒப்பிடக்கூடாது."

எதுவொன்றையும் எப்படிக் கையாள்வதென சுகோவ் அறிவான். வேலை என்பது ஒரு குச்சியைப் போன்றது. அதற்கு இரண்டு முனைகள். நீங்கள் விஷயமறிந்தவரிடம் வேலைபார்க்கும்போது அவர்களுக்கு தரத்தை அளிக்கவேண்டும். முட்டாளுக்காக வேலைபார்க்கும்போது, நீங்கள் கண்துடைப்பாக நடந்துகொண்டால் போதும். இல்லாவிடில், அனைவரும் வெகுகாலத்திற்கு முன்பே இறந்துபோயிருக்கவேண்டும். அவர்கள் அனைவருமே அதை அறிவார்கள்.

சுகோவ் தரைப்பலகையை ஈரமான கந்தல்துணியால் உலர் திட்டுகள் தெரியாதவாறு துடைத்தான். கந்தல் துணியை ஈரத்தைப் பிழியாமலே அடுப்புக்குப் பின்னால் எறிந்தான். தனது வேலங்கியை கதவுக்கு அருகில் இழுத்துவிட்டு, முகாம் அதிகாரிகள் பயன்படுத்திய பாதையில் மிச்ச நீரை ஊற்றினான். குறுக்கு வழியைத் தேர்ந்தெடுத்து குளியலறைக்கும் அங்கிருந்து

இருளும், குளிருமான மனமகிழ் மன்றத்துக்கும் அங்கிருந்து உணவுக்கூடத்துக்கும் மிக அவசரமாக விரைந்தான்.

அவன் இனி மருந்தகத்தைப் பார்வையிட நேரம் ஒதுக்கவேண்டும். உடலெங்கும் வலியை உணர்ந்தான். உணவுக்கூடத்தின் வெளியிலிருக்கும் காவலரைத் தவிர்க்கவேண்டும்- முகாம் படைத்தலைவர், சிறைக்கைதிகள் தாங்களாகவே தேர்ந்தெடுக்கப்பட்டு காவலர் அறைக்கு அனுப்பப்படவேண்டுமென கட்டாய உத்தரவு பிறப்பித்திருந்தார்.

அதிர்ஷ்டவசமாக- அன்று காலை உணவுக்கூடத்துக்கு வெளியே கூட்டமோ, வரிசையோ இல்லை. உள்ளே சென்றான்.

துருக்கிய குளியலறையில் உள்ளதுபோல் காற்று கனமாக இருந்தது. ஒரு குளிர்ச்சி அலை கதவின் ஊடாக வீசி, ஸ்டியுவிலிருந்து எழும் நீராவியைச் சந்தித்தது. குழுக்கள் மேஜைகளில் அமர்ந்தும் இடைகழிகளில் கும்பலாகச் சேர்ந்தும், இடங்கள் காலியாவதற்காகக் காத்திருந்தனர். நெருக்கடிக்கிடையில் மற்றவர்களைக் கூப்பிட்டபடியும், ஒவ்வொரு குழுவைச் சேர்ந்த இரண்டு அல்லது மூன்று ஆண்கள் ஸ்டியுவை கிண்ணங்களிலும், ஓட்ஸ் உணவை மரத்தட்டிலும் சுமந்தபடி மேஜைகளில் தங்களுக்கு இடம்தேட முயன்றனர். அந்த வீணாய்ப்போன கழுத்துவளையாத முட்டாளைப் பாருங்கள். அவனுக்கு காதும் கேட்காமல் ஒரு ட்ரேயில் மோதிவிட்டான். சளப், சளப்! உங்களது ஒரு கை சும்மா இருந்தால், அவனது கழுத்தின் பின்புறம் வைத்து நகர்த்திச் செல்லுங்கள். அதுதான் வழி. ஏதாவது அகப்படுமா என எதிர்பார்த்து, இடைகழியை மறித்து நிற்காதீர்கள்.

அங்கே மேஜையில், தனது கரண்டியை நுழைக்கும்முன் ஒரு இளம்வயதினன் தனக்குள் சிந்தனையில் மூழ்கியிருந்தான். மேற்கு உக்ரைனைச் சேர்ந்தவன், அவன் சிறைக்குப் புதுவரவும்கூட.

ரஷ்யர்களைப் பொறுத்தவரை, எந்தக் கையால் சிலுவைக்குறி இட்டுக்கொள்ளவேண்டுமென்பதையே மறந்திருந்தனர்.

குளிரான உணவக அரங்கில் பெரும்பான்மையானவர்கள் தலையில் தொப்பியணிந்து, வேகவைக்கப்பட்ட கறுப்பு

கோஸின் இலைகளுக்குக் கீழிருந்து மோசமான சிறுமீன்களை எடுத்து, அதன் எலும்பை மேஜையில் துப்பியபடி மெதுவாகச் சாப்பிட்டுக்கொண்டிருந்தனர். எலும்புகள் குவியலாகச் சேர்ந்ததும், அடுத்து வரும் குழுவைச் சேர்ந்தவர்கள் வந்தமரும்போது, அவர்களில் ஒருவர் மேஜையிலிருந்து அதனைக் கீழே தள்ளினர். அவை கால்களில் மிதிபட்டு தரையில் பசைபோலானது. ஆனால் தரையின் மீது மீனெலும்பை நேரடியாகத் துப்புவது மோசமான பழக்கமாகக் கருதப்பட்டது.

அரங்கின் நடுவில் இரண்டு வரிசை மரத்தாலான நீளமான சாப்பாட்டு மேஜையமைப்பு காணப்பட, அவற்றின் ஒன்றின் அருகில் 104-வது குழுவைச் சேர்ந்த ஃபெடிகோவ் அமர்ந்திருந்தான். சுகோவின் காலையுணவை அவன்தான் வைத்திருந்தான். ஃபெடிகோவ் தனது குழுவில் கடைசி இடத்தை வகித்தான், சுகோவின் இடத்தைவிடவும் கீழானது. வெளியிலிருந்து நோக்க குழுவிலுள்ள அனைவரும் ஒன்றேபோல் தோன்றும்- அவர்களது இலக்கமிடப்பட்ட கறுப்பு கோட்டுகள் ஒரேபோன்றவை- ஆனால் குழுவுக்குள் பெரிய வேறுபாடுகள் காணப்பட்டன. ஒவ்வொருவருக்கும் அவருக்கான படிநிலை இருந்தது. உதாரணமாக ப்யூனோவ்ஸ்கி மற்றொரு செக்கின்* கிண்ணத்தை அவனுக்காக வாங்கிவைத்து காத்துக்கொண்டிருக்கும் வகைப்பாட்டைச் சேர்ந்தவனல்ல. மேலும் சுகோவ் முதலில் சொன்னதுபோல நெடுநாள் சிறைவாசிகள் செய்யும் வேலைகள் எதையும் ஏற்றுக்கொள்பவனல்ல. அவனைவிட கீழானவர்களும் இருக்கிறார்கள். ஃபெடிகோவ் சுகோவைக் கண்டதும் பெருமூச்சுடன் அவனது இடத்தை ஒப்படைத்தான்.

“இதெல்லாம் குளிர்ந்துவிட்டது. நீ காவலர் அறையில் இருப்பாய் என நினைத்து உனது உணவை சற்றுமுன்புதான் சாப்பிடவிருந்தேன்.”

சுகோவின் கிண்ணத்திலிருந்து ஏதாவது மிஞ்சுவதைக் கைப்பற்றலாம் என்ற நம்பிக்கையில்லாததால்- அவன் அங்கு காத்திருக்கவில்லை.

★ *கைதிக்கு ரஷ்ய மொழியின் சுருக்கம்*

சுகோவ் தனது காலணியிலிருந்து கரண்டியை வெளியே எடுத்தான். அவனது குட்டிக் குழந்தை. அது வடக்கில் முழு நேரமும் அவனுடன் இருந்துவந்திருக்கிறது, அலுமினியக் கம்பியிலிருந்து தனது சொந்தக் கைகளால் அவனே உருவாக்கியிருந்தான். மேலும் அதில் "உஸ்த்- இஸ்மா 1944" என்கிற வார்த்தைகள் புடைப்புடன் காணப்பட்டன.

பின் அவன் சுத்தமாக சவரம் செய்யப்பட்ட தலையிலிருந்து தொப்பியை நீக்கினான்- எத்தனை குளிராக இருந்தபோதும், அவன் ஒருபோதும் தொப்பியை அணிந்து சாப்பிடுவதில்லை- குளிர்ந்த ஸ்டியுவைக் கலக்கி அவர்கள் அவனுக்கு என்னவிதமான உணவு தந்திருக்கிறார்கள் என துரிதமாகப் பார்வையிட்டான். சராசரியான ஒன்று. அவர்கள் பாத்திரத்தின் மேலிருந்தும் முகரவில்லை, அதேசமயம் பாத்திரத்தின் அடியிலிருந்தும் முகரவில்லை. ஃபெடிகோவ், பிறரின் கிண்ணத்தைப் பார்த்துக்கொள்ளும்போது அவர்களுடையதிலிருந்து உருளைக்கிழங்கை எடுத்துக்கொள்கிற வகையைச் சேர்ந்தவன்.

ஸ்டியுவைப் பற்றிய ஒரே நல்ல விஷயம் அது சூடாயிருக்கும், ஆனால் சுகோவின் பங்கு முழுக்க குளிர்ந்துபோயிருந்தது. எனினும், அவன் அதனை அவனது வழக்கமான கவனத்துடன் மெதுவாகச் சாப்பிட்டான். பற்றி எரியும் வீட்டுக்காகக்கூட, அவசரப்பட எந்தத் தேவையுமில்லை. தூக்கத்தைத் தவிர்த்து, சிறைவாசி தனக்கென வாழும் ஒரே நேரம் காலை உணவின்போது பத்து நிமிடங்கள், மதிய உணவின்போது ஐந்து நிமிடங்கள், இரவுணவின்போது ஐந்து நிமிடங்கள்.

தினமும் அதே ஸ்டியுதான். அதன் கலவை அந்த குளிர்காலத்தில் வழங்கப்படுகிற காய்கறிகளைப் பொருத்தது. கடந்த வருடத்தில் உப்பிடப்பட்ட கேரட்டுகள் தவிர வேறெதுவுமில்லை, அதன் பொருள் செப்டம்பர் முதல் ஜூன் வரை ஸ்டியு வெறும் கேரட்டில் உருவாக்கியது. இந்த வருடம் அது கறுப்பு கோஸ். ஆண்டின் மிகவும் போஷாக்கான காலகட்டம் ஜூன். அப்போது அனைத்து காய்கறிகளும் முடிவுக்கு வர பதிலாக தீட்டப்படாத புல் அரிசியால் ஸ்டியு பதிலீடு செய்யப்படும். மிக மோசமான காலகட்டம் ஜூலை- அப்போது அவர்கள் அரியப்பட்ட நெட்டில் செடிகளின் இலைகளைப் பானைகளில் போடுவார்கள்.

அந்த சிறிய மீன்களில் சதையைவிட எலும்பே அதிகமிருக்கும். சதை அவிக்கப்பட்டுவிட, எலும்புகள் நொறுங்கி தலை மற்றும் வாலின் எச்சங்கள் காணப்படும். ஒற்றை மீனையோ அல்லது நொறுங்கக்கூடிய எலும்பின்மீதான சதைத் துணுக்குகளையோ ஒதுக்காமல், சுகோவ் தனது பற்களால் மென்று, எலும்புகளை உறிஞ்சி, மிச்சத்தை மேஜையின்மீது துப்பினான். செவுள்கள், வால், உயிருடன் இருந்தபோது உறையில் அசையாமல் இருந்து, அவிக்கப்பட்ட பின் கிண்ணத்தில் மிதந்தலைந்த மீனின் பெரிய கண்கள்- அனைத்தையும் அவன் சாப்பிட்டான். அதற்காக மற்றவர்கள் அவனைப் பார்த்து சிரித்தனர்.

சுகோவ் இன்னும் தனது ராணுவக் குடியிருப்புக்குத் திரும்பி தனக்கான உணவு ஒதுக்கீட்டை வாங்காததால், அவன் தனது காலையுணவை ரொட்டியின்றியே சாப்பிட்டுவிட்டான். இவ்வாறாக இன்று காலை சுகோவ் ரொட்டியை மிச்சம்பிடித்தான். அவன் ரொட்டியைப் பிறகு சாப்பிடுவான். இன்னும் சிறப்பான முறையில்.

காய்கறி ஸ்டியுவுக்குப் பின் மகரா, அந்த வீணாய்ப்போன சீன ஓட்மீல் இருந்தது. அதுவும்கூட குளிர்ந்துபோய், திடமான கட்டியாய் உறைந்துபோயிருந்தது. சுகோவ் அதைத் துண்டுகளாய் உடைத்தான். ஓட்மீல் குளிர்ந்துபோய் மட்டும் இருக்கவில்லை- அது சூடாக இருக்கும்போதே சுவையற்றதாக இருக்கும்- சாப்பிட்ட பின் வயிறுநிறைந்த உணர்வையே ஏற்படுத்தாது. மஞ்சளாய் இருந்தது என்பதைத் தவிர அது வெறும் புல், தானியத்தைப் போல தோற்றமளித்தது. தானியத்துக்குப் பதிலாக இதனைப் பரிமாறும் யோசனையை சீனர்களிடமிருந்தே பெற்றனர் எனச் சொல்லப்பட்டது. அவித்தபின், ஒரு கிண்ணமே கிட்டத்தட்ட ஒரு பவுண்டுக்கு நெருக்கமாக வரும். தனது கரண்டியை நக்கியபின் தனது காலணியில் சொருகிக்கொண்டு, தொப்பியை அணிந்து சுகோவ் மருந்தகத்துக்குக் கிளம்பினான்.

வானம் இன்னும் முழுக்க இருளாக இருந்தது. முகாம் விளக்குகள் நட்சத்திரங்களை தொலைவில் விரட்டின. இரண்டு தேடுவிளக்குகளின் அகன்ற ஒளிக்கற்றைகள் இன்னும் அந்தப் பகுதியையே சுற்றிவந்துகொண்டிருந்தன. இந்த சிறப்பு (கட்டாய உழைப்பு) முகாம், அமைக்கப்பட்டபோது, பாதுகாப்பு படைகள் போரில் எஞ்சியிருந்த அடையாளச் சுடரொளியை

நிறைய வைத்திருந்தன. எப்போதெல்லாம் மின்தடை ஏற்படுகிறதோ அவர்கள் அந்தப் பகுதியில் - வெள்ளை, பச்சை, சிவப்பு என உண்மையான போரைப் போன்று சுடரொளியைக் கொளுத்துவார்கள். பின்பு அவர்கள் அதைப் பயன்படுத்துவதை நிறுத்திவிட்டார்கள். ஒருவேளை, பணத்தை மிச்சப்படுத்துவதற்காக இருக்கலாம்.

துயிலெழுவதற்கான ஒலியெழுப்பியபோதிருந்த அதேயளவு இருள் இப்போதும் காணப்பட்டது. ஆனால் அனுபவமிக்க கண், பல்வேறு சிறிய அறிகுறிகள் மூலம் எளிதாக வித்தியாசங்களை அறியலாம். விரைவில் வேலைக்குச் செல்வதற்கான உத்தரவு தரப்படலாம். க்ரமோயின் உதவியாளன் (உணவகப் பணியாளன் க்ரமோய்க்கு அவன் உணவிட்டு வைத்துக்கொண்ட ஒரு உதவியாளன் உண்டு) 6-வது ராணுவக் குடியிருப்புக்குச் சென்று காலை உணவுக்கு அழைப்பாணை தரச்சென்றான். இந்த கட்டடத்தில்தான் வேலைக்காக வெளியே அனுப்பப்படாத பலவீனமான சிறைவாசிகள் குடியிருந்தனர். ஒரு வயதான குறுந்தாடி ஓவியன் தயக்கமாக, சிறைவாசிகளின் சீருடையில் இலக்கங்களைச் சீர்படுத்துவதற்கான தூரிகை மற்றும் வண்ணங்களைப் பெறுவதற்கு கலாச்சார மற்றும் கல்வித்துறைக்குக் (CED) கிளம்பினான். டார்ட்டர் மீண்டும் அங்கே, அணிவகுப்பு மைதானத்தைக் கடந்து நீண்ட, துரிதமான காலடிகளை வைத்தபடி பணியாளர் வசிப்பிடத்தை நோக்கிய திசையில் சென்றுகொண்டிருந்தான். பொதுவாக அங்கே குறைவான நபர்களே தென்பட்டனர், அதன் பொருள் அனைவரும் கடைசி மதிப்புமிகுந்த நிமிடங்களில் தங்களை கதகதப்பாக வைத்துக்கொள்வதற்கு இந்த மூலைக்கோ, வேறு மூலைக்கோ சென்றுவிட்டனர் என்பதேயாகும்.

டார்ட்டரிடமிருந்து தன்னை ராணுவக் குடியிருப்பின் மூலையில் மறைத்துக்கொள்ளுமளவுக்கு சுகோவ் புத்திசாலியாயிருந்தான் - காவலன் அவனைப் பார்க்கநேர்ந்தால் திரும்பவும் அவனை தன்னோடே வைத்துக்கொள்ளக்கூடும். எந்தவிதத்திலும் நீங்கள் கவனத்தை ஈர்ப்பவராயிருக்கக்கூடாது. முக்கியமாக, குழுவில் ஒருவராக அன்றி உங்களை தனியாக ஒருபோதும் முகாம் காவலன் காணக்கூடாது.

அந்த நபர் யார் தலையிலாவது வேலையைக் கட்ட ஆளைத் தேடிக்கொண்டிருக்கலாம், அல்லது துவேஷத்தை வெளிக்காட்ட ஒரு மனிதன் மேல் பாயத் தயாராயிருக்கலாம்- யாருக்குத் தெரியும்? அவர்கள் ராணுவக் குடியிருப்பைச் சுற்றி வருகையில் புதிய விதிமுறையை வாசித்து வந்திருக்கூடும்? உங்கள் கெட்ட நேரத்துக்கு, காவலன் உங்களைக் கடந்துபோகும்போது ஐந்து தப்படி தூரத்தில் உங்கள் தொப்பியைக் கழற்றவும், உங்களைக் கடந்து இரண்டு தப்படி சென்றதும் அணிந்துகொள்ளவும் வேண்டுமென விதி சொல்லலாம். இதையெல்லாம் சற்றும் பொருட்படுத்தாமல் குருடனைப்போல கடந்துசெல்லும் சில காவலர்களும் இருக்கிறார்கள், ஆனால் மற்றவர்களுக்கோ இந்த புதிய விதி கடவுளால் அனுப்பப்பட்டது. இந்த தொப்பி விவகாரத்தால் எத்தனை சிறைவாசிகள் காவலர் அறைக்கு விசிறியடிக்கப்பட்டிருக்கின்றனர்? இல்லை, மூலையில் ஒதுங்கிநிற்பதே நல்லது.

டார்ட்டர் கடந்துசென்றதும், இறுதியாக சுகோவ் மருந்தகத்திற்குச் செல்ல முடிவுசெய்தான். ஆனால் திடீரென 7-வது ராணுவக் குடியிருப்பிலுள்ள உயரமான லிதுவேனியன் அன்று காலையில் அவர் வெளியே கிளம்பும்முன் அவரிடமிருக்கும் வீட்டில் வளர்க்கப்பட்ட புகையிலை சில குவளைகளை வந்து வாங்கும்படி அவனிடம் சொல்லியிருந்தார். இந்த பரபரப்பில் சுகோவ் அதனை சுத்தமாக மறந்துபோயிருந்தான். அந்த லிதுவேனியனுக்கு முந்தைய நாள் மாலை சிப்பம் ஒன்று வந்திருந்தது. யாருக்குத் தெரியும் நாளைக்குள் அது காலியாகிவிடலாம், பின் அவன் அடுத்த சிப்பம் வர ஒரு மாதம் காத்திருக்கவேண்டியிருக்கும். அந்த லிதுவேனியனின் புகையிலை நல்ல சரக்கு, சாம்பல் பழுப்பு நிறமும் வாசனையும் காரமும் உடையது.

சுகோவ் கோபத்தில் தனது காலை உதைத்தான். அவன் திரும்பி அந்த லிதுவேனியனிடம் போகவேண்டுமா? ஆனால் மருந்தகத்துக்கு குறைந்த தொலைவே இருந்ததால் அவன் மெல்லோட்டமாக நடந்தான். அவன் கதவை நெருங்குகையில் அவன் காலுக்கடியில் பனி சத்தத்துடன் நொறுங்கியது. உள்ளே நடைபாதை வழக்கம்போல, தரையில் கால்வைக்கவே அவன் பெரிதும் தயங்கும்படி அத்தனை சுத்தமாக இருந்தது. மேலும்

சுவர்களுக்கு வெள்ளை மேற்பூச்சு பூசப்பட்டிருந்தது. அனைத்து உபயோகப் பொருட்களும் வெண்மையாகக் காணப்பட்டன.

அறுவைச் சிகிச்சை அறையின் கதவுகளனைத்தும் மூடப்பட்டிருந்தன. மருத்துவர்கள் நிச்சயம் இன்னும் படுக்கையில்தான் இருக்கக்கூடும். பணியில் இருந்த மனிதன் மருத்துவ உதவியாளன்- கோல்யா நோவோஸ்கின் என்றழைக்கப்படும் இளைஞன். அவன் சுத்தமான குட்டி மேஜையொன்றில் அமர்ந்து, சிறிய வெள்ளைத் தொப்பியும் பனிவெண்மைநிற தளர்வான மேலங்கியும் அணிந்து ஏதோ எழுதிக்கொண்டிருந்தான்.

அங்கே வேறொருவரும் பார்வையில் படவில்லை.

சுகோவ், அதிகாரிகளில் ஒருவரின் முன் நிற்பதுபோல் தனது தொப்பியைக் கழற்றினான், முகாமில் இருப்பதுபோல் தனது கண்களை தாழ்த்திக்கொண்டான், அங்கே கண்களை தாழ்த்தவேண்டிய அவசியமே இல்லாதபோதும். கோல்யா சீரான இடைவெளிவிட்ட இரட்டை வரிகளில், ஒவ்வொரு வரியிலும், பக்கத்தின் முனையில் கொஞ்சம் இடம்விட்டு, பெரிய எழுத்தில் தொடங்கி எழுதிக்கொண்டிருப்பதைக் கவனித்தான்.

உடனே அவன், கோல்யா அலுவலக வேலை பார்க்கவில்லையென்பதையும் வேறேதோ ஒன்றைச் செய்கிறான் எனவும் உணர்ந்துகொண்டான். ஆனால் அது தனது வேலையல்ல. "நல்லது, நிகோலாய் செம்யோனிச், இது எப்படியெனில்... நான் ஒருவிதமாக... உடல்நலம் கெட்டுச் சீரழிவதுபோல் உணர்கிறேன்..." தனக்குச் சொந்தமில்லாத ஒன்றை எடுத்து ஒளிப்பதுபோல், சுகோவ் வெட்கத்துடன் சொன்னான்.

கோல்யா நோவோஸ்கின் தனது பெரிய சாந்தமான கண்களை வேலையிலிருந்து உயர்த்தினான். அவனது எண் அவனுடைய மேலங்கியால் மறைக்கப்பட்டிருந்தது. "நீ ஏன் இவ்வளவு தாமதமாக வருகிறாய்? நேற்றிரவே ஏன் நீ முறையிட்டிருக்கக்கூடாது? நோயாளிகள் பட்டியல் ஏற்கெனவே திட்டமிடுதல் துறைக்கு அனுப்பப்பட்டுவிட்டது."

சுகோவ் இவையனைத்தையும் அறிந்திருந்தான். மேலும் அவன் மாலைநேர நோயாளிகள் பட்டியலில்கூட இடம்பிடிப்பது கடினமென்பதை அறிவான். "ஆனால் பார் கோல்யா... நான் நேற்றிரவே வந்திருக்கவேண்டுமென்றால், அப்போது வலியே இல்லையே"

"இப்போது வலிக்கிறதா? என்னவாக இருக்கும்?"

"நல்லது, நான் உடலெல்லாம் மோசமாக வலியை உணர்கிறேன். அதைப்பற்றி சிந்திப்பதை நிறுத்தினால், எந்த வலியுமில்லை.."

சுகோவ் உடலுழைப்பில்லாமல் இருக்க மருந்தகத்தையே சுற்றி வருபவர்களில் ஒருவனல்ல. நோவோஸ்கின் இதை அறிவான். ஆனால் காலையில் வேலையிலிருந்து அவனால் இரண்டு நபர்களுக்கு மட்டுமே விலக்களிக்க உரிமையிருந்தது. அவன் ஏற்கெனவே அவர்களுக்கு விலக்களித்துவிட்டான்- அவர்களது பெயர்கள் அவனது மேஜையில் பச்சைநிற கண்ணாடிக்குக் கீழே எழுதப்பட்டுவிட்டன. மேலும் அவன் அந்தப் பக்கத்தில் குறுக்காக கோடிழுத்துவிட்டான். "நல்லது, நீ அதை சற்று முன்பாகவே கருத்திலெடுத்திருக்கவேண்டும். நீ என்ன நினைத்துக்கொண்டிருக்கிறாய்? பெயர்ப்பட்டியல் தயாரிக்கும் சற்றுமுன்பு உடல் நலமில்லையென்று முறையிடுகிறாய். வா, இதைப் பிடி."

அவன் ஜார்களில் ஒன்றிலிருந்து, வெட்டப்பட்ட துணிகளால் இடைவெளி ஏற்படுத்தப்பட்டு அடுக்கப்பட்டிருந்த வெப்பநிலைமானியை உருவி, அவற்றைத் துடைத்து சுகோவிடம் தந்தான். அவன் அதை தன் அக்குளில் வைத்துக்கொண்டான்.

சுகோவ் சுவருக்கருகிலுள்ள இருக்கையின் வலப்புற கடைசி ஓரத்தில், அது கிட்டதட்ட வாரிவிடுவதுபோல் அமர்ந்திருந்தான். அப்படி வசதியற்ற முறையில் அமர்ந்து, அவன் இந்த இடத்துக்கு அறிமுகமற்றவன், ஏதோ ஒரு சிறிய விஷயத்துக்காக அவன் அங்கே வந்திருக்கிறான் என்பதாக தன்விருப்பின்றி வெளிப்படுத்தினான்.

நோவோஸ்கின் எழுதியபடியே சென்றான்.

மருந்தகம் அப்பகுதியின் கைவிடப்பட்ட மூலையில் ஒதுங்கி, எந்த விதமான சப்தங்களும் அதை நெருங்காத விதத்தில் அமைந்திருந்தது. கடிகாரங்களோ அல்லது கைக்கடிகாரங்களோ அங்கே சப்தமெழுப்புவதில்லை- சிறைக்கைதிகள் கைக்கடிகாரங்களை எடுத்துவர அனுமதிக்கப்படுவதில்லை. அதிகாரிகள் தங்களுக்கான நேரத்தை அறிந்திருப்பார்கள். சுண்டெலிகூட அங்கே கீறல் சத்தமெழுப்பாது. மருத்துவமனை பூனைகள் அவற்றைப் பார்த்துக்கொள்ளும். அதற்காகவே அங்கே பூனைகள் வளர்க்கப்பட்டன.

சுகோவுக்கு, அந்த துளியும் கறையில்லாத சுத்தமான அறையில், அத்தனை அமைதியில், பிரகாசமான விளக்குகளின்கீழ் நீண்ட ஐந்து நிமிடங்களுக்கு எதுவுமே செய்யாமல் அமர்ந்திருப்பது வினோதமான அனுபவமாக இருந்தது. அவன் சுற்றிலுமுள்ள சுவர்களில் கண்களைப் பதித்து அவை காலியாக இருப்பதைக் கண்டான். அவன் தனது சட்டையைப் பார்த்தான்- மார்புப் பகுதியிலுள்ள எண் கிட்டத்தட்ட தேய்ந்தழிந்திருந்தது. அவன் மட்டும் சற்றே மேற்பூச்சிட்டிருந்தால், அதைப் பார்வையிட்டிருக்கமுடியும்.

தனது சுதந்திரமான கைகளை முகவாய்க்கட்டையில் ஓடவிட்டு ரோமங்களின் சொரசொரப்பை உணர்ந்தான். பத்து நாட்களுக்கு முன்பான அவனது கடைசி குளியலுக்குப் பின் குறுந்தாடி வேகமாக வளர்ந்திருந்தது. ஆனால் அது அவனை கவலைகொள்ளச் செய்யவில்லை. அடுத்த குளியல் நாளுக்கு மூன்று நாட்கள் இருக்கின்றன. அதற்குள் அவன் சவரம் செய்வான். முடிதிருத்துபவனிடம் வரிசையில் நிற்பதில் என்ன அர்த்தமிருக்கிறது? அவன் யாருக்காக தன்னை வசீகரமாக்கிக்கொள்ளவேண்டும்?

பின் அவன் நோவோஸ்கினின் பனிவெள்ளைத் தொப்பியைப் பார்த்து லோவட் நதிக்கரையில் அமைந்த மருத்துவமனையை நினைவுகூர்ந்தான். அங்கு அவன் நொறுங்கிய தாடையுடன் எடுத்துச்செல்லப்பட்டான்- என்ன ஒரு முட்டாளாய் அவன் இருந்திருக்கிறான்- அங்கே அவன் படுக்கையில் ஐந்து நாட்கள் இருந்திருக்கலாம் என்றபோதும், தன்விருப்பத்தின் அடிப்படையில் மீண்டும் படைக்களத்துக்குச் சென்றான்.

தற்போது இங்கே அவன் இரண்டு அல்லது மூன்று வாரங்களுக்கு உடல்நலமில்லாமல் இருப்பது குறித்து கனவு கண்டுகொண்டிருக்கிறான். நிச்சயமாக அவர்கள் அறுவை சிகிச்சை செய்யும்படி அபாயகரமான உடல்நலக் குறைவு அல்ல, மருத்துவமனைக்குப் போய் மூன்றுவாரங்கள் அசைவேதுமின்றி படுக்கையில் படுத்துக் கிடக்குமளவுக்கு மோசமான உடல்நலக்குறைவு. அவர்கள் ஸ்படிகம்போன்ற சூப் மட்டும் அவனுக்குப் புகட்டினாலும்கூட அவன் பொருட்படுத்தமாட்டான்.

ஆனால், அவர்கள் உங்களை முகாம் மருத்துமனையில் உள்ள படுக்கையில் படுக்கக்கூட விடமாட்டார்கள் என்பதை அவன் நினைவுகூர்ந்தான். சமீபத்தில் பணிமாறுதலாக புதிய மருத்துவர் ஒருவர் வந்திருக்கிறார்- ஸ்டீபன் கிரிகோரிச், கனமான குரலுடைய அவர் தனக்கோ நோயாளிகளுக்கோ எந்தவொரு அமைதியும் அளிக்கமாட்டார். காலில் எழுந்துநிற்க வலுவுள்ள எல்லா நோயாளிகளுக்கும் மருத்துவமனைக்குள்ளும் வெளியிலுமாக- தோட்டத்துக்கு வேலிகட்டுதல், பாதையமைத்தல், மலர்ப்படுகைகளுக்கு மண் கொண்டுவருதல், குளிர்காலத்தில் பனித் தடுப்புகளை எழுப்புதல் என வேலைகளை அவர் கண்டுபிடித்தார். எந்தவொரு உடல்நலக்குறைவுக்கும் வேலைதான் முதல் தர மருந்து என அவர் சொன்னார்.

நீங்கள் ஒரு குதிரையை சாகுமளவுக்கு அளவுக்கதிமாக வேலைவாங்கலாம். அதனை அந்த மருத்துவர் புரிந்துகொள்ளவேண்டும். அவர் செங்கல் கட்டுமானப் பணியில் ஈடுபடுத்தப்பட்டு இரத்தத்தை வியர்வையாகச் சிந்தினால் அமைதியாகியிருப்பார் என நீங்கள் நிச்சயமாக நம்பலாம். நோவோஸ்கின் தனது எழுத்துப்பணியை தொடர்ந்துகொண்டிருந்தான். அவன் உண்மையிலே, வேறேதோ பணியைச் செய்துகொண்டிருந்தான், ஆனால் அது சுகோவின் புரிதலுக்கு அப்பாற்பட்டது. வேலையையே சிகிச்சைமுறையாகப் பரிந்துரைத்த ஸ்டீபன் கிரிகோரிச்சிடம் அன்று காட்டுவதாக உறுதியளித்து, முந்தைய நாள் மாலையில் எழுதிமுடித்திருந்த நீண்ட, புதிய கவிதைக்கான தவறுநீக்கப்பட்ட பிரதியை அவன் உருவாக்கிக்கொண்டிருக்கலாம்.

முகாம்களில் மட்டுமே நிகழ்வதுபோல, ஸ்டீபன் கிரிகோரிச், நோவோஸ்கினிடம் அவனை மருத்துவ உதவியாளன் என சொல்லிக்கொள்ள அறிவுரைசொல்லி, அவனை மருத்துவமனைக்கு இட்டுச்சென்று அறியாத சிறைவாசிகளுக்கு நரம்பில்செலுத்தும் ஊசிபோட கற்றுக்கொடுத்திருக்கலாம், சிறைவாசிகளின் அப்பாவி மனங்களுக்கு நோவோஸ்கின் ஒரு மருத்துவ உதவியாளன் அல்ல என்பது ஒருபோதும் தெரியப்போவதில்லை. நோவோஸ்கின் பல்கலைக்கழகத்தைச் சேர்ந்த இலக்கியப் பிரிவு மாணவனாக இருந்து, தனது இரண்டாவது ஆண்டிலிருக்கும்போது கைதுசெய்யப்பட்டிருந்தான். சிறையிலிருக்கும்போது சுதந்திரமாக எழுதும் வாய்ப்பு அவனுக்குத் தரப்படாது என்பதால், மருத்துவர் அவன் எழுதவேண்டுமென விரும்பியிருக்கலாம்.

பெயர்ப்பட்டியல் அறிவிப்புக்கான சமிக்ஞை இரட்டைக் கண்ணாடியின், பனியுறைந்த சாளரங்களின் வழியாக மிக மெலிதாகவே கேட்டது. சுகோவ் ஒரு பெருமூச்சை விட்டபடி எழுந்துநின்றான். அவனுக்கு இன்னும் அந்த காய்ச்சலுடனான குளிர் காணப்பட்டது, ஆனால் வெளிப்படையாக அவனால் வேலையைத் தவிர்க்கமுடியாது. நோவோஸ்கின் வெப்பநிலைமானியை அணுகி வெப்பநிலையைக் கூறினான்.

“ம், இதுவுமில்லை அதுவுமில்லை. 99.2. இதுமட்டும் நூறாக இருந்திருக்குமெனில் எவருக்கும் தெளிவாக இருந்திருக்கும். என்னால் உனக்கு விதிவிலக்களிக்க முடியாது. விரும்பினால் உனது சொந்த துணிச்சலில், வேலைக்குச் செல்லாமலிரு. மருத்துவர் உன்னை பரிசோதிப்பார். நீ உடல்நலமின்றி இருப்பதாகக் கருதினால், அவர் உனக்கு விலக்களிப்பார். நீ ஆரோக்கியமாக இருப்பதாகக் கருதினால் விலக்களிக்கமாட்டார். பின் நீ அடைத்துவைக்கப்படுவாய். நீ வேலைக்குத் திரும்புவது நல்லது.”

சுகோவ் எதுவும் சொல்லவில்லை. அவன் தலையசைக்கக்கூட இல்லை. தனது தொப்பியை கண்களுக்கு மேலாக இழுத்துக்கொண்டு, வெளியேறினான். கதகதப்பாக இருக்கும் ஒரு மனிதன், குளிரில் இருக்கும் ஒரு மனிதனைப் புரிந்துகொள்வான் என நீங்கள் எப்படி எதிர்பார்க்கமுடியும்?

குளிர் துளைத்தது. இருண்ட பனிமூட்டமொன்று சுகோவை மூடி, பயங்கரமாக இருமவைத்தது. வெளியே வெப்பநிலை -27°. சுகோவின் உடல் வெப்பநிலை 37°. இரண்டுக்குமிடையே சண்டை நடந்துகொண்டிருந்தது.

அவன் பெருநடையும் ஓட்டமுமாக தனது ராணுவக் குடியிருப்புக்கு விரைந்தான். மொத்த அணிவகுப்பு மைதானமுமே காலியாகக் காணப்பட்டது, முகாமே ஆளில்லாததுபோல் தோற்றமளித்தது. அனைத்தும் தீர்மானிக்கப்பட்டிருந்தபோதும், ஓய்வாய் இருந்த அந்த குறுகிய காலகட்டத்தில், வேலைக்கான அணிவகுப்பு இருக்கப்போவதில்லை என அனைவரும் பாவனைசெய்தபடி காணப்பட்டனர். காவலாட்கள் கதகதப்பான வசிப்பிடத்தில் அமர்ந்தபடியிருக்க, அவர்களது தூக்கச்சடைவான தலைகள் அவர்களுடைய சுழல்துப்பாக்கியின்மீது முட்டுக்கொடுக்கப்பட்டிருந்தன- அவர்களுக்கும் பாலும் தேனும் பாயவில்லை, கண்காணிப்பு கோபுரத்தில் அத்தகைய குளிரில் சோம்பலாக நின்றபடியிருந்தனர். பிரதான வாசலில் நின்ற காவலர்கள் அடுப்பில் கரியைத் தூக்கியெறிந்தனர். தங்களது அறையிலிருந்த முகாம் காவலர்கள் ராணுவக் குடியிருப்புக்குப் போகும்முன் தங்களது கடைசி சிகரெட்டைப் புகைத்தனர். சிறைவாசிகள் தங்களது பழைய உடைகளில் மகிழ்ச்சியாக, இடுப்பைச் சுற்றி ஒரு கயிறைக் கட்டிக்கொண்டு, அவர்களது முகங்கள் தாடை முதல் கண்கள் வரை பனிக்கெதிராக துண்டுத் துணிகளால் மூடப்பட்டிருக்க, தங்களது படுக்கையில் கிடந்தபடி, பூட்ஸ்களை அணிந்து, கண்கள் மூட, இதயங்கள் படபடக்க, தங்களது குழுத்தலைவர், "வெளியே செல்லுங்கள்" என்று கத்தக் காத்திருந்தனர்.

ராணுவக் குடியிருப்பு 7-ல் இருந்த 104-வது அணியில் அனைவரும் ஓய்விலிருக்க, துணைக் குழுத் தலைவர் பாவ்லோ தனது உதடுகளை, பென்சிலால் ஏதோவொன்றைக் கூட்டுவதுபோல் அசைத்துக்கொண்டிருக்க, சுகோவின் சுத்தமும் நேர்த்தியுமிக்க அயலான் அலோய்ஷா ஒரு நோட்டிலிருந்ததை வாசித்துக்கொண்டிருந்தான். அதில் அவன் புதிய ஏற்பாட்டில் பாதியை நகல் செய்திருந்தான்.

சுகோவ் மிகத்துரிதமாக, அதேசமயம் சத்தமெதுவும் எழுப்பாமல், நேராக பாவ்லோவின் படுக்கைக்கு ஓடினான். பாவ்லோ அவனைப் பார்த்தான்.

"ஆக அவர்கள் உன்னை காவலர் அறையில் அடைத்துவைக்கவில்லை இல்லையா இவான் டெனிசோவிச்? சரியா?" அவன் மேற்கு உக்ரேனியர்கள் சிறையிலும்கூட பாரம்பரியமாகப் பேசும், உக்ரேனிய உச்சரிப்பில் அழைத்துக் கேட்டான்.

ஒரு கரண்டியளவு சர்க்கரைத் துகள்கள் ரொட்டியின் ஒரு மேடான பகுதியில் சிறு குவியலாக வைக்கப்பட்டிருந்தது. செலவிட நேரமில்லாதபோதும் சுகோவ் முறையாகப் பதிலளித்தான் (குழுவின் துணைத் தலைவர் அதிகாரிகளில் ஒருவராவார். முகாம் படைத்தலைவரைவிடவும் அவரைச் சார்ந்தே அதிகமும் இருக்கவேண்டியிருக்கும்) அவன் அவசரத்திலிருந்ததால், அவனது படுக்கைக்கு ஓரிடத்தில் காலை ஊன்றி ஏறியபடியே ரொட்டியின் மேலிருந்த சர்க்கரையை உதட்டால் உறிஞ்சி, நாக்குக்கு அடியில் கொண்டுவந்து நக்கினான். பின் தனது பங்கு உணவைப் பார்த்தபடியே, கையில் வைத்து எடைபோட்டு, அவனது வரம்பான பதினாறு அவுன்சுகளை எட்டியிருக்கிறா என துரிதமாகக் கணக்கிட்டான்.

சிறையிலும் முகாமிலும் அவன் இதுபோல் ஆயிரக்கணக்கான முறை தனக்கான பங்கு உணவைப் பெற்றிருக்கிறான், ஆனால் ஒருமுறைகூட அவற்றை தராசில் எடைபோடுகிற வாய்ப்பு வந்ததில்லை. எளிதில் மிரள்கிறவனாக இருந்தபோதும், தனது உரிமைகளுக்கென எழுந்துநிற்க எந்த வழியுமில்லையென அவன் அறிவான். இதர மற்ற சிறைவாசிகளைப் போலவே, அவனும் வெகுகாலத்துக்கு முன்பே ரொட்டி வெட்டுவதில் ஒருபோதும் நேர்மையான எடையைக் காணமுடியாதென கண்டுகொண்டான். ஒவ்வொரு உணவு விநியோகத்திலும் கொஞ்சம் அளவு குறைந்தது. எவ்வளவு குறைவு என்பதுதான் ஒரே விஷயம். எனவே தினமும் உணவை ஒரு பார்வை பார்த்துவிட்டு, உங்களது ஆன்மாவை ஆறுதல்படுத்தும்விதமாக- இன்றைக்கு அவர்கள் எதையும் குறைக்கவில்லை என்று சொல்லிக்கொள்ள வேண்டியதுதான்.

அவன் ரொட்டியை இரண்டாகப் பிரிக்கும்போது அரை அவுன்ஸ் குறைவு என தீர்மானித்தான். ஒரு பாதியை அவனது சட்டையின் கீழ்ப்பக்கமாக பிரத்யேகமாகத் தைத்த கொஞ்சம் சுத்தமான பையினுள் திணித்தான். (தொழிற்சாலையில் சிறைவாசிகளுக்கு அவர்கள் பையில்லாமல்தான் சட்டை உருவாக்குகிறார்கள்). காலையுணவுக்குப் போகாமலே அவன் சேமித்த மற்றொரு பாதியை அங்கேயே சாப்பிடுவதென யோசித்தான். ஆனால் அவசர அவசரமாக விழுங்கும் உணவு மொத்தத்தில் உணவேயில்லை. அது வீணடிக்கப்பட்ட உணவு. அது உங்களுக்கு நிறைவடைந்த உணர்வைத் தராது. அவன் ாது பாதுகாப்பு பெட்டகத்தில் ரொட்டியை வைக்கத் தொடங்கினான்- இரண்டு ராணுவக் குடியிருப்பு ஏவல் பணியாட்கள் திருட்டுக்காக அடிவாங்கியதை நினைவுகூர்ந்தான். ராணுவக் குடியிருப்பு பொதுமுற்றம்போல பெரிய இடம்.

எனவே, ரொட்டித்துண்டை இப்போதும் கையில் பிடித்தபடி, அவன் தனது காலை வேலங்கியிலிருந்து உருவிவிட்டு, லாவகமாக அதனுள் தனது காலுறை, கரண்டியைப் போட்டுவிட்டு, வெறுங்காலுடன் தனது படுக்கையில் ஊர்ந்து மெத்தையிலுள்ள சிறு துளையைப் பெரிதாக்கி அதிலுள்ள மரத்தூளுக்கிடையில் தனது பாதி ரொட்டியை ஒளித்தான். அவன் தனது தொப்பியைக் கழற்றி, அதிலிருந்து ஊசியையும் நூலையும் எடுத்தான் (உங்களைச் சோதனையிடுகையில் அவர்கள் தொப்பியை விரல்களால் தடவிப்பார்ப்பதால், ஆழமாக மறைத்துவைக்கப்பட்டிருந்தது. ஒருமுறை காவலன் ஒருவன் விரல்களை ஊசி குத்திவிட, ஆத்திரத்தில் அவன் கிட்டத்தட்ட சுகோவின் மண்டையோட்டைப் பிளந்துவிட்டான்). ரொட்டித்துண்டை உள்ளே ஒளித்து சரக், சரக், சரக், அந்த சிறிய மெத்தைக் கிழிசல் சரியாகிவிட்டது. அதேவேளை அவன் வாயிலிருந்த சர்க்கரை கரைந்திருந்தது. ஒவ்வொரு நரம்பும் அறுந்துபோகுமளவுக்கு சிரமத்துக்காளாகியிருந்தது. எந்தக் கணமும் வேலைப் பட்டியல் காவலன் கதவருகில்வந்து கத்தத் தொடங்கலாம். சுகோவின் விரல்கள் வேகமாக வேலைசெய்ய, மனம் அடுத்த நகர்வை திட்டமிட்டபடி, வேகமாகச் செயலாற்றியது.

பாப்டிஸ்ட் அலோய்ஷா புதிய ஏற்பாட்டை தாழ்ந்த தொனியில் வாசித்துக்கொண்டிருந்தான். (ஒருவேளை சுகோவுக்காகவே பிரத்யேகமாக வாசித்திருக்கலாம்- இத்தகைய நபர்கள் ஆள்பிடிப்பதில் விருப்பமுள்ளவர்கள்)

"நீங்கள் துன்பப்பட்டால், அது கொலைக்காகவோ, திருட்டுக்காகவே அல்லது சூனியத்துக்காகவோ, மற்றவரின் உரிமைகளில் தலையிடுவதற்காகவோ துன்பப்படக்கூடாது. மாறாக ஒரு கிறித்துவனாக துன்பப்பட்டால், அவன் அதை இழிவாகக் கருதமாட்டான். கடவுளின் கௌரவத்துக்காக அந்தப் பெயரை ஏற்றுக்கொள்வான்." அலோய்ஷா புத்திசாலி: சுவரில் குறுகலான துளையை உண்டாக்கி, அதில் அந்த சிறிய புத்தகத்தை மறைத்துவைத்திருந்தான். ஒவ்வொரு தேடலிலும் அது தப்பித்துவந்தது.

முன்போலவே அதே விரைவான நகர்வுகளுடன், சுகோவ் உத்திரக்கட்டையொன்றில் தனது மேல்கோட்டைத் தொங்கவிட்டு, மெத்தைக்குக் கீழிருந்து அவனுக்குத் தேவையானதையெல்லாம் எடுத்தான்: ஒரு ஜோடி கையுறைகள், இரண்டாவது ஜோடி பழைய காலுறைகள், நீண்ட கயிறு, ஒவ்வொரு முனையிலும் நாடாவுடன் கூடிய துண்டுத் துணி. அவன் மெத்தையிலுள்ள மரத்தூளை சமதளப்படுத்தி (அது புடைப்பாகவும் அடர்த்தியாகவும் காணப்பட்டது), போர்வையால் போர்த்தி, தலையணையை சரிசெய்து, வெறுங்காலுடன் சறுக்கி பாதத்தை முதலில் நல்ல துணியாலும், மேலே கிழிந்த துணியாலும் கட்டத் தொடங்கினான்.

அதன்பின்பே டியூரின் எழுந்து நின்று கத்தினான்: "நூற்றி நான்கு! தூங்கியது போதும், வெளியே செல்லுங்கள்."

உடனே மொத்த குழுவும் தூங்கிவழிந்தவர்கள்... தூங்காதவர்கள்... எழுந்து கொட்டாவிவிட்டு கதவுக்குச் சென்றது. டியூரின் பத்தொன்பது வருடங்களில் பெயர்ப்பட்டியல் கொடுக்க ஒரு கணம்கூட முன்னதாக வெளியேற்றியது கிடையாது. அவன், "வெளியே செல்லுங்கள்," எனும்போது நீங்கள் வெளியேறிவிடுவது நல்லது.

அவர்கள் கனமான நடையும் இறுகமூடிய உதடுகளுமாக நடைபாதைக்கும் பின் ஒவ்வொருவராக முகப்புக்கும்

நடந்தனர். 20-வது குழுவின் தலைவரும் டியூரினைப் பின்பற்றி, "வெளியே செல்லுங்கள்" என அழைத்தான். சுகோவ் தனது வேலங்கியை, இரட்டைத் தடிப்புடனான காலுறையின் மேல் இழுத்து, அவனது பருத்தியுறைச் சட்டையின்மேல் மேற்கோட்டை அணிந்து, தன்னைச் சுற்றி இறுக ஒரு கயிறைப் பிணைத்தான் (சிறைவாசிகளிடமிருந்து தோல் இடைவார்கள் நீக்கப்பட்டிருந்தன- தோல் இடைவார்களுக்கு சிறப்பு முகாமில் அனுமதி கிடையாது). ஆக சுகோவ் அனைத்தும் செய்துமுடித்து, தனது துணைவர்களுக்கான வரிசையில் இடம்பிடித்து, அவர்களது இலக்கமிடப்பட்ட முதுகுகள் கதவுகளின் வழியாகக் கடந்து முகப்புக்குச் செல்லும் வரிசையில் கடைசியாக சென்று சேர்ந்துகொண்டான். தங்களுக்குச் சொந்தமாயிருந்த அனைத்து ஆடைகளையும் அணிந்து, அவர்கள் பெரிதும் பருமனாகத் தெரிந்தனர். அவர்கள் குறுக்காக கலந்து ஓரே தொகுதியாக, ஒருவர் மற்றவரை முந்த முயற்சியெதுவும் செய்யாமல் அணிவகுப்பு மைதானத்தை அடைந்தனர். அவர்களின் கனமான காலடியால் பனி நொறுங்கிய சத்தம் மட்டுமே கேட்டது.

இன்னும் இருளாகவே இருந்தபோதும் கிழக்கில் வானம் பச்சைப் பூச்சுடன் மின்னத் தொடங்கியது. இலேசான ஆனால் துளைக்கும் தென்றல்காற்று, உதயசூரியனிலிருந்து வந்து அவர்களை எட்டியது. இருளில், குளிரில், பசிக்கும் வயிறுடன், பகல்முழுமைக்குமான வேலையை எதிர்கொள்ள, காலை பெயர்ப்பட்டியலுக்கு வெளியே வருவதைப்போல் கசப்பானது வேறில்லை. யாரிடமும் பேசுவதற்கான விருப்பமனைத்தையும் நீங்கள் இழந்துவிடுவீர்கள். ஒரு இளைய காவலன் அணிவகுப்பு மைதானத்தை விரைந்து அணுகிக்கொண்டிருந்தான்.

"நல்லது, டியூரின், எவ்வளவு நேரம் நாங்கள் உனக்காக காத்திருப்பது? மறுபடியும் தாமதமா?"

ஒருவேளை சுகோவ் அவனைப் பார்த்து பயந்திருப்பானாயிருக்கும் ஆனால் டியூரின் பயப்படவில்லை. இல்லை, அவன் இந்தக் குளிரில் மூச்சை அவனிடம் வீணாக்கப்போவதில்லை. வெறுமனே மௌனமாக அடியெடுத்து வைத்தான்.

குழுவும் அவனை பனியினூடாகத் தொடர்ந்தது. சரக், சரக், கிறீச், கிறீச்.

டியூரின் அவசியம் அவர்களை அந்த ஒரு பவுண்ட் உப்பிட்ட பன்றி இறைச்சியால் சரிக்கட்டியிருக்கவேண்டும். 104- வது குழு நெடுவரிசையில் அதன் பழைய இடத்துக்குத் திரும்பியது- பக்கத்துக் குழுக்கள் அதனைக் காணமுடியும். ஆக, மோசமான, முட்டாள் குழுக்களில் ஒன்று சமதர்ம வாழ்க்கை முறை குடியேற்றத்துக்கு அனுப்பப்படும். ஓ! இன்று அங்கே கொடூரமாயிருக்கும்: ஜீரோவுக்குக் கீழ் பதினேழு டிகிரி வெப்பநிலையும் காற்றும். ஒதுங்கப் புகலிடமோ நெருப்போ கிடையாது.

ஒரு குழுத் தலைவருக்கு திட்டமிடுதல் துறைக்கு எடுத்துச் செல்லவும் தனது சொந்த வயிறை திருப்திப்படுத்தவும் நிறைய உப்பிடப்பட்ட பன்றியிறைச்சி தேவை. டியூரினுக்கு எந்த ஒரு பொதியும் வருவதில்லை, ஆனால் அவனுக்கு பன்றியிறைச்சி தட்டுப்பாடு வருவதில்லை. குழுவில் உள்ள ஒவ்வொருவரும், எதுவொன்றைப் பெற்றபோதும், அவனுக்குக் கொஞ்சம் பரிசாக எடுத்துச்செல்ல ஒருபோதும் தவறுவதில்லை.

இல்லாவிடில் நீங்கள் ஒருபோதும் தாக்குப்பிடிக்கமுடியாது.

மூத்த வேலைப்பட்டியல் காவலர், சிறிய பலகையொன்றை ஒருமுறை பார்வையிட்டார்.

"டியூரின், இன்று உங்கள் அணியில் நோய்விடுப்பில் ஒருவர் வரவில்லை, இருபத்து மூன்று பேர் வருகையா?"

"இருபத்து மூன்று," ஆமோதிப்புடன் கூறினான் டியூரின்.

யார் வரவில்லை? பாண்டிலியேவ் அங்கில்லை. ஆனால் நிச்சயமாக அவன் உடல்நலக்குறைவாக இல்லையே.

உடனே குழுவுக்குள் முணுமுணுப்பு ஒன்று கடந்துசென்றது: பாண்டிலியேவ், பெட்டைநாய்க்குப் பிறந்தவன், மீண்டும் முகாமில் தங்கியிருந்தான். ஓ, அவன் உடல்நலமின்றி இல்லை, பாதுகாப்பு காவலர்கள் அவனை பின்னால் தடுத்திருந்தனர். வேறு யாரோ ஒருவருக்குப் பதிலாக அவன் மாறாட்டம் செய்யப்படுகிறான்.

அவர்கள் அவனை இரண்டு அல்லது மூன்று மணி நேரம் வைத்திருந்து பகலின்போது சத்தமின்றி அனுப்புவார்கள்,

ஒருவரும் காணப்போவதில்லை, ஒருவரும் கேட்கப்போவதில்லை.

மருத்துவ அதிகாரிகளுடன் அவர்கள் அனைத்தையும் முடிவுசெய்திருப்பார்கள். மொத்த அணிவகுப்பு மைதானத்திலும் கறுப்பு கோட்டுகளுடன் குழுக்கள் முன்னோக்கி சோதனைக்காக நகர்ந்துகொண்டிருந்தன. சுகோவ் தனது சட்டையில் உள்ள எண்கள் டச்சப் செய்யப்படவேண்டும் என்பதை நினைவுபடுத்திக்கொண்டு, கூட்டத்தில் பக்கவாட்டில் வழியேற்படுத்திக்கொண்டு சென்றான். இரண்டு மூன்று சிறைவாசிகள் தங்களது முறை வருவதற்காக ஓவியரின்முன் நின்றனர். அவன் அவர்களுடன் சேர்ந்துகொண்டான். அவர்கள் அந்த பிரச்சனைதரும் எண்களை உச்சரித்தனர்: காவலர்கள் எவ்வளவு தொலைவிலிருந்தும் உங்களை அடையாளம் காணும்படி அவை தனித்துவமாக இருந்தாகவேண்டும். சரியான சமயத்தில் அவற்றை மறுபடி எழுதிக்கொள்ளத் தவறிவிட்டால், நீங்கள் உங்கள் எண்களில் அக்கறை காட்டாததற்காக காவலர் அறையில் அடைக்கப்படுவது நிச்சயம்.

முகாமில் மூன்று ஓவியர்கள் இருந்தனர். அவர்கள் அதிகாரிகளின் தோற்றத்தை இலவசமாக வரைந்தனர். கூடுதலாக பெயர்ப் பட்டியல் எடுக்கும்போது முறைவைத்துக்கொண்டு எண்களை சீர்செய்துவிட்டனர். இன்று சாம்பல்நிற தாடியுள்ள வயதான நபரின் முறை. அவர் உங்களது தொப்பியில் எண்களை தூரிகை கொண்டு வரையும்போது, அது மதகுரு உங்களது புருவத்துக்கு லேபனம் பூசுவது போலிருந்தது.

அந்த வயதான மனிதன் ஒவ்வொரு முறையும் தனது கையுறையில் இழுவிக்கொண்டு வண்ணம்தீட்டியபடியே சென்றார். அது மெல்லிய, பின்னல் கையுறை. அவரது கை குளிரில் விறைத்திருந்தது. அவர் எப்படியோ சமாளித்து எண்களை வரைந்தார்.

அவர் சுகோவின் சட்டையிலுள்ள எஸ் 854-க்கு வண்ணம்பூசினார், சுகோவ், தனது கயிறு இடைவாரை கையில் பிடித்தபடி, தனது கோட்டை அவருக்கு வாகாகக் காட்டவேண்டுமென்ற கவலையின்றியிருந்தான்- மிக விரைவில் அவன் சோதனைக்கு உட்படுத்திக்கொள்ளவேண்டும்- எனவே தனது குழுவுடன்

சேர்ந்துகொண்டான். தனது சக குழு உறுப்பினரான சீஸர் புகைப்பதை அவன் பார்த்தான். சீஸர் புகைத்தது சிகரெட், பைப் அல்ல. அதன் பொருள் அவன் புகைப்பதை இரவல் கேட்கமுடியும். ஆனால் அவன் நேரடியாகக் கேட்கவில்லை. அவன் சீஸரை நோக்கி பாதி திரும்பி, பெரிதும் நெருக்கமாக நின்றபடி அவனைத்தாண்டி நோக்கியபடி இருந்தான்.

அவனைத்தாண்டி நோக்கியபடி அக்கறையற்றவனாக நின்றபடி, ஆனால் ஒவ்வொரு இழுப்பிற்குப் பின்பும் ஒரு மெலிதான மின்னும் சாம்பல் வளையம் சிகரெட்டின் கீழ்முனைநோக்கி இறங்கிவருவதையும், அதன் நீளம் குறைந்தபடியே சென்று ரகசியமாக சிகரெட்டின் முனைக்குச் செல்வதையும் கவனித்தான். (சிந்தனைகளில் ஆழ்ந்தவனாக, சீஸர் அரிதான இடைவேளைகளிலே புகையை உள்ளிழுத்தான்)

நரித்தனமான ஃபெடிகோவும், மிகநெருக்கமாக வந்து, தற்போது சீஸருக்கு எதிராக நின்று, எரியும் விழிகளுடன் அவனது வாய்பார்த்துக்கொண்டிருந்தான்.

சுகோவ், தனது கடைசிக் கிள்ளு புகையிலையையும் காலிசெய்துவிட்டு மாலைக்கு முன்பாக புகையிலை கிடைக்க வாய்ப்பில்லாதவனாகக் காணப்பட்டான். அவனது உடலில் ஒவ்வொரு நரம்பும் இறுக்கமாக, அவனது ஏக்கமெல்லாம் அந்த சிகரெட்டின் பின்முனையில் குவிந்திருந்தது - சுதந்திரத்தைவிடவும் தற்சமயம் சிகரெட் அதிக பொருளுள்ளதாக அவனுக்கு பட்டது.- ஆனால் அவன் ஃபெடிகோவைப் போல ஒருபோதும் தன்னை இறக்கிக்கொள்ளமாட்டான், அடுத்தவனின் வாய்பார்த்து நிற்கமாட்டான்.

சீஸர் கலவையான தேசியங்களின் கலப்பு: கிரேக்கம், யூதம், ஜிப்ஸி- இதில் அவன் எதென்று முடிவுசெய்ய முடியாது. இன்னும் இளமையாயிருந்தான். அவன் படங்கள் தயாரித்துக்கொண்டிருந்தான். ஆனால் அவர்கள் அவனைக் கைதுசெய்தபோது அவன் தனது முதல் படத்தை முடித்திருக்கவில்லை. கறுப்பான, அடர்த்தியான, முறுக்கு மீசை வைத்திருந்தான். அவனது ஆவணப் பத்திர புகைப்படத்தில் அவன் மீசையுடனே காட்சியளித்ததால், முகாமில் அவர்கள் அதனை சவரம் செய்யவில்லை.

“சீஸர் மார்க்கோவிச்,” தன்னைக் கட்டுப்படுத்திக்கொள்ள இயலாமல் வாயில் நீரொழுக ஃபெட்டிகோவ் அழைத்தான். “எங்களுக்கொரு இழுப்புக் கொடு.” அவனது முகம் பேராசைமிக்க ஆர்வத்தால் வெட்டியிழுத்தது.

சீஸர் தனது கருநிறக் கண்களின்மீது சரிந்திருந்த இமைகளை சற்றே உயர்த்தி ஃபெட்டிகோவைப் பார்த்தான். புகைக்கும்போது ஓரிரு இழுப்பு கேட்பவர்களால் அவன் இடையூறுக்குள்ளாவதை விரும்புவதில்லை என்பதால்தான் அவன் பைப்பை தேர்வுசெய்வான். அவன் புகையிலையை பிச்சையிடுவதில்லை. அவனது சிந்தனைச் சங்கிலியில் இடையூறு ஏற்பட்டதால் ஆத்திரமடைந்தான். தனது மனதை உற்சாகமூட்டவும், எண்ணங்கள் பெருகியோடச் செய்யவுமே அவன் புகைத்தான். ஆனால் சிகரெட்டைப் பற்றவைத்த கணமே, சில ஜோடிக் கண்களில், சிகரெட்டின் பின்முனைக்காக பேசப்படாத விண்ணப்பம் எழுவதைக் கவனித்திருந்தான்.

சீஸர், சுகோவிடம் திரும்பிச் சொன்னான்:

“எடுத்துக்கொள், இவான் டெனிசோவிச்.”

கட்டைவிரலால் புகையும் சிகரெட்டின் பின்பகுதியை சிறிய மஞ்சள் நிற சிகரெட் ஹோல்டரிலிருந்து அவன் தள்ளினான். சுகோவ் பின்பகுதியை ஒருகையால் வாங்க நன்றியுடன் விரைந்தான், அதேசமயம் மற்ற கையை அதன்கீழ் வைத்து அது நழுவுவதிலிருந்து தடுப்பதற்காக வைத்தான். (சீஸரிடமிருந்து அவன் எதிர்பார்த்ததும் மிகச்சரியாக அதுதான்). சிகரெட் ஹோல்டரில் இருந்ததை தான் புகைப்பதை சீஸர் அருவருப்பாக உணர்ந்தான் என்னும் உண்மைக்காக சுகோவ் ஆத்திரப்படவில்லை. (சிலருக்கு சுத்தமான வாய், சிலருக்கோ நாற்றமடிக்கும் வாய்) அவன் தனது கடினமான விரல்கள், சிகரெட்டின் ஒளிரும் முனையைத் தொட்டபோதும் சுட்டுக்கொள்ளவில்லை. முக்கியமான விஷயம், அவன் அந்த நரி ஃபெடிகோவைத் தவிர்த்திருந்தான், தற்போது அவன் தனது உதட்டைச் சுடும்வரை புகைப்பதைத் தொடரலாம். ம்ம்ம்... புகை அவனது முழு பசித்த உடலினுள் ஊர்ந்தும் மிதந்தும் சென்று அவனது தலையும் காலும் அதற்கு மறுமொழியளிக்கும்படிச்

செய்தது. அந்த பரவச கணத்தில் அவன் ஒரு கூச்சலைக் கேட்டான். "அவர்கள் நமது பனியனை நம்மிடமிருந்து அகற்றுகிறார்கள்."

சிறைவாசியின் வாழ்க்கை அத்தகையது. சுகோவ் அதற்குப் பழகியிருந்தான். உங்களால் செய்யமுடிந்ததெல்லாம் அவர்கள் உங்கள் கழுத்தின்மீது பாயாமல் கவனித்துக்கொள்வதுதான்.

ஆனால் ஏன் பனியனை? முகாம் படைத்தலைவரே அவற்றை விநியோகித்திருந்தார். இல்லை, ஏதோ பிரச்சினை. அவர்கள் சோதனையிடப்படும் முறை வருவதற்குமுன்னால், இன்னும் சில குழுக்கள் சோதனையிடப்பட வேண்டியிருக்கிறது. 104-வது குழுவிலுள்ள அனைவரும் சுற்றிலும் பார்த்தனர். பாதுகாப்புப் படை தலைவரான துணை படைத்தலைவர் வோல்கோவோய் பணியாளர் வசிப்பிடத்தைவிட்டு வெளியேறி காவலர்களிடம் ஏதோ கத்தினார். வோல்கோவோய் அருகிலில்லாதபோது சோதனையை சிரத்தையற்றுச் செய்த காவலர்கள், தற்போது தீவிர உற்சாகத்துடன் தங்களை வேலையில் ஈடுபடுத்திக்கொண்டனர்.

"உங்கள் சட்டையின் பொத்தான்களைக் கழற்றுங்கள்" காவல் வீரர் கத்தினார். வோல்கோவோய் சிறைவாசிகளைப் போன்றே காவலர்களிடமும் செல்வாக்கற்றவர்- முகாம் படைத்தலைவர்கூட அவரைப் பார்த்துப் பயப்படுவார் எனச் சொல்லப்படுவதுண்டு. கடவுள் அந்த வெறுக்கத்தக்கவனுக்கு வோல்க்* சரியாகத்தான் பெயரிட்டிருந்தார். அவர் உண்மையிலே ஓநாய்தான். அப்படித்தான் காட்சியளித்தார். அவர் கறுப்பாய், உயரமாய், கொடூரமான பார்வையுடன், மிகவிரைவான அசைவுகளுடன் காணப்பட்டார். "இங்கே என்ன நடந்துகொண்டிருக்கிறது?", என்ற கேள்வியுடன் ராணுவக் குடியிருப்பின் பின்னிருந்து எதிர்ப்பட்டார். அவரிடமிருந்து எதையும் மறைக்கமுடியாது.

முதலில் 49-களில் அவரது முன்னங்கையளவுக்குத் தடிமனான தோலால் பின்னப்பட்ட சவுக்கை வைத்திருப்பதை வழக்கமாகக் கொண்டிருந்தார். அதனை சிறையிலுள்ளவர்களை அடித்து வெளுக்க அவர் பயன்படுத்தியதாகச் சொல்லப்பட்டது. அல்லது ராணுவக் குடியிருப்பில்

★ வோல்க் என்பதற்கு ரஷ்ய மொழியில் ஓநாய் எனப் பொருள்.

மாலை நேர கணக்கெடுப்புக்காக சிறைவாசிகள் குழுவாக நிற்கும்போது, அவர் மறைந்துவந்து யாராவதொருவனின் கழுத்தில் சவுக்காலடித்து, "சோம்பேறிகளே, ஏன் வரிசையில் நிற்கவில்லை?" எனக் கேட்பார். கூடியிருப்பவர்கள் அலையைப் போல விலகிச்செல்வார்கள். சவுக்கடியின் வலியால் தாக்குண்டவன், ஒரு கையை கழுத்தில்வைத்து ரத்தத்தைத் துடைத்துக்கொண்டு, அதேசமயம் சிறையில் அடைக்கப்படலாம் என்ற பயத்தில் நாவையும் கட்டுப்படுத்திக்கொள்வான்.

தற்போது, சில காரணங்களால் வோல்கோவோய் சவுக்கை எடுத்துச்செல்வதை நிறுத்திவிட்டார்.

பருவநிலை குளிராயிருக்கும்போது காவலர்கள், மாலையில் இல்லையென்றாலும் காலையில் ஓரளவுக்கு கடுமையின்றி நடந்துகொண்டனர். சிறைவாசிகள் தங்களது இடைக்கச்சையை அவிழ்த்து தங்களது கோட்டை அகல விரித்துக் காட்டினர். ஐந்து காவலர்கள் அவர்களைச் சோதனையிடக் காத்திருக்க, அவர்கள் ஐந்து ஐந்து பேராய் அனுப்பினர். காவலர்கள் தங்கள் கைகளை சட்டையின் கீழ்நோக்கி ஓடவிட்டு, வலது கால்சராயின் பாக்கெட்டுகளின்மேல் ஓடவிட்டனர். விதிமுறைகளில் அனுமதிக்கப்பட்ட ஒரேயொரு விஷயமான கையுறைகளை மட்டும் கழற்றச் சொல்லத் தயங்கினர். ஏதாவதொரு பொருள் தட்டுப்பட்டால், அவர்களைப் புதிராகப் பார்த்து சோம்பேறித்தனமாக: "அது என்ன?" எனக் கேட்டனர்.

காலையில் வேலைக்கான பெயர்ப்பட்டியலில் இடம்பெற்ற சிறைவாசிகளிடம் எதிர்பார்க்க என்ன இருக்கிறது? கத்தி? ஆனால் கத்திகள் முகாமைத் தாண்டி எடுத்துச்செல்லப்படுவதில்லை, அவை உள்ளேதான் எடுத்துச்செல்லப்படும். காலையில் அவர்கள் ஒரு சிறைவாசி தன்னுடன் ஆறு பவுண்ட் ரொட்டி எடுத்துச்செல்லவில்லை என்பதை உறுதிசெய்யவேண்டும், அதன் பொருள் அதை வைத்துக்கொண்டு தப்பிக்க முயற்சிக்கிறான் என்பதாகும்.

சிறைவாசிகள் மதிய உணவுவேளைக்கு தன்னுடன் எடுத்துச் செல்லும் கால் பவுண்ட் ரொட்டித் துண்டைப் பார்த்து அவர்கள் பெரிதும் பயந்த காலமும் இருந்ததுண்டு. ஒவ்வொரு குழுவைச் சேர்ந்த நபர்கள் அனைவரிடமிருந்தும் மொத்த ரொட்டித்

துண்டுகள் சேகரிக்கப்பட்டு வைக்கப்படுவதற்காக, ஒவ்வொரு குழுவும் மரத்தாலான பெட்டி ஒன்றை உருவாக்கவேண்டும்.

இந்த முட்டாள்தனத்தால் அவர்கள் எதை லாபமாக அடைய நினைத்தார்கள் என்பது கற்பனைக்கும் அப்பாற்பட்டது. கிட்டத்தட்ட இது மற்றவர்களை தொல்லைக்கு ஆளாக்கும் மற்றொரு வழி அவ்வளவே, அவர்கள் கவலைப்பட கொஞ்சம் கூடுதலாக ஒரு விஷயத்தைத் தருவது. சொல்வதானால், உங்களது ரொட்டித் துண்டில் சிறிதாய்க் கொறித்து, உங்களது அடையாளத்தை அதில் ஏற்படுத்திவிட்டு, பின் அதனை பெட்டியில் வைப்பது. ஆனால் இரண்டு பட்டாணிகள் எப்படி ஒருப்போல உள்ளதோ அதேபோல எல்லா ரொட்டித்துண்டுகளும் ஒரேமாதிரிதான் இருக்கும்- அவையனைத்தும் ஒரே ரொட்டியைச் சேர்ந்த துண்டுகள்தானே.

அணிவகுப்பின்போது உங்களது மனதில் இது தோன்றக்கூடும்: வேறொருவரின் ரொட்டித் துண்டு உங்களுக்குக் கொடுக்கப்படலாம் என கற்பனைசெய்து உங்களை நீங்களே வதைத்துக்கொள்வீர்கள். ஏன், நல்ல நண்பர்கள்கூட அதைப் பற்றி சச்சரவிட்டுக் கொண்டார்கள், கிட்டத்தட்ட சண்டையாக மாறும் அளவுக்கு. ஆனால் ஒருநாள் மூன்று சிறைவாசிகள் வேலையிடத்திலிருந்து வண்டியொன்றில் ரொட்டிப் பெட்டியை எடுத்துக்கொண்டு தப்பிச் சென்றார்கள். அது அதிகாரிகளின் அறிவுக்கண்ணைத் திறந்தது- காவலர் அறையிலிருந்த அனைத்துப் பெட்டிகளையும் வெட்டியெறிந்தார்கள் அனைவரும் அவரது சொந்த ரொட்டித் துண்டை எடுத்துச் செல்லுங்கள் எனச் சொன்னார்கள்.

இந்த முதல் தேடலில், முகாம் உடைக்குக் கீழே யாரும் வெளியிலிருந்து வந்த பொது உடை அணிந்திருக்கவில்லை என்பதை உறுதிசெய்துகொண்டார்கள். ஆனால், ஒவ்வொரு சிறைவாசியும் வைத்திருந்த பொது உடைகள், அனைத்து கடைசி ஆடைவரை வாங்கிக்கொண்டு, அவர்களது தண்டனைக்காலம் முடியும்வரை அவை திருப்பித் தரப்படமாட்டாது என்றும் அவர்களிடம் சொல்லியிருந்தனர். இந்த முகாமில் ஒருவரும் தங்களது தண்டனைக்காலத்தை முடித்திருக்கவில்லை.

சமயங்களில் காவலர்கள் வெளியாட்களிடமிருந்து அனுப்பப்பட்ட கடிதங்களைத் தேடி சோதனையிட்டனர். ஆனால் அவர்கள் எல்லா சிறைவாசிகளிடமும் கடிதங்களைத் தேடத் தொடங்கினால் மதிய உணவுவேளை வரை தேடவேண்டியிருக்கும்

எனினும், வோல்கோவோய் தாங்கள் குறிப்பிட்ட ஒன்றுக்காகத் தேடுவதாகவும், எனவே காவலர்கள் தங்களது கையுறைகளைக் கழற்றிவிட்டு சோதனையிடவும், அனைவரையும் சட்டையைக் கழற்றச் சொல்லி சட்டையின் பொத்தான்களை நீக்கவும் சொல்லும்படி உத்தரவிட்டார் (ராணுவக் குடியிருப்பின் ஒவ்வொரு துளி கதகதப்பும் பொக்கிஷமாகக் கருதப்பட்டது). பின் அவர்கள் விரைந்து வந்து சிறைவாசிகளின் மீது கைகளை ஓடவிட்டு, அவர்களில் யாராவது விதிகளுக்கு எதிராக எதையாவது மறைத்துவைத்திருக்கிறார்களா எனத் தேடினார்கள்.

ஒரு சிறைவாசி, ஒரு சட்டையும் அதனுள் ஒரு பனியனும் அணிய அனுமதிக்கப்பட்டான்- வேறெதுவும் அணிந்திருந்தால் அதை அகற்றியாகவேண்டும், என்பது வோல்கோவோயின் உத்தரவு. அது சிறைவாசிகளின் வரிசைகளூடே பரவியது. முன்கூட்டியே சோதனையிடப்பட்ட குழுக்கள் அதிர்ஷ்டகரமானவை. அவைகளில் சில ஏற்கெனவே வாயிற்கதவைத் தாண்டியிருந்தது. ஆனால் மற்றவர்கள் திறந்த மார்புடன் நிற்கவேண்டியதாயிற்று. யாராவது கூடுதல் ஆடை அணிந்திருந்தால், அந்தக் குளிரில் அங்கேயே அதை அகற்றினர்.

அப்படித்தான் இது தொடங்கியது, ஆனால் முடிவில் எல்லோரும் ஒன்றுகலந்து- வரிசையில் ஒரு இடைவெளி உருவாகியது, வாசலில் வாயிற்காவலன், “நகருங்கள், நகருங்கள்” என கத்தத் தொடங்கினான். 104-வது குழுவை சோதனையிடும் முறை வரும்போது கொஞ்சம் சோதனையை எளிதாக்கியிருந்தனர்: வோல்கோவோய் காவலர்களிடம் கூடுதல் ஆடை அணிந்தவர்களின் பெயரைக் குறித்துக்கொள்ளவும்- அன்று மாலை அந்தக் குற்றவாளிகள் தனிப்பட்ட சொத்துக்களுக்கான நபரிடம் அந்த ஆடைகளை எப்படி, ஏன் மறைத்தார்கள் என்று எழுதப்பட்ட விளக்கத்துடன் ஒப்படைக்கவேண்டுமெனக் கூறியிருந்தார்.

சுகோவ் விதிமுறைப்படியான உடையிலேயே இருந்தான். வா, நீ விரும்பியபடி எவ்வளவு கடினமாகத் தேடுவாயோ அவ்வளவு தேடு. எனது நெஞ்சில் இருக்கும் உயிரைத் தவிர வேறேதுமில்லை. ஆனால் அவர்கள் சீஸர் கம்பளிப் பனியன் அணிந்திருந்ததாகவும், ப்யூனோவ்ஸ்கி, பனியனோ, இடைக்கச்சையோ, வேறெதுவோ அணிந்திருந்தாகத் தோன்றியது என குறிப்பெழுதினர். முன்னாள் கப்பல்படை தலைவனான ப்யூனோவ்ஸ்கி மூன்று மாதங்களுக்கும் குறைவாகவே சிறையிலிருக்கிறான்- அதற்கு எதிர்ப்புத் தெரிவித்து, தனக்கான பிரச்சனையை தானே வரவழைத்துக்கொண்டான்.

“இந்தக் குளிரில் மனிதர்களின் உடைகளை உருவ உனக்கு உரிமையில்லை. குற்றவியல் சட்டத்தின் 9-வது விதி உனக்குத் தெரியாது...”

ஆனால் அவர்களுக்கு அந்த உரிமையிருந்தது. அவர்கள் அந்த விதியை அறிந்தேயிருந்தனர்.

நண்பனே, அதை அறியாத ஒருவன் நீதான்.

“நீங்கள் சோவியத் மக்களைப் போல நடந்துகொள்ள மறுக்கிறீர்கள்,” ப்யூனோவ்ஸ்கி சொல்லிக்கொண்டே போனான். “நீங்கள் கம்யூனிஸ்ட்டுகளைப்போல நடந்துகொள்ளவில்லை.” குற்றவியல் சட்டத்தை மேற்கோள் காட்டியதைப் பொறுத்துக்கொண்ட வோல்கோவோயை, இது தொந்தரவுக்குள்ளாக்கியது. கறுப்பு மின்னலைப் போல அவர் பளீரென உத்தரவிட்டார்:

“காவலர் அறையில் பத்துநாட்கள்.”

பக்கவாட்டில் காவல் வீரனிடம் திரும்பி: “இன்று மாலையிலிருந்து தொடங்குங்கள்.”

அவர்கள் ஒரு மனிதனை பகலில் சிறையில் பூட்டுவதை விரும்புவதில்லை- அதன் பொருள் ஒரு முழுநாளுக்கு அவனது வேலையை இழப்பதாகும். அவனது ரத்தத்தை வியர்வையாய்ச் சிந்தவிட்டு, அதேவேளை, மாலையில் சிறையில் வைப்பார்கள்.

சிறைச்சாலை அங்கிருந்து கொஞ்சம் தள்ளி, அணிவகுப்பு மைதானத்தின் இடப்பக்கமிருந்தது. இரண்டு கிளைக் கட்டடங்களுடன் கூடிய செங்கல் கட்டடம். முதல் கிளைக்

கட்டடத்தில் போதுமான அறை இல்லாததால் இரண்டாவது கிளைக் கட்டடம் அந்த இலையுதிர்காலத்தில்தான் உருவாக்கப்பட்டிருந்தது. சிறைக்கூடம், வேலியிட்டு தனிமைச் சிறைக்காக ஒதுக்கியதுபோக பதினெட்டு சிறையறைகளைக் கொண்டிருந்தது. செங்கலால் கட்டப்பட்ட சிறையைத் தவிர மொத்த முகாமும் மரத்தடியால் உருவாக்கப்பட்டது.

குளிர் அங்கிருந்தவர்களின் சட்டைகளுக்குக் கீழ் நுழைந்து அங்கேயே தங்கிவிட்டது. அத்தனை மூடிமறைத்தல்களும் வீணாகிவிட்டது. சுகோவின் முதுகு அவனுக்கு நரக வேதனையை அளித்தது. மருத்துவமனை படுக்கையில், ஆழ்ந்த தூக்கத்திலிருக்க அவன் எவ்வளவு ஆசைப்பட்டான்! கனமான போர்வைகளுக்குக் கீழே தூங்குவதைத் தவிர வேறெதையும் அவன் விரும்பியிருக்கவில்லை. சிறைவாசிகள் வாசற்கதவுகளின் முன் தங்களது கோட்டின் பொத்தான்களை அணிந்தபடியும் தங்களது இடுப்பைச் சுற்றி கயிறைக் கட்டியபடியும் நின்றிருந்தனர். வெளியிலிருந்து காவலர்கள், "வா, வா." எனக் கத்தினர்.

பின்னாலிருந்து காவலர்கள், "நகருங்கள், நகருங்கள்" என வலியுறுத்தியபடியே இருந்தனர்.

முதல் வாயில். எல்லைப் பகுதி. இரண்டாவது வாயில்.

வாயிலையொட்டி இருபுறமும் அரண்கள் காணப்பட்டன.

"நில்லுங்கள்!" ஒரு காவலாள் மந்தை ஆட்டைப்போல கத்தினான்.

"ஐந்தைந்து பேராய் நில்லுங்கள்."

வெளிச்சம் கூடிக்கொண்டே வந்தது. பாதுகாவலர்களுக்கான நெருப்பு நுழைவாயிலுக்குப் பின்பு தானாகவே எரிந்துகொண்டிருந்தது. சிறைவாசிகளை வேலைக்காக வெளியே அனுப்புவதற்கு முன்பு- தங்களை கதகதப்பாக வைத்துக்கொள்ளவும், எண்ணும்போது இன்னும் தெளிவாகப் பார்க்கவும் அவர்கள் எப்போதும் நெருப்பை எரியவிடுவார்கள்.

வாயில் காவலர்களில் ஒருவன் சத்தமான, விறுவிறுப்பான குரலில்: "ஒன்று, இரண்டு, மூன்று..." என எண்ணிக்கொண்டிருந்தான்.

சிறைவாசிகள், ஐந்து ஐந்து பேராக, மற்றவர்களிடமிருந்து பிரிந்து முன்னால் நடையிட்டனர், இதனால் அவர்களை முன்னிருந்தும் பின்னிருந்தும் பார்க்கமுடியும்: ஐந்து தலைகள், ஐந்து முதுகுகள், பத்துக் கால்கள்.

இரண்டாவது வாயில் காவலன்- சரிபார்ப்பவன்- அடுத்த வேலியில் மௌனமாக நின்றபடி எண்ணிக்கையை உறுதிசெய்தான்.

கூடுதலாக, ஒரு துணைப் படைத்தலைவர் முகாம் பக்கமாக நின்றபடி கவனித்துக்கொண்டிருந்தார்.

ஒரு மனிதன் தங்கத்தைவிடவும் கூடுதலான மதிப்புடையவன். முள்வேலியைக் கடந்துசெல்கையில் ஒரு தலை குறைந்தால், அதை உங்கள் தலையை வைத்து பதிலீடு செய்யவேண்டும்.

மீண்டும் ஒருமுறை குழு ஒருங்கிணைந்தது. தற்போது பாதுகாப்பு காவலதிகாரி எண்ணும் முறை.

“ஒன்று, இரண்டு, மூன்று.”

ஒவ்வொரு ஐந்து பேரடங்கிய வரிசையும் விலகிவந்து தனியாக முன்னோக்கிச் சென்றது.

வேலியின் மறுபக்கம் உதவித் தலைமைக் காவலர் எண்ணிக்கையை உறுதிசெய்துகொண்டார்.

மற்றொரு துணைப் படைத்தலைவர், காவல் பணிபுரிந்த அதிகாரியின் பக்கமிருந்து கவனித்தார்.

ஒருவரும் தவறுசெய்யத் துணியவில்லை. ஒரு தலைக்குப் பதிலாக பல தலைக்குக் கையெழுத்திட்டால், நீங்கள் அந்த இடைவெளியை உங்களது சொந்தத் தலையால் நிரப்பவேண்டும். அவர்கள் மொத்த சிறைவாசிகளையும் சுற்றி அரைவட்ட வடிவில், எந்திரத் துப்பாக்கியை அவர்களது முகத்துக்கு நேராக ஏந்தியபடி வந்தனர். ஒரு நாய் அதன் கோரைப்பற்கள் தெரிய சிறைவாசிகளை நோக்கிச் சிரிப்பது போல உடன்வந்தது. தரையில் இழுபட்ட கோட்டுகளை அணிந்திருந்த ஆறு பேரைத் தவிர, பாதுகாவலர்கள் அனைவரும் சிறிய செம்மறித்தோல் கோட்டு அணிந்திருந்தனர். நீண்ட

செம்மறித் தோல் கோட்டுகள் இடையில் மாற்றத்தக்கதல்ல. யாருடைய நேரம் சரியில்லாமல்போய் கண்காணிப்புக்கு கோபுரத்துக்கு பணி செய்யவேண்டிய முறை வருகிறதோ அவர் அதை அணியவேண்டும்.

மீண்டும் ஒருமுறை அவர்கள் குழுக்களை ஒன்றுசேர்த்து, மின்நிலைய நெடுவரிசையைச் சேர்ந்தவர்களை பாதுகாப்புக் காவலன் திரும்பவும் ஐந்தைந்தாக மாற்றி எண்ணினான்.

ப்யூனோவ்ஸ்கி, “நீங்கள் எப்போதும் கடுமையான உறைபனியை சூரியோதயத்தின்போது சந்திக்கிறீர்கள்” என்றார். “தெரியுமா, இதுதான் இரவின் குளிரான கட்டம்.” கேப்டன் ப்யூனோவ்ஸ்கி விஷயங்களை விளக்குவதில் ஆர்வமுடையவராயிருந்தார். நிலவின் தோற்றத்தை வைத்து- அது வளர்பிறையோ தேய்பிறையோ- அது வருடத்தின் எந்த நாள் என்பதைக் கணித்துவிடுவார்.

கேப்டன் கண்களுக்கு முன்னே மெலிந்துகொண்டிருந்தார், அவரது கன்னங்கள் மெலிந்துபோயிருந்தன. ஆனால் அவரிடம் துணிச்சல் இருந்தது. முகாம் வளாகத்துக்கு வெளியே தீவிரமான குளிர், எதிர்க்காற்றுடன் சேர்ந்து சுகோவின் முகத்தைத் துளைத்தது. அவனது முகம் எல்லாவித சிரமங்களுக்கும் பழகிப்போயிருந்தது.

மின்நிலையத்துக்குச் செல்லும் வழியில் காற்று தன் முகமெல்லாம் வீசும் என்பதை உணர்ந்த அவன், தன்னிடமுள்ள துணித் துண்டை பயன்படுத்துவதென முடிவெடுத்தான். எதிர்க்காற்றின் நிச்சயமின்மையை எதிர்கொள்ள மற்ற பல சிறைவாசிகளைப் போலவே, இரண்டுமுனைகளிலும் நாடாவுள்ள துணியொன்றை வைத்திருந்தான். சிறைவாசிகள் இது ஓரளவுக்கு உதவியதென ஒப்புக்கொண்டனர்.

சுகோவ் தனது முகத்தில் கண்வரைக்கும் மறைத்து, நாடாக்களை காதுகளைச் சுற்றி கீழே கொண்டுவந்து அதன் முனைகளை ஒன்றாக கழுத்தின் பின்புறம் முடிச்சிட்டான். பின் அவன் தனது கோட் கழுத்துப்பகுதியை நிமிர்த்தி, அதன் மடல் மூலம் கழுத்தின் பின்புறத்தை மறைத்துக்கொண்டான். இப்படியாக முன்பக்கத்தில் அவனது கண்கள் மட்டுமே பாதுகாப்பின்றி எஞ்சியிருந்தது. அவன் தனது கோட்டை

இடுப்புடன் ஒரு கயிறால் பிணைத்திருந்தான். இப்போது ஏற்கெனவே அவனது குளிரில் விறைத்த கையைத் தவிர அனைத்தும் ஒரு ஒழுங்கில் இருந்தது (அவனது கையுறைகள் பயனற்றவை). கைகளை ஒன்றாக உரசியும், தட்டியும் பார்த்துவிட்டு ஒரு கணத்தில், அவற்றை தனது பின்புறம் வைத்து, இந்த மொத்த அணிவகுப்பும் முடியும்வரை அவற்றை அங்கேயே வைத்துக்கொள்ளவேண்டும் என அறிந்திருந்தான்.

பாதுகாவலணி தலைவர் காலை பிரார்த்தனையை உச்சரித்தார், அனைத்து சிறைவாசிகளும் உளப்பூர்வமாக வெறுக்கும் ஒன்று அது: "கவனம், சிறைவாசிகளே. அணிவகுப்பு உத்தரவுகளுக்கு அவசியம் கண்டிப்பாகப் கீழ்ப்படியவேண்டும். உங்களது வரிசையில் நில்லுங்கள். அவசரம் கூடாது, நிலையான வேகத்தில் நகருங்கள். பேசக் கூடாது. உங்களது கண்கள் முன்னாலிருக்க, உங்களது கைகள் உங்களது பின்புறம் இருக்கட்டும். ஓரடி வலதோ அல்லது இடதோ வைத்தால் தப்பிக்கும் முயற்சியாகக் கருதப்பட்டு முன்னறிவிப்பின்றிச் சுட காவலர்கள் உத்தரவுகளைப் பெற்றுள்ளனர். வழிகாட்டும் காவலர்கள், விரைவாகச் செல்லுங்கள்."

பாதுகாவலர்களில் இரு காவலர்கள் சாலையெங்கும் முன்னால் வழிகாட்டிச்செல்லவேண்டும். நெடுவரிசை பெருமூச்சுடன் முன்னோக்கி, தோள்கள் அசைய நகர, வரிசையின் வலதும் இடதும் இருபதடி இடைவெளியிலிருக்க, ஒவ்வொரு மனிதனும் அடுத்தவனிடமிருந்து பத்தடி இடைவெளியில், எந்திரத் துப்பாக்கி ஆயத்த நிலையிலிருக்க காவலர்கள் கிளம்புவர்.

ஒருவாரத்துக்கு பனிப்பொழிவு இல்லாமலிருந்திருந்தால் சாலை கடுமையாகவோ மெதுவாகவோ இல்லாமலிருக்கும். அவர்கள் முகாமின் ஓரமாகச் செல்ல காற்று அவர்களது முகத்தின் பக்கவாட்டில் வீசியது. கைகள் முதுகின் பின்புறம் கோத்திருக்க, தலைகள் தாழ்ந்திருக்க, சிறைவாசிகள் கூட்டம் இறுதி ஊர்வலத்தில் செல்வதுபோல முன்னேறிச்சென்றது. நீங்கள் காண்பதெல்லாம் உங்களுக்கு முன்னாலுள்ள இரண்டு அல்லது மூன்று பேரின் கால்கள் மற்றும் பல்வேறு கால்களால் மிதிபட்ட நிலத்தில் நகரும் உங்களது சொந்தக் கால்கள்தான். இடையிடையே காவலர்களில் ஒருவர்: "யூ 48, கைகள் முதுகுக்குப் பின்னாலிருக்கட்டும்", அல்லது பி 502, சேர்ந்து

நட." என்ற கூச்சல்கள்தான். ஆனால் அவர்கள் குறைவாகவே கத்தினர். சவுக்காலடித்தது போன்ற காற்று பார்ப்பதை சிரமமாக்கியது. காவலர்கள் தங்களது முகத்துக்குமேல் துணியைக் கட்ட அனுமதிக்கப்படவில்லை. அவர்களுக்கு வேலையும் அதிகமில்லை.

கதகதப்பான பருவநிலையில், பாதுகாவலர் அவர்களை எவ்வளவு கடிந்துகொண்டாலும் வரிசையிலுள்ள அனைவரும் பேசியிருப்பர். ஆனால் இன்றோ ஒவ்வொரு சிறைவாசியும் தனது தோளைக் குறுக்கி தனக்கு முன்னாலுள்ளவனின் முதுகுக்குப் பின்னால் மறைந்து, சிந்தனைக்குள் மூழ்கியபடி காணப்பட்டனர்.

சிறைவாசியின் சிந்தனைகளும்- சுதந்திரமானவை அல்ல. அவை தொடர்ந்து ஒரே விஷயங்களுக்குத் திரும்பிக்கொண்டிருக்கும். ஒரே எண்ணம் தொடர்ந்து சுற்றிச் சுற்றி வந்தபடியிருக்கும். மெத்தையில் மறைத்த ரொட்டித் துண்டை அவர்கள் கண்டுபிடிப்பார்களா? அன்று மாலை மருந்தகத்தில் அவனுக்கு அதிர்ஷ்டமேதும் இருக்குமா? ப்யூனோவ்ஸ்கியை அவர்கள் சிறையில் போடுவார்களா? சீஸர் எப்படி அந்த கதகதப்பான பனியனைப் பெற்றான்? அவன் சிறைவாசிகளின் தனிப்பட்ட உடைமைகளை வைத்திருக்கும் பண்டகசாலையைச் சேர்ந்த ஒன்றிரண்டு பேருக்கு லஞ்சம் கொடுத்திருக்கவேண்டும். வேறெப்படி?

காலையுணவை ரொட்டியின்றியும் ஆறிப்போனபின்பும் சாப்பிட்டதனால், சுகோவின் வயிறு அன்று காலை திருப்தியின்றிக் காணப்பட்டது. உணவுக்காக முறையிடுவதையும் இறைஞ்சுவதையும் தவிர்க்க, அவன் முகாமைப் பற்றி நினைப்பதைத் தவிர்த்து, விரைவில் வீட்டுக்கு எழுதப்போகும் கடிதத்தில் தனது மனம் லயிக்கும்படி செய்தான்.

அந்த வரிசை சிறைத் தொழிலாளிகளால் கட்டப்பட்ட மரம் பதப்படுத்தும் தொழிற்சாலையைக் கடந்து, பணியாளர் குடியிருப்பு (அந்தக் குடிசைகள் அமைக்கப்பட்டதும் சிறைவாசிகளால்தான், ஆனால் அதில் வசிப்பவர்கள் பொதுமக்கள்), புதிய மனமகிழ்மன்றம் ஆகியவற்றைக் கடந்து (அடித்தளம் முதல் முரல் அலங்காரங்கள் வரை முழுமையாக

குற்றவாளிகளால் கட்டப்பட்டது. ஆனால் அங்கு படங்கள் பார்த்தது அவர்களல்ல), பின் அவர்கள் ஸ்டெப்பி புல்வெளியில், காற்றினூடாக செந்நிற உதயத்தை நோக்கிச் சென்றனர். வெண்பனி அடிவானத்திலிருந்து இடதும் வலதுமாக நீண்டபடிச் செல்ல, அந்த ஸ்டெப்பியின் மொத்த விரிவுக்கும் ஒரேயொரு மரம்கூட காணப்படவில்லை.

1951, புத்தாண்டு தொடங்கியபோது, சுகோவுக்கு அந்த வருடத்தில் இரண்டு கடிதங்கள் எழுதும் உரிமை இருந்தது. அவன் தனது கடைசிக் கடிதத்தை ஜூலையில் அனுப்பி, அக்டோபரில் பதில்பெற்றான். உஸ்த்-இஸ்மாவில் விதிமுறைகள் வேறு: நீங்கள் மாதத்திற்கு ஒருமுறை கடிதமெழுதலாம். ஆனால் எழுதுவதில் என்ன அர்த்தம் இருந்தது? இப்போது எழுதுவதைவிடவும் அப்போது அவன் அதிகமாய் எழுதிவிடவில்லை.

1941, ஜூன் 23-ல் இவான் சுகோவ் வீட்டைவிட்டுக் கிளம்பியிருந்தான். முந்தைய ஞாயிறு திருப்பலிச் சடங்கில் கலந்துகொள்ள போலோம்னியா போயிருந்தவர்கள் சொன்னார்கள்: போர்! போலோம்னியாவில் அவர்கள் அதை அஞ்சல் நிலையத்தில் அறியவந்திருந்தார்கள், ஆனால் டெம்னன்வோவோவில் அந்த நாட்களில் யாரிடமும் ரேடியோ கிடையாது. அவர்கள் எழுதினார்கள், தற்போது ஒவ்வொரு குடிசையிலும் ரேடியோ கத்துகிறது. ரேடியோ வந்துகுவிகிறது. எழுதுவதில் கொஞ்சமே பொருளிருந்தது. தற்போது எழுதுவது என்பது, ஆழமான, அடியற்ற குளத்தில் கல்லைப்போடுவது போன்றது. கற்கள் விழும், மூழ்கும்- ஆனால் பதில் இருக்காது. நீங்கள் பணிசெய்யும் குழுவைப் பற்றியோ, ஆண்ட்ரேய் ப்ரோகோஃபைவிச் எத்தகைய குழுத்தலைவனென்றோ விவரித்து நீங்கள் எழுதவியலாது. தற்போது அவன் வீட்டிலுள்ள தனது குடும்பத்திடம் பேசுவதைவிடவும் லெப்டினன்ட் கில்காஸிடம் ஓரளவுக்கு அதிகம் பேசுகிறான்.

வருடத்துக்கு அவர்கள் அவனுக்கு அனுப்பும் இரண்டு கடிதங்களும், அவர்கள் எப்படி வாழ்ந்துகொண்டிருந்தார்கள் என்பதைப் பற்றி அதிகம் விளக்கிவிடவில்லை. கோல்கோஸ் (சோவியத் கூட்டுப்பண்ணை) ஒழுங்காகச் செயல்படவில்லை என புதிய சேர்மன் வந்திருந்தார். அது

அண்டைப் பண்ணைகளுடன் ஒன்றிணைக்கப்பட்டிருந்தது- இது முன்பும்கூட நிகழ்ந்திருந்தது, ஆனால் பின்பு அவர்கள் அதனை முந்தைய நிலைக்கு மாற்றிவிட்டனர். வேறென்ன? விவசாயிகள் தங்களது வேலை ஒதுக்கீட்டு நாட்களை நிறைவுசெய்யத் தவறிவிட்டனர்- அல்லது தனிநபருக்கான மனைகள் ஒரு ஏக்கரில் மூன்றிலொரு பங்காகக் குறைக்கப்பட்டுவிட்டன, சிலர் மீண்டும் குடிசைச் சுவர்களுக்குத் திருப்பியனுப்பப்பட்டனர்.

போர் வந்ததுமுதல் கூட்டுப்பண்ணையில் உள்ளவர்களின் எண்ணிக்கை ஒன்றுகூட கூடவில்லை என அவனது மனைவி எழுதியதன் உண்மையைத்தான் அவனால் விளங்கிக்கொள்ள முடியவில்லை. அனைத்து இளம் ஆண்களும் பெண்களும் விதிவிலக்கின்றி தொழிற்சாலைகளுக்கோ அல்லது புகைக்கரி உருவாக்கும் பணிகளுக்கோ கொண்டுசெல்லப்பட்டிருந்தனர். முடிவில் பாதி ஆண்கள் போரிலிருந்து திரும்பவில்லை, திரும்பியவர்களுள் சிலர் கூட்டுப்பண்ணையில் ஆர்வம்காட்டவில்லை. அவர்கள் கிராமத்திலேயே வசித்து வெளியில் சென்று வேலைகளைப் பார்த்தனர். பண்ணையில் இருந்த ஆண்கள், நிர்வாகி ஸக்கார்வாஸிலிச்சும், 84 வயதான, சமீபத்தில் திருமணம் முடித்த டிக்கோனும்தான். அவனுக்கு ஏற்கெனவே குழந்தைகள் இருந்தன. கூட்டுப்பண்ணை அங்கே 1930 முதலே இருந்த பெண்களால் தொடர்ந்தியங்கியது. - "கிராமத்திலேயே வசித்துக்கொண்டு வெளியே சென்று வேலைபார்ப்பது" என்பதைத்தான் சுகோவால் விளங்கிக்கொள்ள முடியவில்லை.

அவன் தனியார் விவசாய நாட்களிலும் கூட்டுப்பண்ணை நாட்களிலும் வாழ்க்கையைப் பார்த்திருக்கிறான். ஆனால் அந்த ஆண்கள் தங்களது சொந்தக் கிராமங்களில்கூட வேலைசெய்ததில்லை- இதனை அவனால் ஏற்றுக்கொள்ள முடியவில்லை. அவர்கள் ஒருவித பருவத்துக்கேற்ற வேலைசெய்பவர்களா? வெளியே பயணம்செய்பவர்களா? ஆனால் பின் அந்தக் கிராமம் எப்படி வைக்கோல் தயாரிப்பை சமாளிக்கிறது?

வெகுகாலம் முன்பே அவர்கள் தற்காலிக வேலைகளை விட்டுவிட்டதாக அவன் மனைவி பதிலளித்தாள். தச்சு வேலைகளுக்குப் பேர்போன அந்தக் கிராமத்தினர் வெளியே தச்சு வேலைகளுக்குச் செல்லவில்லை. இந்த நாட்களில்

யாருமே விரும்பவில்லை என்பதால், அவர்கள் ஓஸியர் எனும் பிரம்புக்கூடைகளை உருவாக்குவதில்லை, ஆனால் அவர்களிடம் ஒரு கைவினைத்திறன் இருந்தது, அற்புதமான புதிய கைத்தொழில்- தரைவிரிப்பு ஓவியம். யாரோ ஒருவர் போரிலிருந்து திரும்பியபோது ஸ்டென்சில்களைக் கொண்டுவர, அதுமுதல் அது மிகவும் பிரபலமடைந்து தரைவிரிப்பு ஓவியர்களின் எண்ணிக்கை வளர்ந்து வளர்ந்து வந்தது. அவர்களுக்கு நிலையான வேலை இருந்ததில்லை, அவர்கள் எங்கும் வேலைபார்ப்பதில்லை, அவர்கள் கூட்டுப்பண்ணைக்கு அறுவடை, அல்லது வைக்கோல் தயாரிப்பில் ஒரு மாசமோ கொஞ்சம் அதிகமோ உதவிசெய்தார்கள், அதற்காக கூட்டுப்பண்ணை அவர்களுக்கு, இன்னாரின்ன கூட்டுப்பண்ணை உறுப்பினர் தனது வேலையத் தொடர விடுவிக்கப்பட்டுள்ளார். கூட்டுப்பண்ணை அவர்மீது எந்த பாத்தியதையும் கோரவில்லை என ஒரு சீட்டளித்தது. அவர்கள் நாடெங்கும் பயணித்து, நேரத்தை மிச்சம்பிடிக்க விமானத்தில்கூட பயணித்து ஆயிரக்கணக்கான ரூபிள்களைப் பெருக்கி எல்லா இடங்களிலும் தரைவிரிப்பு ஓவியங்களை வரைந்துகுவித்தனர். உங்களிடமுள்ள எந்தவொரு பழைய விரிப்பிலும் தரைவிரிப்பை உருவாக்கி ஐம்பது ரூபிள் பார்த்துவிடலாம்- அவர்களுக்கு ஒரு கார்பெட்டை உருவாக்க ஒரு மணி நேரத்துக்கும் மேலாக ஆனதாகத் தெரியவில்லை. இவான் திரும்பியதும் அவனும்கூட அந்த ஓவியர்களில் ஒருவராகிவிடலாம் என வலுவான நம்பிக்கையைப் பேணிவந்தாள் சுகோவின் மனைவி. பின் இப்போதிருக்கும் ஏழ்மையிலிருந்து தங்களை விடுவித்துக்கொண்டு, பிள்ளைகளை தொழில்நுட்ப பள்ளிக்கு அனுப்பி, தற்போதைய பழைய உடைந்த குடிசைக்குப் பதிலாக புதிய இல்லத்தைக் கட்டிவிடலாம். தற்போது அனைத்து தரைவிரிப்பு ஓவியர்களும், ரயில்வே நிலையத்துக்கு அருகில் புதிய வீடுகள் கட்டிவந்தார்கள். அந்த வீடுகள் ஐந்தாயிரம் முதல் இருபத்தைந்தாயிரம்வரை விலையுயர்ந்தன.

அப்போது சுகோவ், தன் வாழ்வில் ஓவியமே வரைந்திராத தான் எப்படி ஓவியராக முடியுமென தனது மனைவியிடம் கேட்டான். அந்த அழகிய தரைவிரிப்புகள் எதைப் போன்றிருக்கும்? அவற்றின்மீது என்ன வரையப்பட்டிருக்கும்? அவனது மனைவி, உருப்படிவங்களின் மீது வரையமுடியாமல் இருப்பதற்கு நீ முழு முட்டாளாக இருக்கவேண்டும். நீ செய்யவேண்டியதெல்லாம்

அந்த உருப்படிவத்தை விரிப்பின்மீது வைத்து அதிலுள்ள சிறிய துளைகளின் வழி தூரிகையால் வரையவேண்டியதுதான். அவள் எழுதினாள்: மூன்றுவிதமான விரிப்புகள் இருக்கின்றன. "ட்ரோய்க்கா" - ஹூஸ்ஸார் குழுவைச் சேர்ந்த அதிகாரி அழகிய மூன்று குதிரைகளால் இழுக்கப்படும் ட்ரோய்க்காவை ஓட்டிக்கொண்டிருக்கிறார். "கலைமான்". மூன்றாவது பெர்சியன் பாங்கிலான ஓவியம். அவர்களிடம் வேறு வடிவங்கள் இல்லை, ஆனால் நாடெங்குமுள்ள மக்கள் இவற்றை வாங்குவதில் மகிழ்ச்சியடைந்ததோடு, ஓவியரின் கைகளிலிருந்து தரைவிரிப்புகளைப் பிடுங்கவும் செய்தனர். ஏனெனில் நிஜ தரைவிரிப்பு ஐம்பது ரூபிள் ஆகாது, மாறாக ஆயிரக்கணக்கான ரூபிள்கள் ஆகும்.

அந்த தரைவிரிப்புகளில் ஒன்றைக் காண சுகோவ் எத்தனை ஆசைப்பட்டான்! முகாம் சிறையிலிருந்த இத்தனை வருடங்களில் அடுத்த நாளுக்கோ, அடுத்த வருடத்துக்கோ, தனது குடும்பத்துக்கு உதவுவதற்கோ திட்டமிடும் பழக்கத்தை இழந்துவிட்டான். அதிகாரிகளே, அவனுக்காகவும், அவனைக் குறித்த அனைத்துக்கும் சிந்தித்தனர்- இது ஓரளவுக்கு எளிதாய் இருந்தது. அவன் இன்னும் இரண்டு குளிர்காலங்களையும், இன்னும் இரண்டு கோடைகாலங்களையும் கழிக்கவேண்டும். ஆனால் அந்த தரைவிரிப்புகளைப் பார்க்கவேண்டுமென்ற ஆசையை அவனால் தவிர்க்கமுடியவில்லை.

கிராமத்தில், தவறான வழியில் பணம் சம்பாதிக்கப்பட்டது, அதுவும் வேகமாக. அவனது சக கிராமத்தவர்களைவிட பின்தங்கியிருப்பது ஓரளவுக்கு பரிதாபத்துக்குரியதாகத் தோன்றியது. ஆனால் வெளிப்படையாகச் சொன்னால், அவன் தரைவிரிப்பு ஓவியராக மாற விரும்பவில்லை. அதற்கு ஒரு மனிதன் மக்களுடன் எளிதாகவும் சகஜமாகவும் இருக்கவேண்டும், துணிச்சலாக இருக்கவேண்டும். ஒன்றிரண்டு பேருக்கு எப்படி லஞ்சம் தருவதெனத் தெரிந்திருக்கவேண்டும். சுகோவ் மண்ணுக்குவந்து நாற்பது வருடங்கள் ஆகியிருந்தும், தனது பற்களில் பாதியை இழந்திருந்தும், அவனது தலை வழுக்கையாக மாறிக்கொண்டுவந்தும், அவன் ஒருபோதும் லஞ்சம் கொடுத்ததோ, வாங்கியதோ இல்லை, முகாமிலும் அவ்வாறு செய்ய அவன் பழகவேயில்லை.

தவறான வழியில் சம்பாதிக்கும் பணம் எடையற்றதாகத் தோன்றும், நீங்கள் அதனை சம்பாதித்தீர்கள் என்ற உணர்வைத் தராது. குறுக்கு வழியில் சம்பாதித்த பணம் குறைவான மதிப்பையே பெறும் என்ற பழமொழியில் உண்மை இருக்கத்தான் செய்தது. அவனுக்கு இப்போதும் குறைவில்லாத, திறன்மிக்க ஒரு ஜோடி கைகள் உண்டு. அவன் வெளியே வந்ததும், குழாய் பழுதுபார்ப்பவனாகவோ, தச்சனாகவோ அல்லது பழுதுநீக்குபவனாகவோ நிச்சயமாக ஒரு வேலையைக் கண்டுபிடிப்பான்.

அவனது சமூக உரிமைகளை அவர்கள் பறித்தாலோ, அவனால் எங்கும் வேலைக்குச் சேரமுடியவில்லை என்றாலோ, அல்லது அவர்கள் அவனை வீட்டுக்கு அனுப்பவில்லை என்றாலோதான் அவன் அந்த தரைவிரிப்பு வசியத்தின்பக்கம் திரும்புவான்.

அதேநேரம் அந்த நீண்ட வரிசை மின்நிலையம் அமைந்திருந்த பரந்த தலத்தின் முன்பாக நிறுத்தத்துக்கு வந்தது. வரிசை நகர்வில் இருந்தபோதே, முழங்கால் வரை செம்மறியாட்டுத் தோல் கோட்டு அணிந்திருந்த இரண்டு பாதுகாவலர்கள், தாங்கள் இருந்த இடத்திலிருந்து விலகி திறந்த அந்த கிராமப்பகுதியில் தொலைவிலமைந்த தங்களது கண்காணிப்பு கோபுரத்துக்குக் கிளம்பியிருந்தனர். அனைத்து கோபுரங்களுக்கும் காவலர்கள் வரும்வரை, அந்தப் பகுதி தடைசெய்யப்பட்ட பிரதேசமாகும். தலைமைக் காவலர், தனது தோளில் எந்திரத் துப்பாக்கி தொங்க வாயில்பகுதிக்குச் முன்னேறிச் சென்றார். மின்நிலையத்தின் புகைப்போக்கியிலிருந்து பெரும்திரளாக புகை வெளிக்கிளம்பியது- ராணுவத்தைச் சேராத காவலாள் ஒருவன் இரவெல்லாம் அங்கே, எவரும் மரத்தடியையோ அல்லது சிமெண்டையோ எடுத்துச்செல்லாதவாறு பார்த்துக்கொண்டு அமர்ந்திருந்தான்.

தொலைதூரத்தில், தலத்தின் மறுபக்கத்தில் சூரியன், சிவப்பாகவும் பிரம்மாண்டமாகவும் மூட்டமாக உதயமாகிக்கொண்டிருக்க, அதன் கதிர்கள் வாசல்வழியாக சரிவாக நுழைந்து, மொத்த கட்டுமான மனை, வேலியின் ஊடாகப் பாய்ந்தது. சுகோவுக்கு அடுத்து நின்றிருந்த அலோய்ஷா, சூரியனை உற்றுப்பார்த்தவாறு மகிழ்ச்சியாகவும், உதடுகளில் புன்னகையுடனும் காணப்பட்டான். அவன் மகிழ்ச்சியாக இருக்க என்ன இருக்கிறது? பிடிவாதமாக தனக்கு

வழங்கப்பட்ட உணவிலேயே வாழ்ந்ததால், கன்னங்கள் ஒட்டிக் காணப்பட்டான். அவன் ஒன்றுமே சம்பாதித்திருக்கவில்லை. அவனது எல்லா ஞாயிறுகளையும் இதர பாப்டிஸ்டுகளுடன் சேர்ந்து முணுமுணுப்பதில் செலவிட்டான். அவர்கள் வாத்தின் பின்புறம் எப்படி நீரை விலக்குகிறதோ, அதுபோல, முகாம் வாழ்க்கையின் சிரமங்களை விலக்கினார்கள்.

நடந்துசெல்கையில், சுகோவின் முகத் துணி அவனது மூச்சுக்காற்றால் முழுக்க நனைந்துபோயிருந்தது. சில பகுதிகளில் உறைபனி படர்ந்து பனியேடு உருவாகியிருந்தது. அவன் தனது முதுகை காற்றுக்குக் காட்டியபடி, அதனை தனது முகத்திலிருந்து கழுத்துக்கு இறக்கினான். அவன் உடலின் பெரும்பாலான பகுதிகளை குளிர் தாக்காதவாறு சமாளித்திருந்தாலும் நைந்துபோன கையுறையால் கைகள் மரத்துப்போயிருந்தன. இடது கால் காலணி மோசமாக தேய்ந்துபோயிருந்ததால், அவனது இடதுகாலின் விரல்களும் மரத்துப் போயிருந்தன- அதன் தோல்பகுதிகள் இருமுறை பழுதுபார்க்கப்பட்டிருந்தன.

அவனது முதுகின் கீழ்ப்பகுதி வலியெடுத்தது, அதுபோலவே தோள்பட்டையையொட்டிய மேற்பகுதிகளும் வலியெடுத்தன. வலியோடு துடிக்கவும் செய்தன. அவன் எப்படி வேலை செய்யமுடியும்?

அவன் சுற்றிலும் பார்த்தான், கடைசி ஐவர் வரிசையில் நடையிட்ட குழுத் தலைவரின் முகத்தில் அவன் கண்கள் விழுந்தன. டியூரின் அகன்ற தோள்களுடையவன், அகன்ற முகமும்கூட. அங்கே நின்றிருந்த அவன் இறுக்கமாகத் தென்பட்டான். தனது குழுவினரிடம் நகைச்சுவையையோ, புன்னகையையோ அவன் வெளிப்படுத்துவதில்லை, ஆனால் அவர்களுக்கு நல்ல உணவுப் பங்கீட்டைப் பெற சிரமமெடுத்துக்கொள்வான். அவன் தனது சிறைவாசத்தின் இரண்டாம் கட்டத்தில் இருந்தான், அவன் உண்மையான குலாக்கின்* மகன், முகாமின் நடைமுறைகளை முழுக்க முழுக்க அறிவான்.

முகாமில் குழுத்தலைவரே அனைத்துமானவர்: ஒரு நல்ல குழுத் தலைவர் உங்களுக்கு இரண்டாவது வாழ்க்கையை

★ மத்திய முகாம்நிர்வாகம்: இங்கே பொதுவாக முகாம்கள் எனக் குறிப்பிடப் பயன்படுத்தப்பட்டிருக்கிறது.

வழங்கமுடியும். மோசமானவர் எனில் உங்களை சவப்பெட்டியில் அடைக்கமுடியும்.

ஆண்ட்ரே டியூரினை, உஸ்த் இஸ்மாவில் அவர்கள் சந்தித்தது முதலே சுகோவ் அறிவான், அப்போது சுகோவ் அவனது குழுவில் கிடையாது என்றபோதும். சிறைவாசிகள் ஆர்ட்டிகிள் 588-ன் கீழ் பொது முகாமிலிருந்து சிறப்பு முகாமுக்கு மாற்றப்பட்டபோது, டியூரின் உடனடியாக அவனை தனது அணிக்கு எடுத்துக்கொண்டான். சுகோவுக்கு, முகாம் படைத்தலைவரோடோ, அல்லது உற்பத்தி திட்டமிடல் துறையோடோ, மேற்பார்வையாளரோடோ, பொறியாளர்களோடோ எந்த பரிவர்த்தனைகளும் கிடையாது. அது குழுத்தலைவரின் வேலை: டியூரின் அவனை தனது இரும்புபோன்ற மார்பால் பாதுகாத்தான். பதிலுக்கு, டியூரின் புருவத்தைத் தூக்கவோ, விரலை நீட்டவோ செய்தால் போதும்- நீங்கள் ஓடிச்சென்று அவன் விரும்பியதைச் செய்யவேண்டும். முகாமில் நீங்கள் விரும்பும் யாரையும் ஏமாற்றலாம், ஆனால் குழுத் தலைவரை ஏமாற்றக்கூடாது. அப்படியென்றால்தான் நீங்கள் வாழ்வீர்கள். சுகோவ், டியூரினிடம் அவர்கள் முந்தைய நாள் வேலைசெய்த இடத்தில் இருக்கவேண்டுமா அல்லது வேறெங்காவது செல்லவேண்டுமா என கேட்கவிரும்பினான். ஆனால் அவனது மேலான சிந்தனையில் குறுக்கிடப் பயந்தான். அவன் தற்போதுதான் குழு, சமதர்ம வழிமுறைக் குடியிருப்பில் வேலைக்கு அனுப்பப்படும் அபாயத்திலிருந்து காப்பாற்றியிருந்தான். தற்போது அவன் அடுத்த ஐந்து நாட்களுக்கான குழுவின் உணவுப்பொருட்கள் விநியோக விகிதாச்சாரம்★ பற்றி சிந்தித்துக்கொண்டிருக்கலாம்.

டியூரின் பெரிதும் அம்மைத் தழும்புகளைக் கொண்டவன். உடலின் எந்தத் தசையும் அலுங்காமல், அவன் காற்றை எதிர்கொண்டான்- அவனது தோல் ஓக் மரத்தின் பட்டைகளைப் போன்று வலுவானதாகக் காணப்பட்டது.

வரிசையில் சிறைவாசிகள் தங்களது கைகளைத் தட்டிக்கொண்டும் கால்களை உதைத்தபடியும் காணப்பட்டனர். காற்றோ மோசமாகயிருந்தது. சிறைவாசிகளுக்கு, காவலர்கள்

★ *செய்யப்பட வேண்டிய வேலையின் அளவையும், திட்டத்தின் சதவிகிதத்தையும் காட்டும் தாள்.*

அனைவரும் ஆறு கண்காணிப்புக் கோபுரத்தில் அமர்ந்த கிளிகளைப் போலத் தோன்றினர். அவர்கள் இன்னும் வரிசையை உள்ளே விடவில்லை, தங்களது கண்காணிப்பால், உயிரை உங்களிடமிருந்து எடுப்பதுபோல அவர்கள் துன்புறுத்தினர்.

தலைமைக் காவலர் காவல் அறையிலிருந்து பணிச் சோதனை நோட்டுடன் வெளியே வந்தார். அவர்கள் வாசலின் இருபுறமும் நின்றுகொண்டனர். வாசற்கதவு அகலத் திறந்தது.

“ஐந்து ஐந்து பேராக நில்லுங்கள். ஒன்று, இரண்டு, மூன்று…”

சிறைவாசிகள் கிட்டத்தட்ட ஒவ்வொரு அடிவைப்பையும் அணிவகுப்பு செல்வதுபோல் எடுத்துவைத்தனர். உள்ளே செல்வதற்கு என்ன செய்யவேண்டுமென அவர்களுக்கு யாரும் கற்றுத்தரவேண்டியதில்லை- அவர்கள் விரும்பியதெல்லாம் அதுதான்.

வாயிற்கதவுக்கு சற்றே அப்பால் அலுவலகம் இருந்தது. அதனருகில் பணி மேற்பார்வையாளர், குழுத்தலைவர்கள் உள்ளே வரும்படி குறிப்புணர்த்தியபடி நின்றுகொண்டிருந்தார். குற்றவாளி ஆனாலும் மேற்பார்வையாளரான டெர்-உம் கூட- அங்கே காணப்பட்டார். தனது சக சிறைவாசிகளை நாய்களைவிட மோசமாக நடத்தும் பன்றி அவர்.

எட்டு மணி. ஐந்து நிமிடங்கள் கடந்தது (சற்றுமுன் விசில் சப்தம் மணியை அறிவித்திருந்தது). சிறைவாசிகள் நேரத்தை வீணடிக்கலாம், கதகதப்பான மூலைகளுக்குப் பிரிந்துசென்றுவிடலாமென அதிகாரிகள் பயந்தனர்- சிறைவாசிகளுக்கோ நீண்ட பகல்பொழுது முன்னிருந்தது, அனைத்துக்கும் போதுமான நேரமிருந்தது. அந்த கட்டுமானத் தலத்துக்குள் நுழைந்த அனைவரும் அங்குமிங்கும் கிடந்த விறகுத்துண்டுகளை அடுப்புக்கு எரிபொருளாகப் பயன்படுத்த குனிந்து பொறுக்கியெடுத்தனர். அவர்கள் அதனை மூலைமுடுக்குகளில் பதுக்கிவைத்தனர்.

டியூரின், பாவ்லோவிடம் அலுவலகத்துக்கு தன்னுடன் வரும்படி உத்தரவிட்டான். சீஸரும்கூட அங்கே சென்றான். சீஸர் வசதியானவன். அவனுக்கு மாதத்துக்கு இரண்டு சிப்பங்கள் வந்தன. அவன் யாரையெல்லாம் கவனிக்கவேண்டுமோ

கவனித்து, அலுவலகத்தில் மனதுக்குப் பிடித்த வேலையில், மதிப்பீட்டு ஆய்வாளருக்கு உதவியாளாகப் பணிபுரிந்தான்.

மிச்சமிருந்த குழு உடனே அங்கங்கே கலைந்துசென்று மறைந்தது.

தனித்துக் காணப்பட்ட அந்தப் பகுதியில் சூரியன் மங்கலான செந்நிறத்தில் உதயமானது. ஓரிடத்தில் கட்டுமானத்துக்குத் தேவையான ஆயத்தப் பலகைகள் குவியலாக பனியினடியில் கிடந்தன. மற்றோரிடத்தில் செங்கல்வேலை தொடங்கப்பட்டு தளம்போடப்பட்டதோடு கைவிடப்பட்டுக் கிடந்தது. இங்கேயொரு உடைந்த நீராவி மண்வாரி, அங்கேயொரு தூர்வாரி, கொஞ்சம் தள்ளி பயனற்ற உலோகக் குவியல். பள்ளங்கள், அகழிகளின் வலையமைப்பு குறுக்கும் நெடுக்குமாகச் செல்ல, அந்தத் தலம் அங்குமிங்கும் ஒன்றிரண்டு பள்ளங்களுடன் காணப்பட்டது. தானியங்கி பழுதுக் கடைக்கான கட்டடம் மேற்கூரையமைக்க தயாராகக் காணப்பட்டது. மின்நிலையத்திலும் கட்டுமான வேலை தொடங்கப்பட்டு, இரண்டாவது மாடிவரைக்கும் உயர்ந்து காணப்பட்டது.

அப்போது அங்கு ஒரு மனிதர்கூட பார்வைக்குத் தட்டுப்படவில்லை. கண்காணிப்புக் கோபுரத்திலிருந்த ஆறு பாதுகாவலர்கள் மட்டுமே பார்வைக்குத் தட்டுப்பட்டனர்- அலுவலகத்தைச் சுற்றி மட்டும் கொஞ்சம் சலசலப்பு காணப்பட்டது. அந்தக் கணங்கள் சிறைவாசிகளுக்குச் சொந்தமானவை. மூத்த பணி கண்காணிப்பாளர் முந்தைய நாள் மாலையே பணி ஒதுக்கீடுகளை குழுக்களுக்கு கொடுத்து நேரத்தை மிச்சப்படுத்தப்போவதாக நீண்ட நாட்களாக சொல்லி மிரட்டிக்கொண்டிருந்தார்- ஆனால் அவரது அனைத்து முயற்சிகளுக்குப் பின்னும் அவை வெற்றிபெறவில்லை- ஏனெனில் மாலைக்கும் அடுத்த நாள் காலைக்குமிடையே அவர்களது அனைத்துத் திட்டங்களும் தலைகீழாக மாறிவிடுவதுதான். எனவே அந்தக் கணங்கள் இன்னும் சிறைவாசிகளுக்குரியதாகவே இருந்தன.

அதிகாரிகள் விஷயங்களை தெளிவுபடுத்திக்கொள்வதுவரை நீங்கள் கண்டுபிடிக்கும் கதகதப்பான இடத்தில் அமர்ந்துகொள்ளவேண்டியதுதான். உட்கார்ந்து,

ஓய்வெடுக்கவேண்டியதுதான், இரத்தம் வியர்வையாக மாற வேலைசெய்ய உங்களுக்கு போதுமான நேரம் இருக்கும். ஒரு அடுப்புக்கு அருகில் உங்களுக்கு இடம்கிடைத்தால் நல்லது. உங்கள் காலுறைகளைக் கழற்றி அவற்றை கொஞ்சம் கதகதப்பாக்கலாம். அதன்பின் உங்கள் கால் நாளெல்லாம் கதகதப்பாக இருக்கும். அடுப்பருகில் இடம்கிடைக்காவிட்டால்கூட, உட்கார்ந்திருப்பது நல்லது. 104-வது குழு பழுதுபார்க்கும் கடையிலுள்ள தாராளமான இடத்துக்குச் சென்றது. அங்கேதான் இலையுதிர்காலத்தில் சாளரங்கள் மெருகூட்டப்பட்டன. 38-வது குழு பலகைகளுக்கு காங்கிரீட் கலவையை ஊற்றியது. சில பலகைகள் அங்கே மரத்திலானதாக இருக்க, வேறுசிலவோ வலுவூட்டப்பட்ட கம்பிவலைகளாலானதாக கடையின் கடைசியில் காணப்பட்டன. மேற்கூரை உயரமாகவும், தரை வெற்றுத் தரையாகவும் காணப்பட்டது: அவர்கள் அதனை நிறைய கரிவைத்து சூடுபடுத்தியிருக்காவிட்டால் அது குளிர்ந்த பகுதியாக இருந்திருக்கும். நிச்சயமாக, அது அங்கே பணிபுரிந்த நபர்களுக்காக அல்ல- பலகைகள் விரைவாக ஒன்றுகூடுவதற்காக. அங்கே வெப்பநிலைமானிகூட இருந்தது. ஞாயிறுகளில், ஏதோவொரு காரணத்தால் முகாமிலிருந்து யாரும் அங்கே வேலைசெய்ய அனுப்பப்படுவதில்லை, ராணுவத்தைச் சேராத ஒருவன் அங்கே அடுப்பை எரியவிட்டுக் கொண்டிருப்பான்.

இயல்பாகவே, 38-வது குழு எந்தவொரு அந்நியனையும் அடுப்புக்கருகில் விடமாட்டார்கள். அவர்களது குழுவைச் சேர்ந்தவர்களே அடுப்பைச் சுற்றியமர்ந்து தங்களது காலுறைகளை உலர்த்திக்கொண்டிருப்பார்கள், பொருட்படுத்தத் தேவையில்லை, நாம் இந்த மூலையில் அமர்வோம், இதுவும் அத்தனை மோசமல்ல.

சுகோவ், தன்னுடைய பருத்தியுறை கால்சராயுடன் அமர்வதற்காக ஓரிடத்தைக் கண்டறிந்தான்- எங்கேதான் அவர்கள் அமர்ந்திருக்கவில்லை? மரத்தாலான இருக்கைகளின் விளிம்பில், சுவரின்மீது சாய்ந்து. அவன் அப்படி அமர்கையில் அவனது கோட்டும் சட்டையும் இறுக்கமாகி, அவன் இதயத்துக்கு நெருக்கமாக மார்பின் இடப்பக்கம் கூர்மையாக

அழுத்துவதுபோல் உணர்ந்தான். அது அவனது சிறிய உள்பையிலுள்ள ரொட்டித்துண்டின் முனை- தன்னுடன் மதிய உணவுக்கு எடுத்துவந்த அவனது காலையுணவின் பாதி. எப்போதும் அதேயளவு ரொட்டியை வேலைக்கு எடுத்துவந்து, மதிய உணவுவேளை வரை ஒருபோதும் அதைத் தொடமாட்டான். ஆனால் வழக்கமாக ரொட்டியின் இன்னொரு பாதியை காலையுணவின்போதே சாப்பிட்டுவிடுவான். இந்தமுறை அவன் சாப்பிடவில்லை. ஆனால் அப்படி மிச்சம்பிடித்து எந்த ஆதாயமும் அடையவில்லை- அவனது வயிறு இந்த கதகதப்பான இடத்தில் ரொட்டியை உடனே சாப்பிட அழைத்தது என்பதை உணர்ந்தான். மதிய உணவுக்கு ஐந்துமணி நேரம் இருக்கிறது- நேரமோ மெதுவாகப் போனது.

அந்த தொந்தரவளிக்கும் வலி தற்போது அவன் பலவீனமாக உணர்ந்த கால்களுக்கு இறங்கியது, ஓ, அவன் மட்டும் அடுப்புக்குப் பக்கத்தில் போகமுடிந்தால்!

அவன் தனது கையுறைகளை தனது முழங்காலில் வைத்துவிட்டு, கோட்டின் பொத்தான்களை கழற்றி, குளிரில் விறைத்திருந்த முகத்துணியின் நாடாக்களை அவிழ்த்தான், அதனை சிலமுறை மடித்து, தனது கால்சராய் பையில் வைத்தான். பின் அவன் சுத்தமான துணித்துண்டில் சுற்றிவைத்திருந்த ரொட்டித்துண்டை எடுத்தான். அந்த துணியை ரொட்டித் துணுக்குகள் தரையில் விழாதபடி நெஞ்சுயரத்திற்குப் பிடித்தபடி கொறித்து மெல்லத் தொடங்கினான். இரண்டு துணிகளுக்குப் பின்னால் வைத்து எடுத்துவந்திருந்த அந்த ரொட்டி, அவனது உடலால் கதகதப்பாக இருந்திருந்தது. உறைபனி அதைச் சற்றும் தீண்டியிருக்கவில்லை.

முகாம் வாழ்க்கையில் ஒன்றுக்கு மேற்பட்ட முறை, தனது கிராமத்தில் அவர்கள் வழக்கமாக சாப்பிடும் விதத்தை நினைவுகூர்ந்திருக்கிறான் சுகோவ். பானைநிறைய உருளைக்கிழங்குகள், பாத்திரம் நிறையஓட்மீல், ஆரம்ப நாட்களில் பெரிய துண்டு இறைச்சி, சிரமப்பட்டு குடித்துத் தீர்க்குமளவுக்கு பால். சாப்பிடுவதற்கான வழிமுறை அதுவல்ல, என அவன் முகாமில்தான் கற்றுக்கொண்டான். மனமெல்லாம் உணவின் மீதிருக்க, ரொட்டியை சிறிது சிறிதாக கொறித்து, துணுக்குகளை பசைபோல மாற்றி, பின் அதனை தாடைக்கு உறிஞ்சியெடுத்து- இப்போது சாப்பிடுவதுபோல்

சாப்பிடவேண்டும். அந்த நீரூறிய கறுப்புரொட்டி எத்தனை ருசியாக இருந்தது! எட்டு, இல்லை எட்டு வருடங்களுக்கும் மேலாக அவன் என்ன சாப்பிட்டுவிட்டான்? கிட்டத்தட்ட ஒன்றுமேயில்லை என்பதற்கு அடுத்தபடியான உணவு. ஆனால் எவ்வளவு வேலை செய்துமுடித்திருக்கிறான். ஆ!

அவன் தனது ரொட்டியுடன் தனக்குள்தானே மூழ்கியபடி அமர்ந்திருக்க, அதேநேரம் அவனுக்கருகில் அந்த அறையின் அதே பக்கத்தில் 104-வது குழுவைச் சேர்ந்த மற்றவர்கள் அமர்ந்திருந்தனர்.

சகோதரர்களைப்போல் நெருக்கமான இரண்டு எஸ்தோனியர்கள், தட்டையான காங்கிரீட் பலகையில் அமர்ந்து சிகரெட் புகைக்க உதவும் ஹோல்டரிலிருந்து ஆளுக்கு பாதி சிகரெட்டை மாறி மாறி புகைத்துக்கொண்டிருந்தனர். இந்த எஸ்தோனியர்கள் ஒரே நிறத்துடன், சமஅளவு உயரத்துடன், ஒரேபோன்று ஒல்லியாக, ஒரேயளவு நீண்ட மூக்குகளுடனும், பெரிய கண்களுடனும் காணப்பட்டனர். ஒருவரையொருவர் பற்றிக்கொண்டு, ஒருவன் சுவாசிக்கும் அதேயளவு காற்றை சுவாசிக்கவில்லையெனில் மற்றவன் மூச்சுத்திணறிப் போவானோ என நாம் யோசிக்கும்படி மிக நெருக்கமாகக் காணப்பட்டனர். டியூரின் ஒருபோதும் அவர்களைப் பிரித்தது கிடையாது. அவர்கள் தங்கள் உணவைப் பகிர்ந்துகொண்டனர். அடுத்தடுத்த அடுக்குப் படுக்கைகளின் மேல்வரிசையில் படுத்துறங்கினர். வரிசையில் அவர்கள் நிற்கும்போது, வேலை தொடங்கக் காத்திருக்கும்போது, அல்லது இரவு படுக்கச்செல்லும்போது, அவர்கள் ஒருவருக்கொருவர் அமைதியாக, விரிவாகப் பேசிக்கொண்டனர். உண்மையில் அவர்கள் சகோதரர்களே கிடையாது.

அவர்கள் இந்த 104-வது குழுவில்தான் முதலில் சந்தித்துக்கொண்டனர். அவர்களுள் ஒருவர் கடற்கரையில் மீனவனாய் இருந்திருந்தான். மற்றவன், எஸ்தோனியாவில் சோவியத் தனது ஆட்சியை நிறுவியபோது, அவனது பெற்றோரால் சிறுவனாக இருந்தபோதே சுவீடன் கொண்டுசெல்லப்பட்டிருந்தான். ஆனால் அவன் வளர்ந்ததும் தன் சொந்தவிருப்பப்படி தனது கல்வியை நிறைவுசெய்ய எஸ்தோனியாவுக்குத் திரும்பியிருந்தான் என அவர்கள் விளக்கினர்.

நல்லது, தேசியம் என்பதற்கு எந்தப் பொருளுமில்லை, ஒவ்வொரு தேசமும் அதன் மோசமான பக்கத்தைக் கொண்டிருக்கிறது என்று சொல்லப்படுவதுண்டு. ஆனால் சுகோவ் சந்தித்த அனைத்து எஸ்தோனியர்களுள் அவன் ஒரேயொரு மோசமான நபரைக்கூட சந்தித்ததில்லை. சிறைவாசிகள் சிலர் பலகைகளிலும், சிலர் மரஇருக்கையிலும், சிலர் தரையிலுமாக சுற்றி அமர்ந்திருந்தனர். காலையில் ஒரு நாக்குக்கூட அசையவில்லை. அனைவரும் சிந்தனையில் அகப்பட்டு, மௌனமாகக் காணப்பட்டனர். பெடிகோவ், நரி, சிகரெட் எச்சங்களைச் சேகரித்துக்கொண்டிருந்தான் (அவன் எச்சில் பணிக்கத்திலிருந்துகூட அவற்றைக் கண்டுபிடித்தான், அவன் அவற்றை வெறுக்கவில்லை). இப்போது அவற்றைப் பிரித்து புகைக்காத புகையிலைத் தூள்களைத் தனியாக எடுத்து ஒரு துண்டுக்காகிதத்தில் சுருட்டிக்கொண்டிருந்தான். ஃபெடிகோவுக்கு வீட்டில் மூன்று குழந்தைகள். ஆனால் அவனுக்கு தண்டனை விதிக்கப்பட்டபோது, அவர்கள் அவனைப் புறக்கணித்துவிட, அவனது மனைவி அவனை ஒதுக்கிவிட்டு இன்னொரு திருமணம் செய்துகொண்டாள். எனவே அவன் எங்கிருந்தும் உதவிபெறவில்லை.

ப்யூனோவ்ஸ்கி, தொடர்ந்து அவனைக் கவனித்துக் கொண்டிருந்தவர், கடைசியில் கத்தினார்:

“ஏய், நீ என்னசெய்வதாக நினைத்துக்கொண்டிருக்கிறாய்? அனைத்துவிதமான நோய்களையும் பொறுக்கியெடுத்துக் கொண்டிருக்கிறாயா? இப்படிச் செய்தால் உனக்கு உதட்டில் சிபிலிஸ் நோய் வரும். நிறுத்து.”

கேப்டன் உத்தரவிட்டே பழக்கப்பட்டவர். அவர் அனைவரிடமும் கட்டளையிடுவதுபோலவே பேசுவார்.

ஆனால் ஃபெடிகோவ் அவரது வார்த்தையை சற்றும் பொருட்படுத்தவில்லை- கேப்டனுக்கு சிப்பங்களும் வருவதில்லை. எச்சிலொழுகும் அவனது உதடுகளில் தீங்கிழைக்கும் இளிப்புடன் அவன் பதிலளித்தான்:

“பொறுத்திருங்கள் கேப்டன், உங்களுக்கு எட்டாண்டுகள் ஆகும்போது நீங்களும் சிகரெட் துண்டுகளைப்

பொறுக்கிக்கொண்டிருப்பீர்கள். முகாமில் உங்களைவிட பெரிய மனிதர்களை நாங்கள் கண்டிருக்கிறோம்."

ஃபெடிகோவ் தனது சொந்தத் தரத்தின் அடிப்படையிலேயே மதிப்பீடுகளைச் செய்தான். ஒருவேளை கேப்டன் முகாம் வாழ்க்கைக்கு பழகிக்கொள்ளலாம்.

"என்ன என்ன" சொல்ல வந்ததைப் புரிந்துகொள்ளாமல் சென்கா க்ளெவ்ஷின் கேட்டான். சென்கா காதுகேளாதவன், சோதனையிடும்போது ப்யூனோவ்ஸ்கிக்கு நடந்த துரதிர்ஷ்டத்தைப் பற்றி அவர்கள் பேசிக்கொண்டிருப்பதாக அவன் நினைத்தான். "நீங்கள் உங்கள் பெருமிதத்தை அளவுக்கதிமாக காட்டியிருக்கக்கூடாது," வருத்தம் தெரிவிக்கும்விதமாக தலையை அசைத்தபடி சொன்னான். "அதெல்லாம் தணியவேண்டும்."

செங்கா சற்றும் அதிர்ஷ்டமில்லாத நபர். 1941-ல் அவனது செவிப்பறை ஒன்று கிழிந்துவிட்டது. அதன்பின் அவன் கைப்பற்றப்பட்டான். தப்பினான். மீண்டும் கைப்பற்றப்பட்டான். பின் புச்சன்வால்டுக்கு அனுப்பப்பட்டான். அங்கே ஆச்சர்யகரமாக, மரணத்தை தவிர்த்தான். தற்போது இங்கு தனது காலத்தை அமைதியாகச் செலவிட்டுக் கொண்டிருக்கிறான். உங்களது அகங்காரத்தை அளவுக்கதிகமாக வெளிக்காட்டினால் நீங்கள் தொலைந்தீர்கள்- அவன் சொன்னான்.

அதில் உண்மை இருந்தது. உறுமுவதைவிட அடங்கிப்போவதே நல்லது. நீங்கள் பிடிவாதமாக இருந்தால், அவர்கள் உங்கள் பிடிவாதத்தைத் தகர்ப்பார்கள். அலோய்ஷா அமைதியாக அமர்ந்து, கையில் முகம்புதைந்திருக்க, பிரார்த்தனை செய்துகொண்டிருந்தான்.

சுகோவ் தனது ரொட்டியின் கடைசிவரைக்கும் சாப்பிட்டுக்கொண்டிருந்தான், அரை நிலவு வடிவான மேல்பகுதி ரொட்டி மேலோட்டை மட்டுமே மிச்சம்வைத்திருந்தான், -ஏனெனில் கிண்ணத்திலுள்ள தானியங்களை ரொட்டித் துண்டு சுத்தமாக வழித்தெடுப்பதுபோல் எந்தக் கரண்டியும் சிறப்பாக எடுக்காது. அவன் மிச்சமிருந்ததை தனது துணியில் முடிந்து திரும்பவும் தனது உள்பையில் மதிய உணவுக்காக

வைத்துக்கொண்டு, குளிருக்கெதிராக பொத்தான்களை மாட்டி வேலைக்கு ஆயத்தமானான். அவர்கள் இனி அவனை வெளியே அனுப்புவதானால் அனுப்பட்டும். எனினும் நிச்சயமாக, இன்னும் கொஞ்சநேரம் அவர்கள் காத்திருந்தால் நன்றாக இருக்கும்.

38-வது குழு எழுந்து- சிலர் கான்கிரீட் கலவைக்கும், சிலர் தண்ணீர் பிடிக்கவும், சிலர் கட்டட வேலைக்கான கம்பிவளைக்கவும் பிரிந்துசென்றனர்.

ஆனால் பாவ்லோவோ டியூரினோ தங்களது குழுவுக்குத் திரும்பியிருக்கவில்லை. 104-வது அணி அங்கே உட்கார்ந்து வெறுமனே 20 நிமிடங்கள்தான் ஆகியிருக்கும் என்றபோதும் பணி நாள்- குளிர்காலம் என்பதால் குறைவானதுதான்- ஆறு மணி வரை நீடிக்காது, அனைவரும் ஏற்கெனவே அதிர்ஷ்டத்தின் கை அரிதாக தங்களைத் தீண்டியிருப்பதாக உணர்ந்தனர்- தற்போது மாலை அத்தனை தொலைவாக இருப்பதுபோல் தோன்றவில்லை.

"வீணாய்ப் போன பனிப்புயல், நாம் பனிப்புயலை எதிர்கொண்டு நீண்ட காலம் ஆகிவிட்டது," கொழுத்த, செந்நிற முகமுடைய லாத்வியனான கில்காஸ் சொன்னான்.

"பனிக்காலம் முழுவதும் ஒரேயொரு பனிப்புயல் இல்லை. இதை எப்படி குளிர்காலமெனச் சொல்வீர்கள்?"

"ஆமாம்... ஒரு பனிப்புயல்.... ஒரு பனிப்புயல்," அந்தக் குழு மறுமொழியாய் பெருமூச்சுவிட்டது.

அந்தப் பகுதியில் பனிப்புயல் இருக்கும்போது, ஒருவரையும் வெளியில் வேலைக்கு அழைத்துச்செல்லமாட்டார்கள்- ராணுவக் குடியிருப்பைவிட்டு சிறைவாசிகள் கிளம்ப அனுமதிப்பதற்குப் பயப்படுவார்கள். வழிகாட்டிக் கயிறு கட்டாவிட்டால், உணவக அரங்குக்கும் ராணுவக் குடியிருப்பு அறைக்கும் இடையே அவர்கள் தொலைந்துபோகக் கூடும். ஒரு சிறைவாசி பனியில் உறைந்து இறந்தால் யாரும் கவலைப்படமாட்டார்கள், ஆனால் அவன் தப்பிச்செல்ல முயன்றால் என்னவாகும்?

அப்படி சம்பவங்கள் நிகழ்ந்ததுண்டு. பனிப்புயலின்போது பனி துகள்களைப் போன்று அத்தனை மெல்லியதாக இருக்கும்

பனிப்படிவுகளோ பனிக்கட்டியைப் போல உறுதியாயிருக்கும். சிறைவாசிகள், முள்வேலியின் மேல் படரும் பனிப்படிவால் அதன் மேலேறி தாண்டிக்குதித்து தப்பித்ததுண்டு. அவர்கள் வெகுதூரம் போனதில்லை, உண்மைதான்.

பனிப்புயலைப் பற்றி சிந்திக்கப் போகையில், அதனால் யாருக்கும் எந்தப் பயனும் இல்லை. சிறைவாசிகள் அடைத்துவைக்கப்பட்டு சும்மா அமர்ந்திருப்பார்கள். கரி தாமதமாக வழங்கப்படும், ராணுவக் குடியிருப்பின் அனைத்து கதகதப்பும் இல்லாமலாகும். மாவு முகாமை வந்தடையாது. எனவே ரொட்டி கிடைக்காது. பல சமயங்களில் சூடான உணவும்கூட கிடைக்காது. மூன்று நாட்கள், நான்கு நாட்கள், ஒரு வாரம் என, எத்தனை நாள் புயல் நீடிக்கிறதோ- அந்த நாட்கள் விடுமுறை நாட்களாகக் கருதப்பட்டு, ஞாயிற்றுக்கிழமை வேலை வைத்து ஈடுகட்டப்படும்.

இதெல்லாமிருந்தும், சிறைவாசிகள் பனிப்புயலை விரும்பினர், அதற்காக அவர்கள் பிரார்த்தனைகூட செய்தனர். எப்போதெல்லாம் காற்று சற்று உயர்கிறதோ, அனைத்து முகங்களும் வானத்தை நோக்கி உயரும். பனிப்புயல் வர வர! மகிழ்ச்சி அதிகரிக்கும்.

பனிப்புயலையே அவர்கள் எதிர்பார்த்தனர், தரைக் காற்று மட்டுமெனில் உண்மையில் அது வரவே தேவையில்லை.

38-வது குழுவின் அடுப்புக்கு அருகில் ஒருவன் நெருங்கினால், வெளியேற்றப்பட மட்டுமே செய்வான்.

அப்போதுதான் டியூரின் உள்ளே நுழைந்தான். அவன் கவலையாகக் காணப்பட்டான். அவனது குழு, ஏதோ செய்துமுடிக்கப்பட வேண்டியிருக்கிறது என்பதை உடனே புரிந்துகொண்டது.

"ம்ஹ்ம்," என்றபடி டியூரின் சுற்றிலும் பார்த்து, "நூற்றிநான்கில் அனைவரும் வருகைதந்துள்ளனரா?"

அவன் அவர்களை எண்ணவோ, உறுதிசெய்துகொள்ளவோ செய்யவில்லை. ஏனெனில் டியூரின் நபர்கள் எங்கேயும் போகமாட்டார்கள். நேரத்தை வீணடிக்காமல் அவர்களுக்கான

வேலையைக் கொடுத்தார். இரு எஸ்தோனியர்கள், சென்கா, கோப்சிக் நால்வரும் அருகில் காணப்படும் சுண்ணாம்புக் காரை கலப்பதற்கான பெரிய மரப்பெட்டியை மின்நிலையத்துக்கு எடுத்துவர அனுப்பப்பட்டனர். கடந்த இலையுதிர்காலத்தில் பாதியில் நிறுத்தப்பட்ட கட்டட வேலையைச் செய்வதற்கு அவர்கள் மாற்றப்பட்டுள்ளனர் என அவர்கள் உடனடியாகத் தெரிந்துகொண்டனர். மற்றவர்கள் பாவ்லோவுடன் வேலைக்கான சாதனங்களைப் பெற்றுவரச் சென்றனர். நான்கு பேர் மின்நிலையத்துக்கு அருகிலும் எந்திர அறையின் நுழைவாயிலிலும் உள்ளேயும் சாய்வுமேடையிலும் பனியை வார அனுப்பப்பட்டனர். ஒன்றிரண்டு பேர் பெரிய கரித்துண்டுகளை வெட்டியும் உடைத்தும் பயன்படுத்தி, எந்திர அறையிலுள்ள அடுப்பைப் பற்றவைக்க அனுப்பப்பட்டனர். மற்றும் சிலர் பனிச்சறுக்கு வண்டியில் வைத்து சிமெண்டை இழுத்துவரவும், இரண்டு பேர் நீர் கொண்டுவரவும், இன்னும் சிலர் மணலின் மீதிருக்கும் பனியை நெம்புகோலால் உடைத்து அகற்றவும் அனுப்பப்பட்டனர்.

வேலை ஏதும் சொல்லப்படாமல் எஞ்சிய இருவர் சுகோவும் கில்காஸும்தான், குழுவின் முன்னணி வேலைக்காரர்கள். அவர்களை அழைத்து டியூரின் சொன்னான்:

"சரி, இங்கே கவனியுங்கள், பையன்களா.." அவன் அவர்களைவிட வயதானவன் கிடையாது. ஆனாலும் அவர்களை அப்படிக் குறிப்பிடும் பழக்கத்தைக் கொண்டிருந்தான். "மதிய உணவுக்குப் பின் கடந்த இலையுதிர்காலத்தில் ஆறாவது குழு நிறுத்திய இடத்தின் மீது, இரண்டாவது மாடி சுவர்களை நீங்கள் சிமெண்ட் பாளங்கள் வைத்துக் கட்டப்போகிறீர்கள். இப்போது நாம் எந்திர அறையை எப்படி கதகதப்பாக்குவது எனத் திட்டமிடப்போகிறோம். அந்த அறைக்கு மூன்று பெரிய சாளரங்கள் இருக்கின்றன. அவற்றை எப்படியாவது மறைப்பதுதான் முதலில் செய்யவேண்டியது. நான் உங்களுக்கு உதவிசெய்ய ஆட்களைத் தருவேன், ஆனால் அவற்றை மறைக்க என்ன செய்வதென நீங்கள் அவசியம் திட்டமிட்டாகவேண்டும். நாம் எந்திர அறையை சுண்ணாம்புக் காரை கலக்கவும் நம்மை கதகதப்பாக்கிக் கொள்ளவும் பயன்படுத்தப்போகிறோம்.

கதகதப்பாக இல்லையென்றால், நாம் நாயைப் போல விறைத்துப்போவோம், புரிகிறதா?"

அவன் இன்னும் அதிகம் சொல்லியிருப்பான், ஆனால் பால்குடிக்கும் இளம்சிவப்புநிற பன்றிக்குட்டிபோன்ற உக்ரேனிய இளைஞன், கோப்சிக் மற்ற குழுவினர் அவர்களுக்கு அந்தப் பெட்டியைத் தரமறுக்கின்றனர் என்று புகார்சொல்ல வந்துவிட்டான். அந்தப் பெட்டிகுறித்து ஒரு சச்சரவு ஓடிக்கொண்டிருந்தது. எனவே டியூரின் கிளம்பிச்சென்றான். அத்தகைய குளிரில் வேலையைத் தொடங்குவதே சிரமமென்றால், வேலை தொடர்ந்து நடைபெறுவது இன்னும் முக்கியமானது.

சுகோவும் கில்காஸும் பார்வையைப் பரிமாறிக்கொண்டனர். ஒன்றுக்கும் மேற்பட்ட முறை அவர்கள் தச்சராகவும் கொத்தராகவும் இணைந்து பணியாற்றியதால், ஒருவர் மற்றவரின் மேல் மதிப்புக் கொண்டிருந்தனர்.

பனிப்பரப்பன்றி வேறில்லாத இடத்தில் அந்த சாளரங்களை மறைக்க ஏதாவதொன்றைத் தேடுவது எளிதான விஷயமல்ல. ஆனாலும் கில்காஸிடம் சொன்னான்:

"வன்யா, ஆயத்த கட்டுமானப் பொருட்கள் வேலை நடக்குமிடத்தில் சிறப்பான ஒட்டுக்கூரை இருக்கும் ஒரு சிறிய பகுதியை எனக்குத் தெரியும். நான் என் கைகளாலேயே அதை ஓரமாக வைத்துள்ளேன். நாம் சென்று அதனை யாருக்கும் தெரியாமல் கொண்டுவருவோம்."

கில்காஸ் ஒரு லித்துவேனியன், ஆனால் உள்ளூர்க்காரனைப்போல் ரஷ்ய மொழி பேசுவான். அவனது கிராமத்துக்கருகே கிறித்துவத்தின் பழைய விசுவாசிகள் பிரிவைச் சேர்ந்த குடியிருப்பு இருந்தது. அவன் குழந்தைப் பருவம் முதலே ரஷ்யமொழி பயின்றிருந்தான். அவன் முகாமில் இரண்டு வருடங்களாகத்தான் இருந்துவந்தான், ஆனால் ஏற்கெனவே அவன் அனைத்தையும் புரிந்துகொண்டிருந்தான்: நீங்கள் உங்கள் பற்களைப் பயன்படுத்தாவிட்டால் எதையுமே பெறமாட்டீர்கள். அவனது பெயர் ஜோஹன். சுகோவ் அவனை வன்யா என அழைத்தான்.

அவர்கள் அந்த சுருளைத் தேடிப் போவதென முடிவுசெய்தனர். ஆனால் சுகோவ் முதலில் கட்டுமானத்தில் இருக்கும் பழுதுநீக்கும் கடைகளின் புதிய கிளைக்குச் சென்றான். அவன் சாந்துக் கரண்டியை (கொல்லறு) எடுக்கவேண்டும். ஒரு கொத்தனாருக்கு சாந்துக் கரண்டி முக்கியமான பொருள்- அது எடைகுறைவாகவும் எளிதாகக் கையாளும்படியும் இருக்கவேண்டும். ஆனால் அங்கே ஒரு விதிமுறை இருந்தது. எங்கே நீங்கள் பணிபுரிந்தாலும் அன்றன்றைய மாலையில், காலையில் உங்களுக்கு வழங்கப்பட்ட சாதனங்களை திருப்பிக் கொடுத்துவிட வேண்டும். உங்களுக்கு வந்த அதே சாதனம் மறுநாளும் வருவது வாய்ப்பைப் பொறுத்ததுதான்.

எனினும் ஒருநாள் மாலை, சாதனத்துக்கான கடையில் இருந்தவனை ஏமாற்றி சுகோவ் சிறப்பானதொரு சாந்துக் கரண்டியை அடித்துவிட்டான். தற்போது அவனுக்கு பாளமிடும் வேலையிருந்தால், ஒவ்வொரு நாள் மாலையிலும் அதனை வெவ்வேறு இடங்களில் மறைத்தும், ஒவ்வொரு நாள் காலையிலும் அதைக் கண்டெடுத்தும் பயன்படுத்துகிறான். அன்று காலை 104-வது குழு சமத்துவ வாழ்க்கை முறை குடியிருப்புக்கு அனுப்பப்பட்டிருந்தால், சுகோவ் நிச்சயமாக மீண்டும் சாந்துக் கரண்டி இல்லாதவனாக ஆகியிருப்பான். ஆனால் தற்போது அவன் ஒரேயொரு செங்கலை நகர்த்தி, குறுகிய இடைவெளியில் கைவிட்ட- மறுநொடியில்! அது அங்கிருந்தது. சுகோவும் கில்காஸும் பழுதுநீக்கும் கடைகளை விட்டுக் கிளம்பி, ஆயத்த கட்டுமானப் பொருட்கள் இருக்குமிடம் நோக்கி நடந்தனர். அவர்களது மூச்சு, அடர்வான நீராவித்திரள்களை உருவாக்கியது. சூரியன் இப்போது கிடைமட்டத்திலிருந்து சற்றே மேலுயர்ந்திருந்தது, ஆனால் மூடுபனியிலிருப்பதுபோன்று கதிர்கள் எதனையும் வெளிப்படுத்தவில்லை. அதன் எல்லாப் பக்கங்களிலும் ஒளித் தூண்கள் எழும்பின.

"தூண்களை போலில்லை, ஹ" சுகோவ் தலையசைப்புடன் கூறினான்.

"நாம் கவலைப்படவேண்டிய தூண்களல்ல இவை," கில்காஸ் இயல்பாகக் கூறினான். "அதற்கு இடையே முள்வேலி வைக்காத வரையில்."

கில்காஸ், ஜோக்கடிக்காமல் ஒருபோதும் பேசுவதில்லை. மொத்தக் குழுவிலும் அவனது நகைச்சுவைப் பேச்சுக்காகப் புகழ்பெற்றவன். முகாமிலுள்ள லித்துவேனியர்களிடையே அவன் ஏற்கெனவே அப்படியொரு மதிப்பைப் பெற்றிருந்தான்! அவன் உண்மையிலே நன்றாகச் சாப்பிட்டான்- மாதத்துக்கு இரண்டு உணவுப் பொதிகள் அவனுக்கு வந்தது. முகாமில் இல்லாதவனைப்போல் ஆரோக்கியமான செந்நிறத்தில் அவன் காணப்பட்டான். அவனது இடத்தில் நீங்கள் இருந்தால் நீங்களும் ஜோக்கடிப்பீர்கள்.

கட்டுமானத் தலம் மிகப்பெரிய பகுதியை உள்ளடக்கியிருந்தது. அதனைக் கடக்க நீண்ட நேரமெடுக்கும். வழியில் அவர்கள் 82-வது அணியைச் சேர்ந்தவர்களை எதிரிட்டனர். மறுபடியும் அவர்களுக்கு தரையில் குழிதோண்டும் வேலை கொடுக்கப்பட்டிருந்தது. அந்தக் குழிகள் ஒன்றரை அடி விட்டத்தில் இருந்தன. ஆழமும் அதே ஒன்றரை அடி ஆழம்தான். ஆனால் நிலமோ கோடைகாலத்திலே பாறையைப் போன்று கடினமாக இருக்கும், அது தற்போது உறைபனியின் பிடியில் வேறு இருந்தது. வெறுமனே பல்லைக் கடித்து முயற்சிசெய்யவேண்டியதுதான். குத்துக் கோடாரிகளுடன் குழிகளைத் தோண்டிக்கொண்டிருந்தனர்- குத்துகோடாரிகள் நழுவி, நெருப்புப் பொறிகளைச் சிதறின, ஆனால் துளி மண்கூட பெயரவில்லை. அங்கே குழியருகே ஒன்றாக நின்றவர்கள்- தங்களை கதகதப்பாக்கிக்கொள்ள வேறிடமில்லையாதலால். அவர்கள் குத்துக்கோடரியிலிருந்து ஒரு அடிகூட பின்னால் நகராதபடிக்குத் பார்த்துக்கொண்டனர். அந்த ஒருவழியில்தான் அவர்கள் கதகதப்பைத் தக்கவைத்துக்கொண்டனர்.

சுகோவ் அவர்களில் ஒருவனை- வியட்காவைச் சேர்ந்த நபர் ஒருவனை அடையாளம் கண்டுகொண்டான்

"கவனி, நீங்கள் ஒவ்வொரு குழிக்கு அருகிலும் நெருப்பைக் கொளுத்துவது நல்லது. அப்போதுதான் நிலத்தின் பனி இளகும்" அவன் அவனுக்கு அறிவுரை கூறினான்.

"அது தடைசெய்யப்பட்டது, அவர்கள் எங்களுக்கு விறகு தரமாட்டார்கள்" என்றான் அந்த மனிதன்.

“அப்படியென்றால் தெரியாமல் கொஞ்சம் விறகெடுத்து வாருங்கள்.”

கில்காஸ் வெறுமனே துப்பினான்.

“நீ இதை எப்படிப் பார்க்கிறாய் வன்யா? அதிகாரிகளுக்கு எவ்வளவு துணிச்சலிருந்தால், அவர்கள் இத்தகைய உறைபனியில் குத்துக்கோடாரியால் மனிதர்களை வைத்து நிலத்தைப் பிளக்கச்சொல்வார்கள்...?

அவன் புரிந்துகொள்ளவியலாத சில நிந்தனையான வசைகளைக் முணுமுணுத்துவிட்டு அமைதியானான். அத்தகைய குளிரில் நீங்கள் அதிகம் பேசமுடியாது. அவர்கள், ஆயத்த கட்டுமானப் பலகைகள் பனிக்கடியில் புதைத்து வைக்கப்பட்டிருக்கும் இடம் வரும்வரை நடந்துகொண்டேயிருந்தனர்.

சுகோவ் கில்காஸுடன் பணிபுரிவதை விரும்பினான். அவனைக் குறித்த ஒரே மோசமான விஷயம், அவன் புகைபிடிக்கமாட்டான், அவனது சிப்பத்தில் ஒருபோதும் எந்தவொரு புகையிலைப் பொருட்களும் இருக்காது என்பதுதான்.

கில்காஸ் வலப்பக்கமிருந்தான். அவர்கள் இருவருமாக சில மரப்பலகைகளைத் தூக்கினார்கள். அங்கேதான் ஒட்டுக்கூரை இருந்தது. அதனை வெளியே இழுத்தனர். தற்போது, அவர்கள் எப்படி அதனை தூக்கிச்செல்லப் போகின்றனர். கண்காணிப்புக் கோபுரத்திலிருந்து அவர்கள் பார்க்கப்படுவார்கள், ஆனால் அது ஒரு பொருட்டல்ல: ‘கிளிகளின்’ ஒரே கவலை சிறைவாசிகள் தப்பித்துவிடக்கூடாது. உள்ளே, நீங்கள் அந்தப் பலகைகளையெல்லாம் விறகாக வெட்டிக்குவித்தாலும் அவர்கள் கவலைப்படமாட்டார்கள். இல்லையெனில் அந்தக் காவலர்களில் ஒருவரை சந்திக்கநேர்ந்தாலும் அது பொருட்டல்ல. மற்றவர்களைப் போலவே அவனும் எதை சுருட்டலாமென பார்ப்பதற்காக வந்திருப்பான். சிறைவாசிகளைப் பொருத்தவரை, அவர்கள் அந்த ஆயத்தப் பலகைகளைச் சிறிதும் பொருட்படுத்தமாட்டார்கள், குழுத்தலைவர்களும் அப்படித்தான். அவர்களின் மீது கண்வைக்கும் நபர்கள் கண்காணிப்பாளரும் அரசு அதிகாரியுமான முட்டாள் டெர்ரும், நீண்டுமெலிந்த, வாத்துமடையன், சுக்ரோபேடன்கோவும்தான். அறங்காவலரான அவருக்கு சிறைவாசிகளால் ஆயத்த

கட்டுமானப் பொருட்கள் திருடப்படாமல் காவல் காக்கும் தற்காலிக வேலை கொடுக்கப்பட்டிருந்தது. ஆமாம், சுக்ரோபேடன்கோதான் திறந்தவெளியில் அவர்கள் தூக்கிச்செல்வதை கண்டுகொள்ள அதிக வாய்ப்பிருந்தது.

“இங்கே பார் வன்யா, நாம் இதனை நீளவாக்கில் எடுத்துச் செல்லக்கூடாது. முனையில் நமது கைகளை அதனைச் சுற்றிப் போட்டு எடுத்துச்செல்லவேண்டும். அது எடுத்துச்செல்லவும் எளிதாயிருக்கும், நமது உடலும் அதனை மறைத்திருக்கும். அவர்கள் தூரத்திலிருந்து அதனைப் பார்க்கமுடியாது.” அது நல்ல யோசனை. அந்தச் சுருளை நீளவாக்கில் தூக்கிச்செல்வது விகாரமாக இருக்கும், எனவே அவர்கள் அதனை நிமிர்த்திப் பிடித்துக்கொண்டனர். அவர்களுக்கு நடுவில் பிடித்தபடி புறப்பட்டனர். தொலைவிலிருந்து பார்க்கையில் அது அவர்கள் மூன்று பேர், ஒருவருக்கொருவர் நெருக்கமாக வருவதைப் போலிருக்கும்.

“ஆனால் ஜன்னலில் ஒட்டுக்கூரையைப் பார்த்ததும், இது எங்கிருந்து வந்திருக்குமென டெர் யூகித்துவிடுவான்,” சுகோவ் சொன்னான்.

“அது நம்மை என்ன செய்யப்போகிறது?” கில்காஸ் வியப்புடன் கேட்டான். “அது அங்கே முன்பே இருந்ததென நாம் சொல்வோம். நாம் அதை வீணடிக்கிறோமா அல்லது வேறெதும் செய்கிறோமா?”

அது உண்மை.

சுகோவின் குளிர்ந்த கையுறைகளுக்குக் கீழே அவனது விரல்கள் குளிரால் மரத்துப்போயிருந்தன. அவன் அனைத்து தொடு உணர்வையும் இழந்திருந்தான். ஆனால் அவனது இடது கால் தாங்கிக்கொண்டிருந்தது- அதுதான் முக்கியமான விஷயம். அந்த மரத்துப்போன தன்மை, அவன் வேலைசெய்யும்போது விரல்களைவிட்டு நீங்கும்.

அவர்கள் புதுப் பனியின் நீட்சியைக் கடந்து, உபகரணக் கடையிலிருந்து மின்நிலையத்துக்குச் சென்றுகொண்டிருந்த பனிச்சறுக்கு வண்டியை அடைந்தார்கள். அவர்களது ஆட்கள் அங்கே நிச்சயம் சிமெண்டைக் கொண்டுவந்திருக்கவேண்டும்.

மின்நிலையம், அந்தத் தலத்தின் விளிம்பிலுள்ள மேட்டில் நின்றுகொண்டிருந்தது. பல வாரங்களாக அந்த இடத்தின் அருகிலே யாரும் போயிருக்கவில்லை, அந்த இடத்தை அணுகும் பாதை மென்மையான பனிப்போர்வையால் மூடப்பட்டிருந்தது. பனிச்சறுக்கு வண்டியின் தடங்கள், 104-வது அணியினரின் ஆழமான காலடிகள் விட்டுச்சென்ற புதிய சுவடுகள், அழுத்தமாகத் தெரிந்தன. ஏற்கெனவே ஆட்கள் கட்டடத்தைச் சுற்றிலும் மரத்தாலான மண்வாரியுடன் சுத்தம் செய்து, பாரவண்டிகள் வந்துசேர்வதற்கு பாதையமைக்கத் தொடங்கியிருந்தனர்.

மின்நிலையத்திலுள்ள இயந்திர இயங்கு ஏணி சரியான நிலையிலிருந்தால் நன்றாக இருந்திருக்கும். ஆனால் அதன் மோட்டார் எரிந்துபோயிருந்தது. அதைச் சீர்செய்ய யாரும் கவலைப்பட்டிருக்கவில்லை. இதன் பொருள்- இரண்டாவது மாடிக்கு - சுண்ணாம்புக் கலவை, சிமெண்ட் பாளங்கள்- அனைத்தும் கையாலே சுமந்துசெல்லப்படவேண்டும்.

இரண்டு மாதங்கள் அந்த நிறைவடையாத அமைப்பு பனியில் சாம்பல்நிற கூடுபோல, நிற்கும்படி சும்மா விடப்பட்டிருந்தது. தற்போது 104-வது குழு வந்திருந்தது. அவர்களது உத்வேகத்தை தக்கவைத்திருந்தது எது? கயிற்றாலான அரைக்கச்சால் இறுகப் பிணைத்திருந்த, காலி வயிறுகளா! கொட்டும் உறைபனி! ஒரேயொரு கதகதப்பான மூலை கிடையாது, ஒரேயொரு நெருப்புப் பொறி கிடையாது. ஆனால் 104-வது அணி வந்ததும்- அந்தக் கட்டடத்துக்கு உயிர் திரும்பவந்தது.

எந்திர அறையின் நுழைவாயிலுக்கு வலதுபுறம் சுண்ணாம்புக் காரை கலப்பதற்கான தொட்டி விழுந்துவிட்டது. அது ஒரு இடமாற்றும் விவகாரம், சுகோவ், அது பயணத்தை தாக்குப்பிடித்து முழுதாக வந்துசேருமென எதிர்பார்த்திருக்கவில்லை. டியூரின் தனது ஆட்களிடம், நான் பார்த்தேன் யாரையும் குற்றம் சொல்லமுடியாது என படிவத்தின் பொருட்டு சொல்வதாக உறுதியளித்தான். அந்தக் கணத்தில் கில்காஸூம் சுகோவும் தங்களது ஒட்டுக்கூரையுடன் அங்கே தோன்றினர். டியூரின் களிப்படைந்தான், உடனே புதிய ஏற்பாட்டைச் சொன்னான். சுகோவ் அடுப்பிலிருந்து புகை வெளியேறும் குழாயைச் சரிசெய்யவேண்டும், இதனால்

நெருப்பை விரைவாகப் பற்றவைக்கமுடியும். கில்காஸ், அந்த இரண்டு எஸ்தோனியர்களை உதவிக்கு வைத்துக்கொண்டு கலவைத்தொட்டியைப் பழுதுபார்க்கவேண்டும். சென்காவுக்கு, நீண்ட மரக்குச்சிகளை வெட்டிவர ஒரு கோடரி தரப்பட்டது- ஒட்டுக்கூரை அவற்றில் பொருத்தப்படும். ஒவ்வொரு சாளரத்துக்கும் இரண்டு அகல அளவு. எங்கிருந்து மரக்குச்சிகள் வரும்? டியூரின் சுற்றிலும் பார்த்தான். அனைவரும் சுற்றிலும் பார்த்தனர்.

ஒரேயொரு தீர்வுதான் இருந்தது: இரண்டாவது மாடிக்கு இட்டுச்செல்லும் சரிவுப்பாதையின் கைப்பிடிச் சட்டத்தில் சில பலகைகளை உருவவேண்டியதுதான். மேலும் கீழும் போகும்போது உங்கள் கண்களை விழிப்பாக வைத்துக்கொள்ளாவிட்டால் நீங்கள் விழுந்துவிட நேரிடலாம். ஆனால் வேறெங்கிருந்து மரக்குச்சிகள் வரும்?

நீங்கள் ஆச்சரியப்படலாம், சிறைவாசிகள் ஏன் முகாம்களில் கடுமையாக உழைத்து பத்தாண்டுகள் முடிவில் தங்களை பாதிப்புக்குள்ளாக்கிக்கொள்ள வேண்டும்? நாங்கள் பகலில் மாலைவரைக்கும் சிரமப்படுகிறோம், இரவுதான் எங்களுடையதாக இருக்கிறது. வேண்டாம், நன்றி, அப்படியிப்படி அவர்கள் சொல்லலாமென நீங்கள் நினைக்கலாம்.

ஆனால் அது வேலைசெய்யாது. உங்களை விஞ்சி யோசிக்கத்தான் அவர்கள் வேலைக்குழு உருவாக்கியிருக்கிறார்கள்- முகாமுக்கு வெளியே இருக்கும் குழு உள்ளேயிருக்கும் குழுவைப் போன்றதல்ல. அங்கே ஒவ்வொரு மனிதனுக்கும் அவனது தனிப்பட்ட ஊதியம் அளிக்கப்படுகிறது. முகாமில் அனைத்தும் சிறைவாசிகள் ஒருவர் மற்றொருவரின்மேல் சுமத்தும் விதத்தில் ஏற்பாடு செய்யப்பட்டிருக்கிறது. இது எப்படியென்றால்: ஒன்றா நீங்கள் அனைவரும் கொஞ்சம் கூடுதலாகப் பெறுவீர்கள் அல்லது நீங்கள் அனைவரும் அழிந்துபோகவேண்டும். நீ வீணே பொழுதுகழிக்கிறாயா முட்டாளே- உன் காரணமாக நான் பசியுடனிருக்க விரும்புவேனென நீ நினைக்கிறாயா? சோம்பேறி, உனது இரைப்பையைப் பட்டினி போடு.

இதுபோல சூழலொன்று எதிர்ப்பட்டால், ஒருவர் சோம்பலாக இருப்பதற்கான சபலத்தை ஏற்கமறுக்காதிருப்பதற்கே கூடுதல் காரணம் இருக்கிறது. எதையும் பொருட்படுத்தாமல், நீங்கள் வேலையில் ஆர்வம்காட்டுவீர்கள். நீங்களே உங்களை கதகதப்பாக்கிக்கொள்ள வழிமுறைகள் ஏற்படுத்தினாலேயொழிய, நீங்களும் மற்ற அனைவரும் அந்த இடத்தில் முணுமுணுக்கவே செய்வீர்கள்.

பாவ்லோ சாதனங்களைக் கொண்டுவந்தார். தற்போது அவற்றைப் பயன்படுத்தலாம். நீளமான புகைப்போக்கிக் குழாய் சிலவும் இருந்தது. அங்கே, அங்கே தகரப்பொருட்களில் வேலைசெய்வதற்கான சாதனங்கள் இல்லைதான், ஆனால் சிறுசுத்தியும், பளுவற்ற கோடரியும் இருந்தன. ஒருவர் இதைக்கொண்டு சமாளிக்கலாம்.

சுகோவ் நீளவாக்கில் ஒன்றாகச் சேர்த்து தனது கையுறைகளை தட்டினான், இணைப்புகள் சேருமிடத்தில் பட்பட்டென அடித்தான். அவன் மறுபடியும் தனது கைகளை ஒன்றாகத் தட்டி, மீண்டும் பட்பட்டென அடித்தான். (அவன் தனது சாந்துக்கரண்டியை அருகிலுள்ள சுவர்ப்பிளவில் மறைத்து வைத்திருந்தான். அவன் தனது ஆட்களுக்கு நடுவில்தான் இருந்தான். என்றபோதும் அவர்களுள் ஒருவர் அதனை தனக்கென மாற்றிவிடலாம். அது கில்காஸுக்கும்கூட பொருந்தும்).

அதன்பின் அனைத்துச் சிந்தனைகளும் அவனது தலையிலிருந்து அடித்துச்செல்லப்பட்டன. அவனது அனைத்து எண்ணங்களும் கவலைகளும் மறைந்தன. அடுப்புக்குழாயின் வளைவை நிமிர்த்தி அது புகைவதிலிருந்து சரிசெய்யும் ஒரேயொரு எண்ணமே அவனிடமிருந்தது. சாளரத்துக்கு அருகே அந்தக் குழாயைத் தொங்கவிட, கோப்சிக்கை கொஞ்சம் நீளமான கம்பியைக் கொண்டுவர அவன் அனுப்பினான். அதுதான் சிறப்பானது.

மூலையில் செங்கலாலான புகைப்போக்கியுடன் மற்றொரு அடுப்பு வைக்கப்பட்டிருந்தது. அதன்மேல் இரும்புத்தட்டு இருந்தது. அது வெப்பத்தால் செம்மையாக மாறியிருக்க, மணல் அதன்மேல் சூடாக்கப்பட்டு அதன் பனிஈரம்

உலர்த்தப்பட்டுக்கொண்டிருந்தது. அடுப்பு ஏற்கெனவே பற்றவைக்கப்பட்டிருந்தது, கேப்டனும் ஃபெட்டிகோவும் கைச்சக்கர வண்டியில் மண்ணைக் கொண்டுவந்தனர். கைச்சக்கர வண்டியில் மண்ணைக் கொண்டுவர நீங்கள் பெரிய புத்திசாலியாக இருக்கத் தேவையில்லை. எனவே, அதிகாரப் பதவியிலிருந்து முகாமுக்கு வந்தவர்களுக்கு குழுத்தலைவர் அத்தகைய வேலைகளையே தந்தார். கார்களை வைத்து எதையாவது இடம்மாற்றத் தேவையிருக்கும் சில அலுவலகங்களில் ஃபெட்டிகோவ் பெரும்புள்ளியாக இருந்தான்.

முதலில் ஃபெடிகோவ், கேப்டனின்மேல் துப்பினான், அவரிடம் கத்திப்பேசினான். ஆனால் தாடையில் ஒரு குத்து போதுமானதாக இருந்தது. அதன்பிறகு அவர்கள் விஷயம் சரியாகிவிட்டது.

மணலைக் கொண்டுவருபவர்கள் அடுப்பின் ஓரமாக கதகதப்பை அனுபவிக்க ஒதுங்கினர், ஆனால் டியூரின் அவர்களை விரட்டினான். "கவனியுங்கள், உங்களில் ஒருவர் அவசரத்தில் இதைப் பிடித்துவிடப் போகிறீர்கள். நாம் இந்த இடத்தைச் சரிசெய்வதுவரை பொறுங்கள்."

அடிக்குப் பழகிய நாய்க்கு மட்டும்தான் நீங்கள் சவுக்கைக் காட்டவேண்டும். உறைபனி கடுமையாக இருந்தது, ஆனால் குழுத் தலைவரளவுக்கு கடுமையாக இல்லை. ஆட்கள் கலைந்து தங்கள் வேலைக்குத் திரும்பினர். டியூரின் பாவ்லோவிடம், "இங்கே இருந்து இவர்களைப் பார்த்துக்கொள். நான் வேலையறிக்கை அளிக்கப்போகிறேன்" எனச் சொல்வதைக் கேட்டான்.

வேலையைவிடவும் வேலையறிக்கை முக்கியமானது. புத்திசாலி அணித்தலைவர், வேலை அறிக்கைமீது கவனம்செலுத்துபவன். அதுதான் அவர்களுக்கு உணவிட்டது. அவன் செய்துமுடிக்கப்படாத வேலையை செய்துமுடித்ததாக நிரூபிக்கவேண்டும். குறைவாக மதிக்கப்பட்ட வேலைகளை, கூடுதலான மதிப்புடையதாக மாற்றவேண்டும். இதற்கு குழுத்தலைவர் தனது தலையைப் போட்டுத் திருகவேண்டும். சரியான கண்காணிப்பாளர்களின் பக்கத்தில் இருக்கவேண்டும். அவர்களுக்கு லஞ்சம் தரக்கூடவேண்டும். இந்த அனைத்து வேலை அறிக்கைகளிலிருந்தும் ஆதாயமடைவது யார்? அதில்

நாம் தெளிவாக இருக்கவேண்டும். இந்த முகாம், கட்டுமான அமைப்புகளிடமிருந்து வோல்கோவோய் போன்ற சவுக்கைப் பயன்படுத்தும் காவலர் துணைப் படைத்தலைவர்களுக்கு அதிகளவில் ஊக்கத்தொகைகளைக் கொடுப்பதற்காக ஆயிரக்கணக்கில் கூடுதல் ரூபிள்களைப் பெறுகிறது. நீங்கள்? உங்கள் இரவுணவுக்கு கூடுதலாக ஆறு அவுன்ஸ் ரொட்டியைப் பெறுவீர்கள். ஒருசில அவுன்ஸுகள் உங்களது வாழ்க்கையை ஆட்சிசெய்கிறது.

இரண்டு வாளி தண்ணீர் கொண்டுவரப்பட்டது, ஆனால் அது வழியிலேயே உறைந்துவிட்டது. பாவ்லோ இப்படிச் செய்வதில் பொருளில்லையென தீர்மானித்தான். பனியை விரைவாக உருகவைக்க, அவர்கள் வாளியை அடுப்பின்மேல் வைத்தனர்.

கோப்சிக் மின்தடங்களுக்காகப் பயன்படுத்தப்பட்ட புதிய அலுமினியக் கம்பி கொஞ்சம் கொண்டுவந்தான்.

"இவான் டெனிசோவிச்," சுகோவின் பக்கம் திரும்பியபடியே அவன் சொன்னான், "இது கரண்டிகள் உருவாக்கச் சிறந்தது. அவற்றை வார்ப்பது எப்படி என எனக்குக் கொஞ்சம் கற்றுக்கொடு."

சுகோவ், அந்தச் சிறுவனிடம் ப்ரியமாக இருந்தான். அவனது சொந்த மகன் இளம்வயதிலேயே இறந்துவிட்டான், வீட்டில் விட்டுவந்த இரண்டு மகள்கள் வளர்ந்திருப்பார்கள். பென்டேராவின் ஆட்களுக்கு* காட்டுக்குள் பால் கொண்டுபோனதற்காக கோப்சிக் கைதுசெய்யப்பட்டு, வயதுவந்தவருக்கான சிறைத்தண்டனை அளிக்கப்பட்டிருந்தான். ஒரு நாய்க்குட்டி போன்று அவன் எல்லோரிடமும் வம்புசெய்வான்: ஆனால் அவன் ஏற்கெனவே கள்ளத்தனத்தைக் கற்றுக்கொண்டிருந்தான். தனது உணவுப்பொதியில் வந்தவற்றை தனியாகச் சாப்பிடுவான். சமயங்களில் இரவின்போதும்.

அனைத்துக்கும் மேலாக நீங்கள் அனைவருக்கும் கொடுத்துச் சாப்பிடமுடியாது.

★ இரண்டாவது உலகப்போரில் தனது நாட்டுக்குத் துரோகம்செய்த சோவியத் ராணுவத்தின் தளபதி.

அவர்கள் கரண்டிகளுக்காக கணிசமான நீளக்கம்பியை உடைத்துவிட்டு ஒரு மூலையில் அதை மறைத்துவைத்தார்கள். சுகோவ் சில பலகைகளை ஒன்றிணைத்துக் கட்டி ஏணியை உருவாக்கி, கோப்சிக்கை மேலேறச்சொல்லி அடுப்புக்குழாயை மாட்ட அனுப்பினான். அணிலைப்போல சுறுசுறுப்பான அந்தப் பையன், உத்திரம்வரைக்கும் ஏறிச்சென்று ஒன்றிரண்டு ஆணிகளை அடித்து, அவற்றைச்சுற்றி கம்பியைக்கட்டி, குழாயின் கீழாக அதை நுழைத்தான்.

சுகோவ் தனது ஆற்றலை அரைமனதோடு செலவிடவில்லை. அவன் குழாயின் முனைக்கு நெருக்கமாக மற்றொரு வளைவை உண்டாக்கினான். அன்றைக்கு கொஞ்சமே காற்றுவீசியபோதிலும், நாளைக்கு அதிகமாக காற்றுவீசலாம். இந்த வளைவு, குழாய் புகைவதிலிருந்து தடுக்கும். அவர்கள் இந்த அடுப்பைச் சரிசெய்வது தங்களுக்காக என்பதை மறக்கக்கூடாது.

அதேசமயம், சென்கா மரக்குச்சிகளை உருவாக்கி முடித்திருக்க, கோப்சிக்குக்கு திரும்பவும் அவற்றை மேலே ஆணியடித்து மாட்டும் வேலை தரப்பட்டது. அந்தக் குட்டிப்பிசாசு மேலே ஏறிச்சென்று, கீழிருந்தவர்களைப் பார்த்துக் கத்தினான்.

சூரியன் உதயமாகி மேலேறிவர, மூடுபனி கலைந்துசென்றது. அந்த இரு வெளிச்சத் தூண்கள் மறைந்துபோயின. அறைக்குள் செந்நிறமாகக் காணப்பட்டது. தற்போது ஒருவன் திருடிய விறகுடன் அடுப்பை அணுகினான். அது இன்னும் கொஞ்சம் உல்லாசமாக உணரச்செய்தது. “ஜனவரியில் சூரியன் பசுவின் விலாப்பகுதியை கதகதப்பாக மாற்றுகிறது,” சுகோவ் முணுமுணுத்தான்.

கில்காஸ் சிமெண்ட் கலவைக்கான தொட்டியை இணைத்துமுடித்து, தனது கோடரியால் அதற்கு கூடுதலாக ஒரு அடிகொடுத்து கத்தினான்: “இங்கே பார் பாவ்லோ, இந்த வேலைக்கு டியூரினிடமிருந்து நூறு ரூபிள்களுக்கு குறைவாய் வாங்க நான் சம்மதிக்கமாட்டேன்.”

“உனக்கு மூன்று அவுன்ஸ் கிடைக்கும்,” பாவ்லோ சிரிப்புடன் சொன்னான்.

"வழக்காடுபவர் மிச்சத்தை ஈடுசெய்வார்," மேலிருந்து கோப்சிக் கத்தினான்.

"நிறுத்து," சுகோவ் கத்தினான், "நிறுத்து." ஓட்டுக்கூரையை வெட்டும்முறை இதுவல்ல.

அதை எப்படிச் செய்வதென அவர்களுக்கு அவன் செய்துகாட்டினான்.

பாவ்லோவால் விரட்டப்படுவதற்காகவே, ஆட்கள் அடுப்புக்கு அருகில் வளையவந்தனர். அவன் கில்காஸிடம் சிமெண்ட் காரையை இரண்டாவது மாடிக்கு எடுத்துச்செல்வதற்கான கொத்தர்சட்டியை உருவாக்குவதற்கு கொஞ்சம் மரக்கட்டைகளைத் தந்தான். கில்காஸ் மணலைக் கொண்டுவருவதற்காக இன்னும் சில நபர்களைப் பணித்தான். பாளங்களை இடவேண்டிய சாரக்கட்டிலிருந்து பனியை அகற்றித் தள்ள சிலரையும், வேறுசிலர் அடுப்பின் மேலிருக்கும் சூடான மணலை காரைத்தொட்டிக்குள் தள்ளவும் அனுப்பினான்.

வெளியே பாரவண்டியின் எந்திரம் உறுமியது. அவர்கள் பாளங்களை விநியோகிக்கத் தொடங்கிவிட்டார்கள். முதல் பாரவண்டி வந்துசேர்ந்துவிட்டது. பாவ்லோ வேகமாக வெளியேவந்து, ஓட்டுநரிடம் எங்கே பாளங்களைக் குவிக்கவேண்டுமென கையசைத்துக் காட்டினான்.

அவர்கள் ஒரு மடிப்பு ஓட்டுக்கூரையையும், பின் இன்னொரு மடிப்பையும் வைத்து சாளரத்தை மறைத்தனர். அதனிடமிருந்து என்ன பாதுகாப்பை நீங்கள் எதிர்பார்த்துவிட முடியும்? அது காகிதம், வெறும் காகிதம். இருந்தபோதும், அது ஒருவிதத்தில் திடமான சுவர்போல தோற்றமளித்தது. அறை இருளாக மாறியதால், அடுப்பின் பிரகாசம் அதிகரித்தது.

அலோய்ஷா கொஞ்சம் கரி கொண்டுவந்தான். அவர்களில் சிலர் அதை அடுப்பில் போடச்சொன்னார்கள், மற்றவர்கள் வேண்டாமென்றார்கள். அவர்கள் சுவாலையிலிருந்து கதகதப்பைப் பெறவிரும்பினர். அலோய்ஷா, யார் சொல்வதுக்கு இணங்குவதெனத் தெரியாமல் தயங்கினான்.

ஃபெடிகோவ் அடுப்புக்கு அருகில் வசதியான மூலையைக் கண்டுகொண்டான். அந்த முட்டாள் தனது காலணிகளை சுவாலைக்கு நேர்மேலே பிடித்தான். கேப்டன் அவனது கழுத்தின் பின்புறம் கைவைத்து கைவண்டிக்கு அருகில் தள்ளிச்சென்றார்.

"மணலைத் தள்ளிவிடு, முட்டாளே."

கேப்டன் இன்னும் கப்பலில் பயணித்துக் கொண்டிருக்கவேண்டும்- அவர் ஏதாவது வேலை சொன்னால் நீங்கள் செய்தாகவேண்டும். அவர் முந்தைய மாதத்தில் தளர்வுற்றுவந்தார், ஆனால் தனது தாங்கும்சக்தியை அவர் கைவிடவில்லை. முடிவில், மூன்று சாளரங்களும் மறைக்கப்பட்டன. தற்போது வெளிச்சம் கதவின் வழியாக மட்டுமே வந்தது. அதன்வழி குளிரும் வந்தது. எனவே பாவ்லோ ஆட்கள் குனிந்து உள்ளே நுழையும்படி கதவுப்பாதையின் மேல்பாதியை மறைத்து கீழ்ப்பாதியை மறைக்காமல் விட்டார்.

இதற்கிடையில் மூன்றுமுறை வண்டிநிறைய சிமெண்ட் பாளங்கள் கொண்டுவரப்பட்டு குவிக்கப்பட்டுவிட்டன. எந்திரதூக்கி இல்லாமல் பாளங்களை எப்படி மேலேற்றுவது என்பதுதான் இப்போது பிரச்சனை.

"கொத்தர்களே, நாம் போய் பார்த்துவருவோம்," பாவ்லோ அழைத்தான். மதிப்பளிக்கவேண்டிய வேலை இது. சுகோவும் கில்காஸும் பாவ்லோவுடன் மேலேசென்றனர். எப்படியானாலும் சரிவுப்பாதை குறுகலாக இருந்தது. சென்கா தற்போதுதான் அதிலிருந்து பலகைகளைத் திருடியிருந்தான். விழாமலிருக்க வேண்டுமானால், நீங்கள் சுவருக்கு நெருக்கமாக ஒண்டியபடி நடப்பதை உறுதிப்படுத்திக்கொள்ள வேண்டும். அதனினும் மோசமாக- கால்வைக்குமிடத்தில் பனி உறைந்து சூழ்ந்திருந்தது. அவை உங்கள் கால்களுக்கு எந்தப் பிடிப்பையும் தராது. அவர்கள் எப்படி காரையை மேலே கொண்டுவரப்போகிறார்கள்?

பாளங்களை எங்கே குவிக்கலாமென சுற்றிலும் பார்த்தனர். பாவ்லோ மேலே அனுப்பிய ஆட்கள் சுவரின் மேற்புறத்திலிருந்து பனியை சுரண்டியெடுத்துக்கொண்டிருந்தனர். இதுதான் இடம். முன்பு சுவர் வேலை நடந்த இடத்தில், படிந்த

பனிக்கைட்டியை நீங்கள் கோடரி மூலம் அகற்றி, பின் அவற்றை துடைத்துச் சுத்தம் செய்யவேண்டும்.

அவர்கள் பாளங்களை சிறப்பாக எப்படி மேலே கொண்டுவருவதென திட்டமிட்டனர். கீழே பார்த்தனர். சரிவுப்பாதையில் அவற்றை மேலே எடுத்துச்செல்வதைவிட, பாளங்கள் குவிக்கப்பட்டுள்ள இடத்தில் நான்கு ஆட்களை நிறுத்தி, அங்கிருந்து உயரத்திலிருக்கும் மேடையில் சிலரை நிறுத்தி தூக்கிவீசி, அங்கிருந்து இரண்டாவது மாடியில் இன்னும் ரெண்டு பேரை நிறுத்தி கைமாற்றலாம். சரிவுப்பாதையில் மேலெடுத்து வருவதைவிட இது விரைவானதாக இருக்கும்.

காற்று வலுவானதாக இல்லையெனினும் நீங்கள் அதை உணரமுடியும். அவர்கள் தளமிடத் தொடங்கும்போது காற்று அவர்களைத் துளைக்கத் தொடங்கும். பழைய குழு தொடங்கிவைத்த சிறிய சுவரின் பின்னால் அவர்கள் தங்களை மறைத்துக்கொள்ளவேண்டும். அது அவர்களுக்கு கொஞ்சம் மறைப்பைத் தந்தது. ரொம்ப மோசமில்லை- அந்தவிதத்தில் அது கொஞ்சம் கதகதப்பாயிருக்கும்.

சுகோவ் மேலே வானத்தைப் பார்த்து பெருமூச்சுவிட்டான்- சூரியன் கிட்டத்தட்ட மதிய உணவுவேளை நேர உயரத்தை எட்டியிருந்தது. அற்புதத்தில் அற்புதம்! வேலை செய்யும்போது நேரம் எப்படிப் பறக்கிறது. அவன் பல சமயங்களில் அதைக் கவனித்திருக்கிறான். முகாமில் நாட்கள் மிகவேகமாக கழிந்தோடிவிடுகின்றன. ஆனால் வருடங்கள், அவை ஒருபோதும் விரைந்தோடி மறைவதில்லை. அவை ஒருபோதும் கணத்தில் நகர்ந்துவிடுவதில்லை.

அவர்கள் கீழே வந்தபோது, கேப்டனையும் ஃபெடிகோவையும் தவிர அனைவரும் அடுப்பைச்சுற்றி இடம்பிடித்திருந்தனர் என்பதைக் கண்டனர். அவர்கள் இன்னும் மணலைத் தள்ளிக்கொண்டிருந்தனர். பாவ்லோ கடும்கோபம் கொண்டு எட்டுப்பேரையும் வெளியே பாளங்களை இடம்மாற்றவும், இருவரை பெட்டியில் சிமெண்டை ஊற்றி அதனை மணலுடன் கலக்கவும், மற்றொருவனை கரிகொண்டுவரவும் அனுப்பினார். ஆனால் கில்காஸ் அவனது சொந்த உத்தரவுகளைக் கொடுத்தான்:

“நல்லது, நாம் அவசியம் மண்குவிப்பதை முடிக்கவேண்டும்.”

"நான் அவர்களுக்கு கொஞ்சம் உதவட்டுமா?" சுகோவ் தானே உதவமுன்வந்தான்.

"ஆமாம், அவர்களுக்கு உதவு," பாவ்லோ ஆமோதித்தான்.

பின் அவர்கள் உருகும் பனிக்காக ஒரு தொட்டியைக் கொண்டுவந்தனர்.

யாரோ அவர்களிடம் ஏற்கெனவே மதியமாகிவிட்டது எனக் கூறினர். சுகோவ் இதை உறுதிசெய்தான்.

"சூரியன் ஏற்கெனவே அதன் உச்சத்தை எட்டிவிட்டது," அவன் அறிவித்தான்.

"அது தன் உச்சத்தை எட்டியிருந்தால், மணி ஒன்றாகிறது, மதியமாகவில்லை." கேப்டன் சிந்தனையுடன் சொன்னான்.

"நீங்கள் என்ன சொல்லவருகிறீர்கள்?" சுகோவ் குழம்பினான். "நெடுநாள் சிறைவாசிகள் அனைவருக்கும் மதிய உணவுவேளையின்போதுதான் சூரியன் உச்சியில் நின்றிருக்கும் எனத் தெரியும்."

"ஒருவேளை, நெடுநாள் சிறைவாசிகள் சொல்லலாம்," கேப்டன் தடுமாறினார். "ஆனால் அவர்களது சிறைநாட்களில் புதிதாக ஒரு ஆணை பிறப்பிக்கப்பட்டிருக்கிறது, தற்போது சூரியன் ஒரு மணிக்குத்தான் உச்சத்தில் இருக்கிறது."

"யார் அந்த ஆணையைப் பிறப்பித்தது?"

"சோவியத் அதிகாரம்."

கேப்டன் மணலள்ளும் வண்டியுடன் வெளியே சென்றார். எப்படியும், சுகோவ் அவருடன் விவாதித்திருக்கமாட்டான். வானில் உயரத்தில் உள்ள சூரியனும் அவசியம் ஆணைக்குப் பணிந்தாகவேண்டும் என சொல்லவருகிறாரா?

நான்கு மண்ணள்ளும் கொள்கலத்தை உருவாக்குவதற்காக ஆட்கள் ஒன்றாக சுத்தியலால் அடிக்கும் சப்தம் தொடர்ந்தது.

"சரி, சற்றுநேரம் அமர்ந்து உங்களைக் கதகதப்பாக்கிக் கொள்ளுங்கள்," பாவ்லோ இரண்டு கொத்தர்களிடமும்

கூறினான். "நீயும்தான் சென்கா, நீ மதிய உணவுக்குப்பின் அவர்களுடன் சேர்ந்துகொள்ளலாம். உட்கார்."

தற்போது அவர்கள் அடுப்புக்கருகில் அமரும் உரிமையைப் பெற்றிருந்தனர். எப்படியோ மதிய உணவுக்கு முன் பாளங்களைப் போடும் வேலையை அவர்கள் தொடங்கவில்லை. எனவே சிமெண்ட் காரையை மேலே கொண்டுசெல்வதில் அர்த்தமில்லை- அது உறைந்துபோகும்.

கரியானது படிப்படியாக தகிக்கும் செம்மை நிறத்துக்கு மாறி நிலையான வெப்பத்தை வெளியிடத் தொடங்கியது. ஆனால் அவற்றை நெருங்கினால் மட்டுமே அதனை உணரமுடியும்-கடையின் மற்ற இடங்களில் குளிர் எப்போதும் போலிருந்தது.

அவர்கள் தங்களது கையுறையை நீக்கினர். நான்கு பேரும் அடுப்புக்குமேலே தங்கள் கைகளைக் காட்டினர்.

ஆனால் நீங்கள் காலணிகள் அணிந்திருந்தால் உங்களது கால்களை சுவாலைக்கு அருகே நீட்டக்கூடாது. அவை தோலாலான காலணி எனில் தோல் விரிசலிடத் தொடங்கும். வேலங்கி எனில் பட்டை நீரில் நனைந்திருந்தால் அது கொதிக்கத் தொடங்கும், நீங்கள் எந்த வெம்மையையும் உணரமாட்டீர்கள் இன்னும் அருகில் அதனைக் கொண்டுசென்றால் சுவாலை அதனைப் பொசுக்கிவிடும்... பின் நீங்கள் வசந்தகாலம்வரை உங்கள் காலணியில் ஓட்டையுடன் தாக்குப்பிடித்துப் காலம்தள்ளவேண்டும்- இன்னொரு ஜோடி கிடைக்குமென நம்பமுடியாது.

"சுகோவ் கவலைப்பட என்ன இருக்கிறது?, கிட்டத்தட்ட அவன் வீட்டில் ஒரு கால் வைத்துவிட்டான்." கில்காஸ் சொன்னான்.

"வெறும் காலை," யாரோ சொல்ல, அவர்கள் சிரித்தார்கள். (சுகோவ் தனது பழுதுபார்க்கப்பட்ட காலணியைக் கழற்றி, தனது காலுறையைக் கதகதப்பாக்கிக்கொண்டிருந்தான்.)

"சுகோவின் சிறைவாசம் கிட்டத்தட்ட முடியப்போகிறது."

அவர்கள் கில்காஸுக்கு இருபத்தைந்து வருடங்கள் தண்டனை கொடுத்தார்கள். முன்பெல்லாம் ஆட்கள் அதிர்ஷ்டக்காரர்களாக இருந்தார்கள்: அனைவருக்கும் பத்து வருடங்கள் தண்டனை

கிடைத்தது. ஆனால் 49-க்குப்பிறகு குற்றத்தின் தன்மையைக் கணக்கிலெடுக்காமல், ஒரேயளவாக சிறைவாசம் என்றாலே இருபத்தைந்து வருடங்கள். ஒரு மனிதன் பத்து வருடங்கள் தாக்குப்பிடிக்கலாம்- ஆனால் இருபத்தைந்து வருடங்கள்- யார் உயிருடன் கடந்துவரமுடியும்?

"அவனைப் பாருங்கள், அவனது சிறைவாசம் கிட்டத்தட்ட முடிந்துவிட்டது" என்று சொல்வதுபோல அவனைநோக்கி விரலைக்காட்டி அனைவரும் பேசுவதை பெரிதும் ரசிக்கவே செய்தான். ஆனால் அதைப்பற்றி அவனுக்கு சந்தேகங்கள் இருந்தன. போர்க்காலத்தில் தங்கள் சிறைவாசத்தை முடித்த கைதிகள் அனைவரும் "நிலுவையிலுள்ள சிறப்பு உத்தரவுகளைப் பெற்று" 46-ல்தான் விடுவிக்கப்பட்டனர். மூன்று வருட சிறைத்தண்டனை விதிக்கப்பட்டவர்கள்கூட இன்னொரு ஐந்தாண்டுக்காலம் சிறையில் வைக்கப்பட்டனர். சட்டம் தலைகீழாகவும் நிற்கமுடியும். உங்களது பத்தாண்டுக்காலம் முடியும்போது அவர்கள், "இதோ உனக்கு இன்னும் பத்தாண்டுக்காலம்" என்றோ நாடுகடத்தவோ செய்யலாம்.

இருந்தும் அதைப்பற்றி நினைத்து பரவசத்தில் திணறிப்போயிருந்த காலங்களும் உண்டு. ஆமாம், உங்களது சிறைவாசம் உண்மையிலேயே முடிவுக்கு வரப்போகிறது. உங்களது நூல்கண்டு காலியாகிக்கொண்டிருக்கிறது... உங்களது சொந்தக் கால்களால் சுதந்திரத்துக்குள் காலடி வைக்கப்போகிறீர்கள். கடவுளே!

ஆனால் நீண்ட காலம் சிறையிலிருந்த ஒருவன் அதனை உரக்கப்பேசுவது சரியல்ல, சுகோவ் கில்காஸிடம் கூறினான்

"உன்னுடைய இருபத்தைந்து வருடங்களைப்பற்றி கவலைப்படாதே. அவ்வளவு காலமும் நீ உள்ளேயிருப்பாய் என்பது உண்மையல்ல. ஆனால் நான் முழுதாக எட்டு ஆண்டுகள் சிறையில் கழித்திருக்கிறேன்- அது உண்மை." ஆமாம், நீங்கள் உங்கள் கால் சேற்றில் புதைய வாழ்ந்துகொண்டிருக்கிறீர்கள், எப்படி அதில் நீங்கள் சிக்கினீர்கள், எப்படி அதிலிருந்து வெளியே வரப்போகிறீர்கள் என சிந்திப்பதற்கு நேரமில்லை.

அவனது ஆவணப்பத்திரத்தின்படி, இவான் டெனிசோவிச் சுகோவ் பெரிய அளவிலான தேசத்துரோகக்

குற்றம்சாட்டப்பட்டிருந்தான். அதற்கு அவனே சாட்சியமளித்திருந்தான். ஆமாம், ஜெர்மானியர்களிடம் தனது தேசத்துக்கு துரோகம்செய்யும் நோக்கத்துடன் அவன் சரணடைந்திருந்தான், மேலும் ஜெர்மன் உளவுத்துறைக்காக ஒரு திட்டத்தை நிறைவேற்ற அவர்களது பிடியிலிருந்து திரும்பிவந்திருந்தான். என்னவிதமான திட்டமென சுகோவோ விசாரணை அதிகாரியோதான் சொல்லமுடியும். எனவே பத்திரத்தில் ஒரு திட்டம் என்பதோடு விடப்பட்டது.

சுகோவ் அனைத்தையும் யூகித்திருந்தான். அவன் அதில் கையெழுத்திடாவிடில் சுடப்படுவான், கையெழுத்திட்டால் அவன் உயிர் வாழ்வதற்கு ஒரு வாய்ப்பிருக்கிறது. எனவே அவன் கையெழுத்திட்டான்.

ஆனால் உண்மையில் நடந்தது இதுதான். 1942-பிப்ரவரியில் அவர்களது மொத்தப் படையும் வடமேற்கில் முற்றுகையிடப்பட்டது, அவர்களுக்கு உணவேதும் விமானத்திலிருந்து போடப்படவில்லை. அங்கே விமானங்களே வரவில்லை. இறந்த குதிரையின் குளம்புகளைச் சுரண்டிச் சாப்பிடுமளவுக்கு நிலைமை மிகமோசமானது- நீரில் ஊதுகொம்புகளை ஊறவைத்து சாப்பிட்டனர். அவர்களது வெடிமருந்து தீர்ந்துபோனது. எனவே ஜெர்மானியர்கள் காட்டுக்குள் வைத்து நேரத்துக்கு கொஞ்சம் பேரென அவர்களை வளைத்துவிட்டனர். அந்தக் குழுக்களில் சுகோவும் ஒருவன். ஜெர்மனின் பிடியில் இரண்டொரு நாட்கள் இருந்தான். பின் அவர்களில் ஐவர் எப்படியோ தப்பித்தனர். அவர்கள் காட்டிலும் சதுப்புநிலங்களிலும் பயணித்து, அதிசயமாக தங்களது சொந்த படையணியினரையே வந்தடைந்தனர். எந்திரத் துப்பாக்கி வைத்திருந்த வீரனொருவன் அவர்களில் இருவரை அந்த இடத்திலேயே சுட்டுக்கொன்றான்., மூன்றாமவன் காயங்களால் இறந்தான், ஆனால் இரண்டு பேர் தாக்குப்பிடித்துச் சமாளித்துவிட்டனர். அவர்கள் புத்திசாலிகளாக இருந்திருந்தால், வழிதடுமாறி காடுகளில் திசைதெரியாமல் அலைந்ததாகச் சொல்லியிருக்கவேண்டும். ஆனால் அவர்கள் உண்மையைக் கூறினர்: போர்க்கைதிகளாக இருந்து தப்பித்துவந்ததாக அவர்கள் கூறினர்.

போர்க்கைதிகள், அட முட்டாள்களே! அந்த ஐந்து பேர்களும் தப்பிப்பிழைத்திருந்து, அவர்கள் அனைவரின் வாக்குமூலமும் ஒன்றாக இருந்திருந்தால், ஒருவேளை நம்பியிருக்கக்கூடும். ஆனால் இரண்டுபேர் கூறும்போது அது நம்பிக்கையற்றது. நீங்கள் இருவரும் உங்களது வீணாய்ப்போன மூளைகளைப் பயன்படுத்தி, தப்பிவந்த கதையை உருவாக்கியிருக்கிறீர்கள், என அவர்கள் கூறினர்.

சென்கா காதுகேளாதவன் என்றபோதும், அவர்கள் ஜெர்மானியர்களிடமிருந்து தப்பிவந்ததைப் பேசுகிறார்கள் என்பதைப் புரிந்துகொண்டு, உரத்த குரலில் சொன்னான்:

"மூன்று முறை நான் தப்பினேன், மூன்று முறையும் அவர்கள் என்னைப் பிடித்துவிட்டார்கள்."

சென்கா, மிகவும் பாதிக்கப்பட்டவன், வழக்கமாக அமைதியானவன்: அவன் மற்றவர்கள் சொல்வதைக் கேட்கவோ, அவர்களது உரையாடலில் கலந்துகொள்ளவோ மாட்டான். அவன் புச்சன்வால்ட்டில் இருந்தவன், அங்கே அவன் தலைமறைவாக வேலைபார்த்ததுடன், புரட்சிக்காக ஆயுதங்களைக் கடத்தினான் என்பது மட்டுமே தெரியும். ஜெர்மானியர்கள் அவனது மணிக்கட்டுகளை முதுகுக்குப் பின்னால் வைத்துக் கட்டி, அவனைத் தொங்கவிட்டு, சவுக்காலடித்து எப்படியெல்லாம் தண்டித்தனர். கொஞ்சமே அவனைப் பற்றி அறியப்பட்டிருந்தது.

"நீ எட்டு வருடங்களாக உள்ளே இருக்கிறாய், வன்யா" கில்காஸ் விவாதித்தான். "ஆனால் எந்த முகாம்களில்? சிறப்பு முகாம்களில் அல்ல. தூங்குவதற்கு விரிப்புகள் இருந்தன. உனக்கு எண்கள் வழங்கப்படவில்லை. ஆனால் ஒரு சிறப்பு முகாமில் எட்டுவருடங்கள் கடின உழைப்பு செய்து கழிக்க முயற்சி செய்துபார். எவரும் சிறப்பு முகாம்களிலிருந்து உயிரோடு வெளியே வருவதில்லை."

"விரிப்புகள்! பலகைகளை நீ குறிப்பிடுகிறாய், விரிப்புகளை இல்லை." சுகோவ் அடுப்பிலுள்ள கரிகளைப் பார்த்தபடி வடக்கில் செலவிட்ட அவனது ஏழு வருடங்களை நினைத்துப் பார்த்தான். மூன்று வருடங்கள், பொருள் வைப்பதற்கான பெட்டிகளுக்காகவும்

தண்டவாள இணைப்புகளுக்காகவும் மரத்தடிகளை இழுத்துச்சென்று எப்படியெல்லாம் வேலைசெய்தான்.

முகாம் அருகே ஏற்படுத்தப்பட்ட நெருப்பில் சுவாலைகள் நடனமாட, இரவில்கூட மரங்கள் வெட்டப்பட்டன. அவர்களது தலைமை அதிகாரி, அவர்களது அன்றைய வேலை ஒதுக்கீட்டை செய்துமுடிக்கத் தவறும் எந்த ஒரு குழுவும் காட்டில் இரவான பிறகும் தங்கவேண்டும் என்பதை விதிமுறையாக்கினார்.

அவர்கள் அதிகாலைப் பொழுதில் சிரமப்பட்டு முகாமைச் சென்றடைந்தனர், ஆனால் மறுநாள் காலை மறுபடியும் காட்டில் இருந்தாகவேண்டும்.

“இ-இல்லை, சகோதரர்களே... இங்கே நாம் அமைதியான வாழ்க்கை வாழ்கிறோமென நான் நினைக்கிறேன்,” அவன் குழறலாகச் சொன்னான். “இங்கே, பணிநேரம் முடிந்ததும், நாம் நமது வேலை முடிந்தாலும் இல்லாவிட்டாலும் முகாமுக்குச் சென்றுவிடுகிறோம். அதுதான் சட்டம். குறைந்தபட்சம் மூன்று அவுன்ஸ் ரொட்டி கூடுதலாக கிடைக்கும். இங்கே ஒரு மனிதன் வாழமுடியும். இருக்கட்டும், இது ஒரு சிறப்பு முகாம். அதனாலென்ன? ஒரு எண் வழங்கப்படுவது உங்களை கவலைக்குள்ளாக்குகிறதா? அந்த எண்கள், சிறிதும் கனப்பதில்லை.”

“அமைதியான வாழ்க்கையென்றா நீங்கள் இதனை அழைக்கிறீர்கள்” ஃபெடிகோவ் சீறினான். (மதிய உணவு இடைவேளை நெருங்கியது. அனைவரும் அடுப்பைச் சுற்றி குழுமியிருந்தனர்). “தங்களது அடுக்குப் படுக்கையில், கிடப்பவர்களின் கழுத்துகள் வெட்டப்படுகின்றன! நீங்கள் இதனை அமைதியானதென அழைக்கிறீர்கள்!”

“ஆட்களல்ல- ஆட்காட்டிகள்” பாவ்லோ ஃபெடிகோவை நோக்கி எச்சரிக்கும்விதமாக விரலை உயர்த்தினான்.

உண்மை என்னவெனில், புதிதாக ஒன்று தொடங்கியிருந்தது. ஆள்காட்டிகளென அறியப்பட்ட இரண்டு பேர், ஒருநாள் மாலை அவர்களது படுக்கையில் கழுத்தறுக்கப்பட்ட நிலையில் கண்டெடுக்கப்பட்டனர். சில நாட்களுக்குப் பின்பு, அதேவிஷயம் ஒரு அப்பாவி சிறைக்கைதிக்கும் நடந்தது- யாரோ

தவறான அடுக்குப் படுக்கைக்குப் போயிருக்கவேண்டும்: மற்றொரு ஆள்காட்டி காவலர் இல்லத்தின் தலைமை அதிகாரியிடம் அவனாகவே ஓட, அவனை பாதுகாப்புக்காக காவலர் அறையிலேயே வைத்துவிட்டனர்.

ஆச்சர்யம்... வழக்கமான முகாம்களில் இதுபோன்ற ஒன்று நடந்ததில்லை. இதுவரை இங்கேயும்... இச்சம்பவத்துக்கு முன்புவரை நடந்ததில்லை.

திடீரென விசில் ஊதப்பட்டது. அது ஒருபோதும் முழு வீச்சுடன் தொடங்கியதில்லை. தொண்டையைச் சரிசெய்வதுபோல் கம்மிய குரலில் தொடங்கியது. மதியம். சாதனங்களைக் கீழே வையுங்கள். மதிய உணவு இடைவேளை.

வீணாய்ப் போக, அவர்கள் நீண்ட நேரம் காத்திருந்துவிட்டனர். அவர்கள் வெகுநேரம் முன்பே உணவகத்துக்குப் போய், வரிசையில் தங்களது இடங்களைப் பிடித்திருக்கவேண்டும். மின் நிலையத்தில் பதினொரு குழுக்கள் வேலையில் இருந்தன. ஆனால் உணவகத்திலோ ஒரு சமயத்தில் இரண்டு குழுக்களுக்குத்தான் இடமிருக்கும்.

டியூரின் இன்னும் வரவில்லை. பாவ்லோ கடைப்பக்கம் துரிதமாக ஒரு பார்வை பார்த்துவிட்டுச் சொன்னான்:

"சுகோவ், கோப்சிக் நீங்கள் என்னுடன் வாருங்கள். கில்காஸ், நான் கோப்சிக்கை உன்னிடம் அனுப்பிய உடனே மொத்த குழுவையும் அழைத்து வா."

ஒருவர் காலிசெய்ததும் மற்றவர்கள் அடுப்பினருகில் இடம்பிடித்துக்கொண்டனர். அதென்னவோ அழகிய பெண்போல, ஆண்கள் அதனைச் சூழ்ந்து காணப்பட்டனர். அவர்கள் அனைவரும் அதனைத் தழுவுவதுபோல நெருங்கியமர்ந்தனர்.

"வாருங்கள், அவளுடன் முழு இரவையும் செலவிடாதீர்கள், நாம் புகைபிடிக்கலாம்." மற்றவர்கள் கத்தினர்.

அவர்கள் யார் சிகரெட் பற்றவைக்கப் போகிறாரென ஒருவர் மற்றவரைப் பார்த்தனர். ஒருவரும் பற்றவைக்கவில்லை. ஒன்று அவர்களிடம் புகையிலை இல்லாமலிருக்கவேண்டும்,

அல்லது மற்றவர்களுக்குத் தெரிந்துவிடக்கூடாதென அதை மறைத்துவைத்திருக்கவேண்டும். சுகோவ் பாவ்லோவுடன் சென்றான். கோப்சிக் முயலைப் போல பின்னால் துள்ளிக்குதித்தபடி சென்றான்.

“வெப்பம் ஏறியபடி வருகிறது,” சுகோவ் உடனடியாகச் சொன்னான். “ஜீரோ டிகிரி குறைந்த வெப்பநிலையல்ல. பாளங்கள் பதிப்பதற்கு உகந்த வெப்பநிலைதான்.”

அவர்கள் அந்தப் பாளங்களை ஒரு பார்வை பார்த்தனர். ஆட்கள் ஏற்கெனவே அவற்றில் பெரும்பகுதியை மேடைக்கு வீசியிருந்தனர். அதிலும் கணிசமான பகுதி மேல்தளத்துக்கு மாற்றப்பட்டிருந்தது. தனது கண்களை சூரியனில் பதித்து, அதன் நிலையை சுகோவ் சோதித்தான். கேப்டன் சொன்ன “ஆணை”யைப் பற்றி அவன் யோசித்தான். திறந்தவெளியில் காற்று இன்னும் வீசிக்கொண்டிருக்க குளிர் இப்போதும் தீவிரமாக இருந்தது. அது அவர்களிடம், மறக்காதீர்கள் இது ஜனவரி என சொல்லிக்கொண்டிருந்தது.

சிறைக்கைதிகளின் சிற்றுண்டிச்சாலை, அடுப்பைச் சுற்றி பலகைகளை அறைந்து உருவான, விரிசல்களில் துருப்பிடித்த தகரங்கள் கொஞ்சம் அடிக்கப்பட்டிருந்த குடில் என்பதைவிட கூடுதலாக இல்லை. உள்ளே, அது சமையலறை, சாப்பிடும் அறையென பிரிக்கப்பட்டிருந்தது. இரண்டு அறையிலும் மரத்தாலான தளம் இல்லை. அது பள்ளம் மேடுகளாக, விடப்பட்டு சாப்பிடுபவர்களின் பாதங்கள் அதன்மேல் நடந்து சமமாகியிருந்தன. அந்த சமையலைறையில் இருந்ததெல்லாம் ஒரு அடுப்பும் அதன்மேல் வைக்கப்பட்ட சூப் பாத்திரமும்தான்.

சமையலறை இரண்டு நபர்களால் இயங்கியது- சமையல்காரர், சுகாதார ஆய்வாளர். ஒவ்வொரு நாள் காலையும் அவர் முகாமைவிட்டுக் கிளம்பியதும் சமையல்காரர் பிரதான சமையலறையிலிருந்து தீட்டப்படாத புல்லரிசியைப் பெறுவார். அநேகமாக தலைக்கு ஒன்றரை அவுன்ஸ் அளவில். ஒரு குழுவுக்கு இரண்டு பவுன்ஸ். ஒரு முழுத் தொகுதிக்கு ஒரு போடைவிட* சற்றுக் குறைவு. சமையல்காரர்

---

* முப்பத்து ஆறு பவுண்டுகள்.

தீட்டப்படாத புல்லரிசிச் சாக்கை இரண்டு மைல் தொலைவுக்குத் தூக்கிவருவதை சற்றும் விரும்புவதில்லை, எனவே அதனைத் தூக்கிவர அவருக்கு ஒரு உதவியாளர் இருக்கிறார்- சிறைவாசிகளின் உணவில் ஒரு கூடுதல் பகுதியை உதவியாளருக்குக் கொடுப்பது, தனது முதுகில் சுமந்துவருவதைவிடவும் சிறந்தது. நீரும், விறகும், அடுப்பும் கூட சுமந்துவரப்படவேண்டியிருந்தது. இந்த வேலைகளும் சமையல்காரர் அதிகம் விரும்பாத வேலைகள். எனவே இதைச் செய்வதற்கு சிறைவாசிகளைக் கண்டுபிடித்திருந்தார், பதிலாக மற்றவர்களின் செலவில் அவர்களுக்கு கூடுதல் உணவு வழங்கிவிடுவார். அவருக்கு அது ஒரு விஷயமா என்ன?

உணவு சிற்றுண்டிச்சாலையில் வைத்தே சாப்பிடவேண்டும். கிண்ணங்கள் அங்கே இரவுவரை விடக்கூடாது. கிட்டத்தட்ட ஐம்பது கிண்ணங்கள் ராணுவத்தைச் சேராத நபர்களால் திருடப்பட்டிருக்கவேண்டும், எனவே ஐம்பது பேர், அதற்குக் கூடுதலில்லாது உணவகத்துள் அனுமதிக்கப்பட்டு, பயன்பாட்டுக்குப்பின் விரைவாகக் கழுவப்பட்டு, அடுத்துச் சாப்பிட வருபவர்களுக்கு பயன்படுத்தப்படவேண்டுமென பின்பு விதிமுறை வந்தது. (கிண்ணங்களை எடுத்துவந்து சேர்ப்பவர்களுக்கு கூடுதல் உணவு வழங்கப்பட்டது). உணவகத்திலிருந்து யாரும் கிண்ணங்களை எடுத்துச் செல்லாதபடி நிச்சயப்படுத்த, ஒருவன் கதவருகில் நிறுத்தப்பட்டான். ஆனால் அவன் எவ்வளவு கவனமாக இருந்தபோதும் அவனது கவனத்தைத் திசைதிருப்பியோ, அல்லது அவனிடம் பேச்சுக்கொடுத்தோ ஆட்கள் முன்போலவே அவற்றை எடுத்துச்சென்றபடிதான் இருந்தனர். எனவே வேறு ஒருவர் அந்த மொத்த இடத்துக்கும் சென்று அந்த எச்சில் கிண்ணங்களைச் சேகரித்து சமையலறைக்கு எடுத்துவர வேண்டியிருந்தது. அப்படி எடுத்துவருபவனுக்கு கூடுதல் உணவு வழங்கப்பட்டது. இன்னும் பலரும் கூடுதல் உணவைப் பெற்றார்கள்.

சமையல்காரன் செய்ததெல்லாம் இதுதான்: அவன் புல்லரிசியை பானையில் போட்டு, உப்புச் சேர்த்ததுதான். பானைக்குப் போகவேண்டிய கொழுப்பை தன் வசம் பிரித்தெடுத்தான். (நல்ல கொழுப்பு சிறைவாசிகளை எட்டவே எட்டாது, வெண்ணெய் அனைத்தும் சூப் பாத்திரத்துக்குள் போய்விடும்,

எனவே பண்டகசாலையிலிருந்து வெண்ணெய்க் கொழுப்புக் குறித்த பிரச்சனை எழும்போதெல்லாம், சிறைவாசிகள் அதனைக் கூடுதல் என்றவிதத்தில் வரவேற்றனர்). மற்றொரு விஷயத்தையும் அவன் செய்தான்: அவன் காசா★ கொதிக்கும்போது அதைக் கலக்கிவிட்டான்.

சுகாதார ஆய்வாளர் செய்யவேண்டியதோ இன்னும் குறைவு- அவர் அமர்ந்து கண்காணித்தார்: ஆனால் ஓட்மீல் தயாரானதும் அவர் வயிறு நிறையுமளவுக்கு தனக்கான பங்கைப் பெற்றார். சமையல்காரனும்கூட. பின் பணியிலிருக்கும்-குழுத் துணைத் தலைவர் வந்து சுவைபார்த்து அந்த உணவு சுவையுடனிருக்கிறதா, பணியாளர்களுக்கு நல்லதுதானா என முடிவுசெய்வார்- குழு தினமும் மாறும். அவருக்கு இரண்டு பங்கு உணவு கிடைக்கும்.

விசில் மறுபடி ஒலித்தது. குழுத் தலைவர்கள் உடனே வரிசையில் நின்றனர், சமையல்காரர், அவர்களுக்கு உணவு விநியோகிக்கும் சாளரத்தின் வழி கிண்ணங்களை அளித்தார். கிண்ணங்களின் அடியில் கொஞ்சம் ஓட்மீல் கிடந்தது, எவ்வளவென நீங்கள் கேட்கக்கூடாது, அல்லது அதன் எடையிலிருந்து மதிப்பிட முயலக்கூடாது. கேட்க நீங்கள் வாய்திறந்தால், உங்களுக்குக் கிடைப்பதெல்லாம் நிறைய கெட்டவார்த்தைகள்தான்.

ஸ்டெப்பி, காற்றுவீசும் தரிசுநிலம், அங்கே கோடையில் வறண்ட காற்றும் குளிர்காலத்தில் உறையச் செய்யும் காற்றும் வீசின. முட்கம்பி வேலியின் நான்கு நபர்களைத் தாண்டி... ஸ்டெப்பியில் எப்போதும் எதுவும் வளராது, ரொட்டிகள் ரொட்டி வெட்டுபவர்களால் மட்டுமே வெட்டப்படவேண்டும். ஓட்ஸ் பண்டகசாலையில் மட்டுமே கதிரடிக்கப்படவேண்டும். வேலையில் நீங்கள் எவ்வளவு ரத்தத்தை வியர்வையாகச் சிந்தினாலும், என்னதான் நீங்கள் வயிற்றால் ஊர்ந்தாலும், அந்த மண்ணிலிருந்து எந்த உணவையும் உருவாக்கமுடியாது. அந்த வீணாய்ப் போன அதிகாரிகள் உங்களுக்குத் தருவதைவிட அதிகமாய் நீங்கள் உணவைப் பெறமாட்டீர்கள். சமையல்காரர் மற்றும் அவரது உதவியாளர், இலகுவான வேலைகளில் உள்ள

★ *ஓட்மீல்*

இதர பொறுப்பாளர்கள் காரணமாக, அதிகாரிகள் தருவதைக்கூட பெறமாட்டீர்கள். அவர்கள் இங்கும் கொள்ளையடிப்பார்கள், அதற்கும் முன்னதாக பண்டகசாலையிலும் கொள்ளையடிப்பார்கள். அந்தக் கொள்ளையடிக்கும் நபர்கள் குத்துக்கோடரியை வைத்து வேலைசெய்யமாட்டார்கள். ஆனால் நீங்கள்- குத்துக்கோடரியால் வேலை பார்த்துவிட்டு அவர்கள் உங்களுக்குத் தருவதை பெற்றுக்கொண்டு, உணவு வழங்கும் ஜன்னலிலிருந்து விலகிப்போவீர்கள்.

கோப்சிக் பின்னால் வர, பாவ்லோவும் சுகோவும் உணவகத்துக்குள் நுழைந்தனர். ஆட்கள் ஒருவருக்கடுத்து ஒருவராக எந்தவொரு மேஜையையோ இருக்கைகளையோ பார்க்கமுடியாதபடிக்கு நெருக்கமாக நின்றனர். சிலர் அமர்ந்து சாப்பிட்டுக்கொண்டிருந்தனர், ஆனால் பெரும்பாலோர் நின்றுகொண்டிருந்தனர். அரைநாள் முழுவதும் கதகதப்பு பெற வழியின்றி குழிதோண்டிக்கொண்டிருந்த 82-வது குழுவின் ஆட்கள்தான் விசில் சத்தம்கேட்டதும் முதலாவதாய் உணவகத்துள் நுழைந்தனர். தற்போது சாப்பிட்டு முடித்தபின்பும் அவர்கள் அந்த இடத்தைவிட்டுக் கிளம்பவில்லை. வேறெங்கே அவர்களால் கதகதப்பாக்கிக்கொள்ள முடியும்? வாத்தின் பின்புறமிருந்து நீர் விலகுவதுபோல் சாபம் அவர்களிடமிருந்து விலகியிருந்தது- குளிரில் இருப்பதைவிடவும் இங்கே பெரிதும் வசதியாய் இருந்தது. பாவ்லோவும் சுகோவும் கைமுட்டியால் வழியேற்படுத்தி நுழைந்தனர். அவர்கள் சரியான தருணத்தில் வந்திருந்தனர்: ஒரு குழுவுக்கு பரிமாறப்பட்டுக்கொண்டிருக்க, மற்றொரு குழு அதன் முறை வருவதற்காகக் காத்திருக்க, அங்கே ஒரேயொரு குழுவின் துணைத் தலைவர் மட்டுமே சாளரத்தின் அருகே காணப்பட்டான். எனவே அவர்கள் மற்றவர்களிடமிருந்து வெகுவாகவே முன்னேயிருந்தனர்.

"கிண்ணங்கள், கிண்ணங்கள்," சமையல்காரர் சாளரத்திலிருந்து கத்த, ஆட்கள் விரைவாக அவற்றை ஒப்படைத்தனர். சுகோவ் மற்றொரு தொகுதி கிண்ணங்களைச் சேகரித்து உள்ளே அனுப்பினான். கொஞ்சம் கூடுதலாக ஓட்மீல் கிடைக்குமென்பதற்காக அல்ல, அவனுக்கான ஓட்மீல் விரைவாக வருவதற்காக.

தடுப்புக்குப் பின்னால் சில "உதவியாளர்கள்" கூடுதல் ஓட்மீலுக்காக ஏற்கெனவே கிண்ணங்களைக் கழுவிக் கொண்டிருந்தனர்.

சமையல்காரர், வரிசையில் பாவ்லோவுக்கு முன் நின்றிருந்த குழுத் துணைத் தலைவர்களுக்கு பரிமாறத் தொடங்கினார்.

"கோப்சிக்," பாவ்லோ தனக்குப் பின்னாலிருந்த ஆட்களின் தலைக்கு மேலாகக் கத்தினான்.

"நான் இங்கிருக்கிறேன்," கோப்சிக்கின் மெலிந்த ஆட்டைப்போன்ற குரல் கதவருகேயிருந்து வந்தது.

"குழுவை அழைத்துவா."

அவன் சென்றுமறைந்தான்.

இன்றைய பிரதான விஷயம் ஓட்மீல் நன்றாக இருந்தது- உண்மையான ஓட்மீல், சிறந்த வகையைச் சேர்ந்தது. அவர்கள் அடிக்கடிச் சாப்பிடும் ஓட்மீல் அல்ல அது. பெரும்பாலும் அவர்கள்- மகராவைத்தான் நாளுக்கு இருமுறை பெற்றனர். ஆனால் அசல் ஓட்மீல் நிறைவளிக்கக்கூடியது. அது சிறப்பானது.

சுகோவ் இளமையில் அடிக்கடி எத்தனையோ முறை குதிரைகளுக்கு ஓட்ஸைக் கொடுத்திருக்கிறான். அவனது மொத்த ஆன்மாவும் ஒரு கைப்பிடி ஓட்ஸ் உணவுக்காக ஏங்கும் காலம் வருமென அப்போது ஒருபோதும் தோன்றியதே இல்லை.

"கிண்ணங்கள், கிண்ணங்கள்," சமையல்காரன் கத்தினான். தற்போது 104-வது குழு வரிசையில் நின்றது. குழு துணைத் தலைவர் முன்னால், தனது இரு பங்கு உணவைப் பெற்றுக்கொண்டு சாளரத்திலிருந்து விலகினார்.

இந்தக் கூடுதல் உணவு அதுவும் சிறைவாசிகளின் பங்கில் தரப்படுவதை, எவரும் ஆட்சேபிக்கவில்லை. சமையல்காரன் அனைத்து குழுத் தலைவருக்கும் இருமடங்கு உணவு வழங்கினான், அவர்கள் அதனைத் தானே சாப்பிட்டனர் அல்லது தங்களது பிரதிநிதிகளுக்கு வழங்கினர். டியூரின் தன்னுடையதை பாவ்லோவுக்குக் கொடுத்தான்.

தற்போது சுகோவின் வேலை ஒரு மேஜைக்குப் பின்னால் தன்னைச் சொருகிக்கொண்டு, இரண்டு சோம்பேறிகளை வெளியேற்றிவிட்டு, மற்றொரு சிறைவாசியை நகரும்படி நாகரிகமாக கேட்டுக்கொண்டு, இரண்டு வரிசையாக ஆறும், மேலே இரண்டு கிண்ணங்களுமாக வரும் உணவுக்கு, பன்னிரண்டு கிண்ணங்களை அடுக்கும்படி அவனுக்கு முன்னால் சிறிது இடத்தை ஏற்படுத்துவது (ஒன்றாக நெருக்கமாக நின்றபடி சாப்பிடத் தோதுவாக). அடுத்தபடியாக கண்களை அகலத் திறந்தபடி பாவ்லோவிடமிருந்து அவன் சொல்லும் எண்களைத் திரும்பச் சொன்னபடியே கிண்ணங்களைப் பெறுவது- சமயங்களில் சில வெளிக்குழுவைச் சேர்ந்தவர்கள் மேஜையிலிருந்து ஒரு கிண்ணத்தை எடுத்துவிடலாம். அவனுக்கு அருகே ஆட்கள் மேஜையைவிட்டுச் சென்றுகொண்டும், சாப்பிடுவதற்கு நெருக்கியடித்தபடி வந்துகொண்டும் இருந்தனர்- அவன் மற்றவர்களின் முழங்கையால் மோதப்பட்டு கிண்ணங்கள் கவிழ்ந்துவிடாமலும் பார்த்துக்கொள்ளவேண்டும். ஆமாம், நீங்கள் உங்கள் கண்களை அகலத் திறந்துவைத்தபடி இருக்கவேண்டும்- அந்த நபர் அவனது கிண்ணத்திலிருந்து சாப்பிடுகிறானா? அல்லது 104-வது குழுவின் கிண்ணங்களில் ஒன்றிலிருந்து தன்னை கதகதப்பாக்கிகொள்கிறானா? என்று.

"இரண்டு, நான்கு, ஆறு," சமையல்காரன் சாளரத்தில் வைத்து எண்ணினான். ஒருநேரத்துக்கு இரண்டு கிண்ணங்கள் என அவன் வழங்கினான்- இந்தவிதத்தில் எண்ணுவது அவனுக்கு எளிதாக இருந்தது. இல்லாவிடில் அவன் தவறாக எண்ணிவிடலாம்.

"இரண்டு, நான்கு, ஆறு," பாவ்லோ அமைதியாக தனக்குத்தானே திரும்ப உக்ரேனிய மொழியில் எண்ணி, உடனே கிண்ணங்களை இரண்டிரண்டாக சுகோவிடம் வழங்க, அதனை மேஜையில் வைத்தான் சுகோவ். சுகோவ் சத்தமாக எண்களைத் திரும்பச்சொல்லவில்லை- ஆனால் மற்ற எவரைவிடவும் கவனமாக எண்ணினான்.

"எட்டு, பத்து."

கோப்சிக் ஏனின்னும் குழுவை அழைத்துவரவில்லை?

"பன்னிரண்டு, பதினான்கு," எண்ணிக்கை தொடர்ந்தது.

சமையலறையில் கிண்ணங்கள் தீர்ந்துபோயின. பாவ்லோவின் தலை மற்றும் தோளைத்தாண்டி ஜன்னலுக்கப்பால் சுகோவுக்குத் தெளிவாகத் தெரிந்தது. சமையல்காரன் இரண்டு கிண்ணங்களை சாளர முகப்பில் வைத்து, அதன்மேல் தன் கைகளைவைத்து, யோசிப்பதுபோல நிறுத்தினான். பாத்திரம் கழுவுபவர்களிடம் அவசியம் கத்திக் கடிந்திருக்கவேண்டும். ஆனால் அதற்குள் மற்றொரு தொகுதி அழுக்குக் கிண்ணங்கள் சாளர முகப்பில் குவிக்கப்பட்டன. சமையல்காரன் சுத்தம்செய்து உணவு நிரப்பிய இரண்டு கிண்ணங்களைவிட்டு, சாப்பிட்ட அழுக்குக் கிண்ணங்களை பின்னால் தள்ளுவதற்குச் சென்றான். சுகோவ் அவன் ஏற்கெனவே மேஜையில் வாங்கிச் சேர்த்த பதினான்கு கிண்ணங்களை விட்டுவிட்டு, ஒரு இருக்கையைத் தாண்டி, சாளர முகப்பிலிருந்த உணவு நிரப்பப்பட்ட இரண்டு கிண்ணங்களை எடுத்துக்கொண்டு, சமையல்காரனிடம் என்பதைவிட பாவ்லோவிடம் அமைதியாகச் சொன்னான்:

"பதினான்கு."

"நிறுத்து! அந்தக் கிண்ணங்களை எங்கே எடுத்துப்போகிறாய்?" சமையல்காரன் கத்தினான்.

"அவன் நமது குழுவைச் சேர்ந்தவன்," பாவ்லோ உறுதிப்படுத்தினான்.

"'நமது குழுவா', ஆனால் அவன் எண்ணிக்கையக் குழப்பிக்கொண்டான்."

"பதினான்கு," பாவ்லோ தோளைக் குலுக்கியபடி சொன்னான். அவனளவில், அவன் கூடுதல் கிண்ணங்களை எடுக்கக்கூடாது, குழுவின் துணைத் தலைவராய் அவன் தனது கௌரவத்தைப் பேணவேண்டும்- ஆனால் தற்போது அவன் சுகோவ் சொன்னதையே அப்படியே திருப்பிச் சொல்கிறான்- அவன் அந்த தவறுக்கு சுகோவைத்தான் குற்றம்சொல்வான்.

"நான் ஏற்கெனவே பதினான்கு எண்ணிக்கொடுத்துவிட்டேன்," சமையல்காரன் அதிருப்தியாய்ச் சொன்னான்.

"ஆமாம் நீ எண்ணிவிட்டாய், ஆனால் அவற்றை வெளியே கொடுக்கவில்லை. உனது கையை அவற்றின்

மீது வைத்திருந்தாய்," சுகோவ் கத்தினான். "எங்களை நம்பவில்லையெனில், வா வந்து நீயே எண்ணிப் பார். பார், அவையெல்லாம் மேஜையின்மீதுதான் இருக்கின்றன."

பேசியபடியே அவன் அந்த இரண்டு எஸ்தோனியர்கள் தன்னைக் கடந்ததைக் கவனித்தான், அந்த இரண்டு கிண்ணங்களை அவர்கள் கடந்தபோது, அவர்களது கைகளுக்கு மாற்றிவிட்டான். தனது மேஜைக்குத் திரும்பி அந்தக் கிண்ணங்கள் அனைத்தும் அவற்றின் இடத்தில் இருக்கிறதா– அடுத்த மேஜைக்காரர்கள் எதையும் எடுக்கவில்லையா எனப் பார்க்கத் திரும்பினான் அவன். அப்படி நடக்க நிறைய வாய்ப்புகள் இருக்கிறது.

சமையல்காரனின் பெரிதும் சிவந்த முகம் சாளரத்தில் தோன்றியது.

அந்தக் கிண்ணங்கள் எங்கே?" அவன் பிடிவாதமாகக் கேட்டான்.

"இங்கே இருக்கின்றன, உங்களது சேவைக்காக," சுகோவ் இரைந்தான்.

"தள்ளிப் போ, கசடனே, நீ அவனது பார்வையைத் தடுக்கிறாய்," என யாரிடமோ சொல்லியபடி, அவனைத் தூரத் தள்ளினான். "இங்கே இருக்கின்றன, அந்த இரண்டு கிண்ணங்கள்." அவன் இரண்டாவது வரிசையிலிருந்து இரண்டு கிண்ணங்களைத் தூக்கினான்.

"அனைத்தையும் அருமையாகவும் ஒழுங்காகவும் நாங்கள் நான்கு நான்காக மூன்று வரிசைகளில் அடுக்கியிருக்கிறோம், எண்ணிக்கொள்ளுங்கள்."

"உன்னுடைய குழு வரவில்லையா?", உணவகத்தின் சாளரத்திலிருந்து அவன் பார்க்கமுடிகிற சிறு பகுதியை சந்தேகமாகப் பார்த்தபடி சமையல்காரன் கேட்டான்- சமையலறை குறுகியதாக, எவரொருவரும் சமையலறைக்குள் நோக்குவதையும், பாத்திரத்தில் எவ்வளவு இருக்கிறது என பார்ப்பதையும் தடுக்கும் விதத்தில் அமைந்திருந்தது.

"இல்லை, எவரும் இன்னும் இங்கே வரவில்லை," பாவ்லோ, தனது தலையை மறுப்பாக அசைத்தபடி சொன்னான்.

"குழுவிலுள்ளவர்கள் இங்கே இல்லையெனில், நீங்கள் என்ன கொடுமைக்கு கிண்ணங்களை எடுத்துக்கொண்டிருக்கிறீர்கள்?"

"இதோ அவர்கள் வருகிறார்கள்," சுகோவ் இரைந்தான்.

கதவருகே கேப்டனின் கண்டிப்பான குரலை அனைவரும் கேட்டனர்: "நீங்கள் ஏன் இங்கேயே சுற்றிவருகிறீர்கள்?" அவர் தனது கப்பல் கேப்டனுக்கேயுரிய சிறப்பான அதிகார தோரணைக் குரலில் சத்தமிட்டார். "நீங்கள் உணவருந்திவிட்டால், வெளியேறி மற்றவர்கள் உள்ளே வரவிடுங்கள்."

சமையல்காரர் உணவுவழங்கும் சாளரத்தினூடாக எதையோ முணுமுணுத்துக்கொண்டிருந்தார். பின் அவர் தன்னை பின்னுக்கிழுத்துக்கொண்டார், அவரது கைகள் திரும்பவும் வெளியே கிண்ணங்களைக் கொடுப்பதைப் பார்க்கமுடிந்தது.

"பதினாறு, பதினெட்டு."

பின் அவர் கடைசிப் பங்கை, இரண்டு அகப்பையளவு அள்ளிவைத்தார்:

"இருபத்து மூன்று. அவ்வளவுதான். அடுத்த குழு."

104-வது குழுவின் ஆட்கள் நெருக்கியடித்தனர். இரண்டாவது மேஜையில் அமர்ந்திருந்த கைதிகளின் தலைக்கு மேலாக, அவர்களிடம் பாவ்லோ கிண்ணங்களைக் கொடுத்தான்.

கோடையில் ஒரு இருக்கையில் ஐந்து பேர்அமரலாம், ஆனால் தற்போது, அனைவரும் தடிமனான ஆடை அணிந்திருந்ததால், நான்கு பேர் மட்டுமே அமரமுடிந்தது. இருந்தும் அவர்கள் தங்களது கரண்டிகளை பயன்படுத்துகையில் இடைஞ்சலாக உணர்ந்தனர்.

அடித்துவரப்பட்ட இரண்டு கிண்ணம் ஓட்மீலில், ஒன்றாவது தனக்குக் கிடைக்கும் என கணக்கிட்டு, சுகோவ் தனது முதல் கிண்ணத்தைக் காலிசெய்ய நேரத்தை வீணடிக்கவில்லை. அவன் தனது வலது முழங்காலை வயிறு வரைக்கும் உயர்த்தி, காலணியின் மேற்பகுதியின் கீழேயிருந்து தனது (உஸ்த் இஸ்மா, 1944) கரண்டியை உருவினான். தனது தொப்பியை உருவி,

அதனை இடது கையிடுக்கில் பிடித்துக்கொண்டு, கரண்டியை காசாவின் விளிம்புக்குக் கீழே செலுத்தினான்.

முழுக்கவனத்தையும் கோரும் தருணம் இது, குறைந்தளவு காசாவை கிண்ணத்தின் அடியிலிருந்து எடுத்து, அதனை கவனமாக வாயிலிட்டு, உங்கள் நாவால் வாயெல்லாம் சுழற்றவேண்டும். ஆனால் சுகோவ் விரைவாகச் சாப்பிட்டான், அவன் ஏற்கெனவே சாப்பிட்டுவிட்டான், இரண்டாவது கிண்ணம் அளிக்கப்படுவதற்காக காத்திருக்கிறான் என பாவ்லோவுக்கு காட்டியாகவேண்டும். அங்கே ஃபெடிகோவை வேறு கையாண்டாக வேண்டும். அவன் அந்த இரண்டு எஸ்தோனியர்களுடன்தான் உணவகத்துள் வந்தான், அந்த இரண்டு கூடுதல் கிண்ணங்கள் விவகாரத்தையும் அவன் பார்வையிட்டிருந்தான். தற்போது அங்கே அவன் பாவ்லோவுக்கு நேர்முன்னால், யாருக்கும் தரப்படாத நான்கு உணவுக் கிண்ணங்களைப் பார்த்தபடி, குறைந்தபட்சம் அவனுக்கு பாதிக் கிண்ணம் உணவையாவது தந்தாகவேண்டும் என்பதுபோல நின்றுகொண்டிருந்தான்.

எனினும் இளமையான கருநிற பாவ்லோ, அங்கு நின்றுகொண்டிருந்த யாரையும் கவனித்தானா, அல்லது அந்த கூடுதல் கிண்ணங்களை சற்றும் நினைவில் வைத்திருந்தானா எனச் சொல்ல வழியில்லாததுபோல தனது இரண்டு பங்கு உணவை அமைதியாக உண்டுகொண்டிருந்தான்.

சுகோவ் தனது காசாவை முடித்திருந்தான். அவன் தனது வயிறிடம் இரண்டு பங்கு உணவென உறுதியளித்திருந்தான், எனவே அசல் ஓட்மீல் காசாவிலிருந்து இயல்பாகப் பெறும் முழுமையடைந்த உணர்வைத் தர ஒரு கிண்ணம் போதாது.

அவன் தனது உள் பையினுள் கைவிட்டு அந்த சுத்தமான துணியினுள் இருந்த பனியால் உறைந்துபோகாத, அரைச்சந்திர வடிவிலான ரொட்டியின் மேலோட்டைக் கண்டான். அதனை வைத்து நுணுக்கமாக கிண்ணத்தின் அடியிலிருந்து விளிம்புவரை ஒட்டியிருக்கும் கடைசி மிச்சங்களை ஒற்றியெடுத்தான். பின் அந்த ரொட்டியின் மேலோட்டை சுத்தமாக நக்கினான். பின் அந்த மொத்தச் செயல்பாட்டையும் திரும்பச் செய்தான். அந்தக் கிண்ணம் தற்போது கழுவியதுபோல

தோற்றமளித்தது, ஒரு மந்தமான படலமன்றி அதன் உட்புறத்தில் வேறதுவுமில்லை. அவன் அதை தனது தோளின் மேற்புறம் வழியாக பாத்திரங்களைச் எடுத்துச்செல்ல வருபவர்களிடம் கொடுத்துவிட்டு, தனது தொப்பியை அணியாமல் அமர்ந்திருந்தான்.

அந்தக் கூடுதல் கிண்ணங்களை ஏமாற்றிப் பெற்றது சுகோவ் என்றபோதும், அதனை பாவ்லோதான் வழங்கியாகவேண்டும்.

பாவ்லோ தனது சொந்தக் கிண்ணத்தைக் காலிசெய்தபடி, வேதனையை இன்னும் சற்றுநேரத்துக்கு நீளச்செய்தான். அவன் அதனை நக்கிச் சுத்தமாக்கவில்லை. தனது கரண்டியை மட்டுமே சற்றே நக்கினான், பின் அதனை உள்ளேவைத்தான். பின் மிக லேசாக, நகரவே இடமில்லாததுபோல் மிச்சமிருந்த நான்கு கிண்ணங்களில் இரண்டைத் தொட்டான். அதன் பொருள் அவன் அவற்றை சுகோவுக்குக் கொடுக்கிறான் என்பதாகும். "இவான் டெனிசோவிச் ஒன்றை உனக்கு எடுத்துக்கொள். மற்றதை சீஸருக்குக் கொடு."

சுகோவ், கிண்ணங்களில் ஒன்று சீஸரின் அலுவலகத்துக்குக் கொண்டுசெல்லப்படும் என அறிந்திருந்தான். அவன் ஒருபோதும் உணவகத்துக்கோ, முகாமிலுள்ள உணவு அரங்கத்துக்கோ போய் தன்னைத் தாழ்த்திக்கொள்ளமாட்டான். அவன் அதை அறிவான், இருந்தபோதும், பாவ்லோ கிண்ணங்களைத் தொட்டபோது, இரண்டு கிண்ணங்களையும் சீஸருக்குக் கொடுத்துவிடுவானோ என அவனது இதயம் ஒடுங்கிப்போனது. இப்போது, பாவ்லோ பேசியபின்பே அவனது இதயத்துடிப்பு இயல்புக்குத் திரும்பியது.

அடுத்த குழுவைச் சேர்ந்த சிறைவாசிகளின் கட்டைவிரல்கள் அவனது முதுகில் உரசுவதைப் பொருட்படுத்தாமல், இன்னும் அவனுக்கான நேரமிருந்ததால் நேரத்தை வீணடிக்காமல் ஆழ்ந்த சிந்தனையுடன் உண்ணத் தொடங்கினான். அவனைத் தொல்லைப்படுத்திய ஒரே விஷயம், அந்த இரண்டாவது கிண்ணம் இன்னும் ஃபெடிகோவுக்குப் போக வாய்ப்பிருக்கிறது என்பதுதான்.

ஃபெடிகோவ் ஒன்றை இரந்துபெறுவதில் நிபுணன், ஆனால் அவன் எதுவொன்றையும் தன்வயப்படுத்துவதற்கான துணிச்சல் இல்லாதவன்.

அருகில் கேப்டன் ப்யூனோவ்ஸ்கி அமர்ந்திருந்தார். அவர் தனது காசாவை வெகுமுன்பே சாப்பிட்டுமுடித்திருந்தார். குழுவிடம் காலிசெய்ய இரண்டு கூடுதல் பங்கு இருப்பது அவருக்குத் தெரியாது. வழங்குவதற்கு பாவ்லோவிடம் இன்னும் எவ்வளவு மிச்சமிருக்கிறதென அவர் பார்க்கவில்லை. அவர் இயல்பாக, ஓய்வெடுத்தபடி காணப்பட்டார். அவர் எழுந்து வெளியே சென்று குளிரில் அல்லது அந்த பனியாலான கதகதப்பாக்கும் இடத்துக்கு செல்லுமளவுக்கு வலிமையானவராக இல்லை. அவரிடம் பணியாற்றிய பெரும்பாலானவர்களைப் போலவே அவர் காணப்பட்டார். அவர், உணவகத்துக்கு சற்றே வெளியே அமைந்திருந்த இடத்தில் தனது கரடுமுரடான குரலுடன், அவருக்கு உரிமையில்லாத, அடுத்த குழு உள்ளே வருவதற்கான இடத்தை ஆக்கிரமித்தபடி காணப்பட்டார். அவர் சிறைக்குப் புதிய வரவு. சிறைவாசிகளின் கடினமான வாழ்க்கைக்குப் பழக்கப்படாதவர். அவருக்குத் தெரியாது என்றபோதும், இதுபோன்ற கணங்கள் குறிப்பாக அவருக்கு முக்கியமானவை, அவரை ஆர்வமிக்க, தன்னம்பிக்கையுடனான, ஓங்கி ஒலிக்கும் குரலுடன் கூடிய, கப்பற்படை அதிகாரி என்பதிலிருந்து, மந்தமான, அதேசமயம் எச்சரிக்கையுடன் கூடிய கைதியாக அவர்கள் உருமாற்றிக்கொண்டிருந்தனர். அந்த செயலற்ற தன்மையில் மட்டுமே அவருக்கு விதிக்கப்பட்ட இருபத்தைந்தாண்டு சிறைவாசத்தைத் தாக்குப்பிடிக்கும் வாய்ப்பு இருக்கிறது.

ஆட்கள் ஏற்கெனவே பின்பக்கமிருந்து அவரிடம் கத்தியும் முழங்கையால் இடித்தும் அவரது இடத்தை கைவிட வைக்க முயன்றுகொண்டிருந்தனர். "கேப்டன்!" பாவ்லோ அழைத்தான். "ஹே, கேப்டன்."

ப்யூனோவ்ஸ்கி, கனவொன்றிலிருந்து விடுபட்டதுபோல் அதிர்ந்தார். சுற்றிலும் பார்த்தார்.

பாவ்லோ அவரிடம் ஒரு கிண்ணம் காசாவை வழங்கினார். அவருக்கு வேண்டுமா என பாவ்லோ அவரிடம் கேட்கவில்லை.

கேப்டனின் புருவங்கள் உயர்ந்தன. அவர் அந்தக் கிண்ணத்தை ஒரு அதிசயமான ஒன்றைப் போல நோக்கினார்.

“எடுத்துக்கோங்க, எடுத்துக்கோங்க,” பாவ்லோ உறுதிப்படுத்தும் விதமாகச் சொல்லிவிட்டு, கடைசிக் கிண்ணத்தை குழுத்தலைவருக்காக எடுத்துக்கொண்டு வெளியே கிளம்பினார்.

ஒரு மன்னிப்புக் கோரும் புன்னகை கேப்டனின் பனியில் வெடித்த உதடுகளிலிருந்து வெளிப்பட்டது. ஐரோப்பா, மற்றும் மகா வடக்குப் பாதையில் கப்பலில் பயணித்த இந்த மனிதன், சற்றும் கொழுப்பில்லாமல்- ஓட்ஸும் தண்ணீரும் மட்டும்கொண்டு சமைத்த, அரை அகப்பை மெல்லிய ஓட்மீல் காசாவைக் கண்டு மகிழ்ச்சியாக சாப்பிடக் குனிகிறார்.

ஃபெடிகோவ் கோபமடைந்து கேப்டனையும் சுகோவையும் கோபமாகப் பார்த்தபடி உணவகத்தைவிட்டு வெளியேறினான்.

ஆனால் சுகோவ், பாவ்லோ செய்ததே சரியென நினைத்தான். தற்போது அவர் எப்படி வாழ்வதென அறிந்திருக்காதபோதும், காலப்போக்கில் கேப்டன் விஷயங்களைக் கற்றுக்கொள்வார்.

சீஸர் அந்த காஸா கிண்ணத்தை தனக்கே கொடுத்து விடலாமென்ற மெல்லிய நம்பிக்கையை சுகோவ் இன்னும் பேணினான். ஆனால் சீஸருக்கு கடைசி சிப்பம் வந்து இரண்டு வாரங்களுக்கு மேலாகிவிட்டதால், அப்படி நடக்காமலும் போகலாமெனத் தோணியது.

இரண்டாவது கிண்ணத்தின் அடிப்பகுதியையும் விளிம்பையும் சுரண்டியபிறகு, முதல் கிண்ணத்தில் செய்த அதேவிதத்தில், ஏடுகளை நக்கியபின், அந்த ரொட்டி மேலோட்டைச் சாப்பிட்டான். பின் சீஸரின் குளிர்ந்துபோன காசா கிண்ணத்தை எடுத்துக்கொண்டு வெளியேவந்தான். அவன் கிண்ணத்தை எடுத்துக்கொண்டு வெளியே செல்வதை கதவருகே தடுக்கமுயன்ற நபரை விரைந்து தள்ளிக்கொண்டு, “இது அலுவலகத்துக்கு,” என அவன் சொன்னான்.

அலுவலகம், பாதுகாவலர் அறைக்கு அருகே மரத்தாலான அறையில் இருந்தது. காலையைப் போலவே, புகைப்போக்கி வழியே புகை சுருண்டெழுந்தது. குற்றேவல் வேலையும் செய்து,

இங்கும் அங்கும் சில கோபெக்குகளைச் சம்பாதித்த, ஒரு உதவியாளன் ஒருவனால் அடுப்பு தொடர்ந்து எரியவிடப்பட்டது. அலுவலக அடுப்புக்கு, அவனுக்கு மரச்சீவல்களையோ, அல்லது விறகுகளையோ அவர்கள் தரமாட்டார்கள்.

சுகோவ் திறந்ததும் வெளிப்புற கதவு கிரீச்சென சத்தமிட்டது. ஓக்கம் எனப்படும் மற்றொரு கதவும் அங்கு காணப்பட்டது. தன்னுடன் பனிப்புகை சூழ, அவன் உள்ளே நுழைந்து, விரைவாக கதவை இழுத்துமூடினான் (அப்போதுதான் அவர்கள் அவனைத் திட்டமாட்டார்கள்: “ஹே, முட்டாளே, கதவை மூடு”).

அலுவலகம் ஒரு துருக்கியக் குளியலைப்போல் சூடாயிருந்ததாக சுகோவுக்குத் தோன்றியது. சூரியன், மின்நிலையத்தில் நுழைவதுபோல ஆத்திரமாக இன்றி பனிபடர்ந்த சாளரக் கண்ணாடியூடாக உள்ளே நுழைந்து, அறைக்குள் உல்லாசமாக விளையாடியது. மேலும், பரந்த சூரியக் கதிரினூடே, சீஸரின் குழாயிலிருந்து வெளிப்பட்டு பரவிநின்ற புகை, தேவாலயத்தில் ஏற்றப்பட்ட பத்தியின் புகைபோலத் தோன்றியது. அடுப்பு வலதுபுறம் செந்நிறத்தில் மின்னியது. சாத்தான்கள், அவர்கள் விறகை எப்படிக் குவித்திருக்கிறார்கள்! அடுப்பின் குழாய்கூட செவ்வெம்மையாகக் காணப்பபட்டது. இதுபோன்ற கணப்படுப்பினருகில், ஒரு நிமிடம் உட்கார்ந்தாலே போதும் நீங்கள் ஆழ்ந்து தூங்கிவிடுவீர்கள்.

அலுவலகத்தில் இரண்டு அறைகள் உண்டு, மேற்பார்வையாளர்களால் ஆக்கிரமிக்கப்பட்ட இரண்டாவது அறைக்கான கதவு முழுதாக மூடப்படவில்லை, அதனூடாக மேற்பார்வையாளர்களின் சத்தம் முழங்கியது.

“வேலை மற்றும் கட்டுமானப் பொருட்களுக்கான செலவு திட்டமிட்டதைவிட அதிகமாயிருக்கிறது. உங்கள் மூக்குக்குக் கீழேயே சிறைவாசிகள் விலைமதிப்புமிக்க மரத்தடிகளை துண்டு துண்டாக்குகிறார்கள், ஆயத்தப் பலகைகளைப் பற்றி சொல்லவே தேவையில்லை, அவற்றை அவர்களது வெம்மை ஏற்றிக்கொள்ளும் பகுதியில் விறகாகப் பயன்படுத்துகிறார்கள். அன்றொரு நாள் வேகமாகக் காற்றடிக்கும்போது பண்டகசாலைக்கு அருகே சிமெண்ட்

மூட்டையைப் பிரிக்கிறார்கள். அதைவிடவும் சக்கரவண்டியில் பத்தடி தூரத்துக்கு ஏற்றிச்சென்றார்கள். அதன் விளைவாக பண்டகசாலையைச் சுற்றியுள்ள பகுதி முழுவதும் கணுக்காலளவு சிமெண்டில் ஆட்கள் நடந்து சிரமப்படுகிறார்கள். எவ்வளவு வீணென கணக்கிட்டுப் பார்!"

வெளிப்படையாகவே கண்காணிப்பாளர்களுடன் உள்ளே ஒரு ஆலோசனைக் கூட்டம் நடைபெற்றுக்கொண்டிருந்தது.

கதவருகே மூலையொன்றில் அமைந்த இருக்கையில் ஒரு உதவியாளன் ஓய்வாக அமர்ந்திருந்தான். அவனுக்கப்பால், சாய்வான தூணைப்போன்று குனிந்தபடி சுக்ரோபேடன்கோ- பி 219 காணப்பட்டான். அந்த மடையன்- சாளரத்துக்கு வெளியே, யாராவது அவனது விலைமதிப்புமிக்க ஆயத்த கட்டுமானப் பொருட்களை யாராவது எடுக்கிறார்களா என தற்போதும் பார்க்க முயன்றுகொண்டிருந்தான். இந்நேரத்துக்கு- நீ எங்களைப் பார்க்கமுடியாது உளவாளியே!

கணக்கெழுத்தாளர்களும், சிறைவாசிகள்தான், அவர்கள் அடுப்பில் ரொட்டியைச் சுட்டுக்கொண்டிருந்தனர். அது கருகிப்போவதிலிருந்து தடுப்பதற்காக, அவர்கள் தீக்கு மேலே கம்பிவலையொன்றைப் பொருத்தியிருந்தனர்.

சீஸர் தனது மேஜையில் சாய்ந்தபடி, குழாயில் புகைத்தபடியிருந்தான். அவனது முதுகு சுகோவை நோக்கியிருந்ததால் அவன் உள்ளே வந்ததைக் கவனிக்கவில்லை.

அவனுக்கு எதிரே நீண்டு மெலிந்த வயதான மனிதர் X 123 அமர்ந்திருந்தார். அவருக்கு இருபது வருடம் சிறைத்தண்டனை. அவர் காசா சாப்பிட்டுக்கொண்டிருந்தார். "இல்லை, என் நண்பரே," சீஸர் கனிவான, இயல்பான தொனியில் சொல்லிக்கொண்டிருந்தான். "ஒருவர் நடுநிலையாக இருக்கவேண்டுமானால், அவர் அவசியம் ஐன்ஸ்டீன் ஒரு மேதையென ஒப்புக்கொள்ளத்தான் வேண்டும்- இவான் தி டெரிபிள்- படைப்பு ஒரு மேதையினுடையது இல்லையா? இவானுடைய காவலர்களின் நடனம், முகமூடியணிந்த- ஆப்ரிக்நிக்கி- அந்த தேவலாயக் காட்சி!"

“ச்சீ,” என்றபடி X123 கோபமாக தனது கரண்டியை உதட்டுக்கு முன்பே நிறுத்தினார். “அவையெல்லாம் ரொம்பவே கலைப்பாவனை செய்பவை, அவற்றில் கலையே கிடையாது. தினசரி ரொட்டி மற்றும் வெண்ணெய்க்குப் பதிலாக மசாலா மற்றும் கசகசா விதைகள் அவை! அப்புறம், தனிப்பட்ட கொடுங்கோன்மையை நியாயப்படுத்தும்- தீமைபயக்கும் அரசியல் எண்ணம். மூன்று தலைமுறை ரஷ்ய அறிவுஜீவிகளின் நினைவைக் கேலிசெய்வது.” அவர் தனது உதடுகள் மரத்தாலானவை என்பதைப்போல் சாப்பிட்டார். காசா அவருக்கு எந்த நல்லதையும் செய்யாது.

“ஆனால் வேறென்ன விளக்கத்தை அவர் அளித்திருக்கமுடியும்?”

“விளைவுகளிருந்து தப்பிப்பதா? ஹ! பின் அவரை மேதையென அழைக்காதே! அவரை முகஸ்துதி செய்பவர் எனச் சொல்!, தீங்குபயக்கும் நாயொன்றின் உத்தரவுக்கு அடிபணிபவர். மேதைகள், கொடுங்கோலர்களின் ரசனைக்குப் பொருந்தும்படி தங்கள் விளக்கங்களை மாற்றிக்கொள்ள மாட்டார்கள்.”

“ஹ்ம், ஹம்!” சுகோவ் தொண்டையைச் செருமினான். அத்தகைய கற்றறிந்தவர்களின் உரையாடலில் இடையிடும் எண்ணம் அவனுக்குக் கிடையாது. ஆனால் அங்கே நின்றுகொண்டிருப்பதில் எந்த அர்த்தமும் இல்லை. சுகோவைப் பார்க்கக்கூட செய்யாமல் அந்தரத்திலிருந்து காசா உருவானதுபோல், சீஸர் சுழன்று திரும்பி கிண்ணத்துக்காக கையை நீட்டினான்.

“ஆனால் கவனியுங்கள்,” அவன் தொடர்ந்தான். “கலை என்பது என்ன என்பதன் விஷயமல்ல, எப்படி என்பதன் விஷயம்”

X 123 மேஜையை கோபமாக தனது கையின் விளிம்பால் குத்தினார்.

“என்னில் மதிப்புமிக்க உணர்வு எதனையும் தோற்றுவிக்கவில்லையெனில் உங்களது ‘எப்படி’ நரகத்துக்குப் போகட்டும்.”

ஒரு கிண்ணம் காசா கொண்டுவந்த மனிதன் எவ்வளவு நேரம் நின்றால் நாகரிகமோ அத்தனை நேரம் சுகோவ் நின்றான்.

அனைத்துக்கும் மேல், சீஸர் அவனுக்கு புகைக்க சிகரெட் தரக்கூடும். ஆனால் சீஸர் அவனது இருப்பை முழுக்க மறந்தவனாகத் தெரிந்தான்.

எனவே சுகோவ் திரும்பி அமைதியாக நடந்து வெளியேவந்தான். குளிர் தாங்கக்கூடியதுதான் என அவன் தீர்மானித்தான். பாளம் இடும் வேலை ரொம்ப மோசமாகப் போகாது.

அவன் பாதையில் நடந்துவரும்போது, பனியில் சிறிய துண்டு இரும்பாலான ரம்பத்தைக் கண்டான். உடனடியாக அதனால் எந்தப் பயன்பாட்டையும் அவனால் நினைவுக்குக் கொண்டுவர முடியவில்லையென்றாலும், எதிர்காலத்தில் தேவைப்படாதென ஒருபோதும் சொல்லமுடியாதென நினைத்தான். எனவே அவன் அதை எடுத்து கால்சட்டைப் பையில் போட்டுக்கொண்டான். அவன் அதை மின்நிலையத்தில் மறைத்துவைக்கவேண்டும். வீணடிக்கவும் வேண்டாம். ஏங்கவும் வேண்டாம்.

மின்நிலையத்தை அடைந்ததும் அவன் செய்த முதல் விஷயம் அவனது சாந்துக் கரண்டியை அதன் மறைவிடத்திலிருந்து எடுத்து, அவன் இடுப்பில் அணிந்திருந்த நீளக் கயிறுக்குக் கீழ் அதை வைத்தான். பின் அவன் இயந்திரக் கடைக்குப் புறப்பட்டான்.

சூரியவெளிச்சத்துக்குப் பின்பும் அந்தக் கடை முழுக்க இருளாகவும் வெளியே இருப்பதைவிட கதகதப்பாகவும் காணப்படவில்லை. ஒருவித ஈர நசநசப்போடு காணப்பட்டது.

சுகோவ் சரிசெய்த வட்ட இரும்பு அடுப்பினருகிலோ, அல்லது மணலை உலர்த்துவதற்காக அதிலுள்ள நீரை ஆவியாக்கிய அடுப்புக்கு அருகிலோ அனைவரும் கூடியிருந்தனர். அடுப்புகளுக்கு அருகில் இடம்கிடைக்காதவர்கள், சிமெண்ட் காரை கலக்கும் தொட்டியின் விளிம்பில் அமர்ந்திருந்தனர். டியூரின் அடுப்புக்கு எதிரில் அமர்ந்து, பாவ்லோ அடுப்பில் சூடாக்கித் தந்த காசாவை காலிசெய்துகொண்டிருந்தான். ஆட்கள் ஒருவர் மற்றொருவரிடம் கிசுகிசுத்துக்கொண்டிருந்தனர். அவர்கள் பெரிதும் உத்வேகத்துடன் காணப்பட்டனர். அவர்களில் ஒருவர் சுகோவிடம், குழுத் தலைவர் வேலையறிக்கையை வெற்றிகரமாகத் தாக்கல்செய்துவிட்ட செய்தியைச் சொன்னான். அவன் நல்ல மனநிலையில் திரும்பிவந்திருந்தான்.

என்ன விதமான வேலையை அவன் அதில் கண்டான், அதை எப்படி மதிப்பிட்டான் என்பது டியூரினின் விவகாரம். உண்மையில் நாளின் முதல் பாதியில் குழு என்ன செய்துமுடித்தது? ஒன்றும் இல்லை. அடுப்பைச் சரிசெய்ததற்காக அவர்களுக்கு ஊதியமளிக்கப்படமாட்டாது, அந்த இடத்தை கதகதப்பாக ஆக்கியதற்காகவும் அவர்களுக்கு ஊதியம் தரப்படாது - அவர்கள் அதை தங்களுக்காகச் செய்துகொண்டனர், எழுந்துவரும் கட்டடத்துக்காக அல்ல. ஆனால் அந்த அறிக்கையில் ஏதாவது எழுதப்படவேண்டும். சீஸர், குழுத் தலைவருக்கு அதை முறையாகச் செய்ய உதவியிருக்கலாம். டியூரின் ஒன்றுமில்லாமல் அவனைத் தேடிச் சென்றிருக்கமாட்டான். புத்திசாலித்தனமாக எழுதப்பட்ட வேலை அறிக்கையின் பொருள், ஐந்து நாட்களுக்கு நல்ல உணவு. சரி, நான்கு நாட்கள். மொத்த முகாமுக்கும் உத்தரவாதமளிக்கப்பட்ட குறைந்தபட்ச உணவு- சிறந்தவர்களுக்கும் மோசமானவர்களுக்கும் அனைவருக்கும் ஒரேயளவு என்று கூறி, அதிகாரிகள் தங்களுக்கென ஐந்தில் ஒருநாளை திருடிக்கொள்வார்கள். அனைவருக்கும் ஒரேயளவு உணவு: நியாயமாக இருப்பதுபோலத் தோன்றும். ஆனால் அது நமது வயிறுகளை காயவிட்டு பிடிக்கப்பட்ட மிச்சம். நல்லது. ஒரு சிறைவாசியின் வயிறு எதையும் தாங்கும். இன்றைக்குத் தட்டைச் சுரண்டிக்கொண்டிருந்தாலும் நாளையை நினைத்து நம்பிக்கையோடிருப்பது.

உத்தரவாதமளிக்கப்பட்ட குறைந்தபட்ச உணவை மட்டுமே பெறும் நாட்களில், இந்த நம்பிக்கையுடன்தான் அவர்கள் அனைவரும் தூங்கச் சென்றார்கள்.

ஆனால் நீங்கள் அதைப் பற்றிச் சிந்தித்துப் பார்த்தால், அது ஐந்து நாட்களுக்கான வேலைக்கு நான்கு நாட்களுக்கான உணவு.

கடை அமைதியாக இருந்தது. சிறைவாசிகளில் புகையிலை வைத்திருந்தவர்கள் புகைத்தார்கள். வெளிச்சம் மங்கலாகக் காணப்பட, ஆட்கள் நெருப்பை நோக்கி அமர்ந்திருந்தார்கள். பெரியதொரு குடும்பத்தைப் போல. குழு, ஒரு குடும்பமாக இருந்தது. அடுப்பருகில் இரண்டு அல்லது மூன்று பேரிடம் டியூரின் பேசிக்கொண்டிருக்க, அவன் பேசுவதை அவர்கள் கேட்டுக்கொண்டிருந்தனர். டியூரின் ஒருபோதும் தனது

வார்த்தைகளை வீணடித்ததில்லை, அவன் தன்னோடு பேச அனுமதித்தானென்றால், அவன் நல்ல நகைச்சுவை மனநிலையில் இருக்கிறான்.

அவனும்கூட, தொப்பியை அணிந்தபடி சாப்பிடப் பழகியிருக்கவில்லை, தலையில் தொப்பியணியாதபோது அவன் வயதானவனாகத் தோன்றினான். அவர்கள் அனைவரையும்போல முடியை ஒட்டவெட்டியிருந்தபோதும், சுவாலையின் வெளிச்சத்தில் அவனுக்கு எவ்வளவு வெள்ளை முடிகள் இருந்தன என நீங்கள் பார்க்கமுடியும்.

ஒரு படையணிக்கான தளபதியின் முன் என் காலணிக்குள் நடுங்கியபடி நான் நின்றுகொண்டிருக்கிறேன். பக்கத்தில் படைத் தளபதியும் நிற்கிறார். "செஞ்சேனை வீரன் டியூரின் உங்களது சேவைக்காக", என்றபடி நான் அவர்முன் நின்றேன். தளபதி தனது அடர்த்தியான புருவங்களின் வழியே என்னைக் கடுமையாகப் பார்த்து, எனது முழுப் பெயரைச் சொல்லச் சொன்னார். நான் சொன்னேன். பிறந்த வருடம். நான் அவரிடம் சொன்னேன். இது முப்பதுகளில் நடந்தது, அப்போது எனக்கு இருபத்திரண்டு வயசு, சின்னப் பையன். 'நல்லது டியூரின், நீ எப்படி பணிபுரிகிறாய்?' 'நான் உழைக்கும் மக்களுக்காகப் பணிபுரிகிறேன்,' ஒரு வணக்கம் வைத்து பதில் சொன்னேன். அவர் கோபத்தில் கொந்தளித்து இரண்டு முட்டிகளையும் மேஜையில் தொம்மெனக் குத்தினார்! 'நீ உழைக்கும் மக்களுக்காகச் சேவை செய்கிறாயா, முட்டாளே, நீ யார்?' உள்ளுக்குள் நான் உறைந்துபோனேன், ஆனாலும் தகர்ந்துபோகாமல் என்மீது ஒரு பிடிப்பை வைத்திருந்தேன். 'எந்திரத் துப்பாக்கி வீரன். முதல் வகுப்பு. ராணுவப் பயிற்சியிலும் அரசியலிலும் அற்புதமான மதிப்பெண்கள்.'

'முதல்-வகுப்பு! நீ என்ன பேசிக்கொண்டிருக்கிறாய், ஒன்றுக்கும் உதவாதவனே? உன்னுடைய தந்தை ஒரு குலாக். காமனிலிருந்து இந்த ஆவணம் வந்திருக்கிறது, பார். உனது தந்தை ஒரு குலாக் என்பதை நீ மறைத்துவந்திருக்கிறாய். அவர்கள் உன்னை இரண்டு வருடங்களாகத் தேடிக்கொண்டிருந்திருக்கிறார்கள்.' நான் வெளுத்துப்போய் என் வாயை மூடிக்கொண்டிருந்தேன். அவர்கள் என்னைக் கண்டுபிடித்துவிடக்கூடாது என்பதற்காக நான் ஒரு வருடமாக அவர்களுக்கு கடிதமே எழுதவில்லை.

அவர்கள் வீட்டில் எப்படி வாழ்கிறார்கள் என்பதைப் பற்றி எனக்கு எதுவும் தெரியாது, அவர்களும் என்னைப் பற்றி எதுவும் அறிந்திருக்கமாட்டார்கள். 'உன் மனசாட்சி எங்கே?' அவரது கழுத்துப்பட்டை மேலிருந்த நான்கு பட்டைகளும் குலுங்க என்னைப் பார்த்துக் கத்தினார். 'சோவியத் அதிகாரத்தை ஏமாற்றிக்கொண்டிருந்ததற்காக உன்னைக் குறித்து நீ வெட்கப்படவில்லையா?' அவர் என்னைக் கடிந்துகொள்ளப்போகிறாரென நினைத்தேன். ஆனால் அப்படிச் செய்யவில்லை. அன்றைக்கு ஆறு மணிக்கே ராணுவத்திலிருந்து வெளியேற்றும்படி அவர் உத்தரவொன்றை எழுதினார். அது நவம்பர் மாதம்.

அவர்கள் எனது குளிர்காலச் சீருடையை என்னிடமிருந்து பறித்துக்கொண்டு, கோடைகாலச் சீருடை ஒன்றைத் தந்தனர். அது நிச்சயம் மூன்று கை மாறிவந்ததாக இருக்கவேண்டும். கூடவே ஒரு சிறிய, இறுக்கமான மேற்சட்டை. நான் எனது குளிர்கால சீருடையை விட்டுத்தந்திருக்கத் தேவையில்லை, அதை அவர்களுக்கு அனுப்பினால் போதும் என்பதை அந்த நேரத்தில் அறிந்திருக்கவில்லை.... எனவே அவர்கள் ஒரு துண்டு காகிதத்துடன் என்னை அனுப்பினர்.

'பதவியிலிருந்து நீக்கப்பட்டு... ஒரு குலாக்கின் மகனாக அனுப்பப்பட்டார்.' பார்த்த வேலைக்கான சிறப்பான மேற்கோள். வீட்டை அடைவதற்கு நான் நான்கு நாட்கள் பயணம் செய்யவேண்டும். அவர்கள் எனக்கு இலவச பயண அனுமதிச் சீட்டு தரவில்லை, ஒரு நாள் உணவுக்கான சீட்டுகள்கூட வழங்கவில்லை. வெறுமனே கடைசி முறையாக இரவுணவு மட்டும் கொடுத்து பதவியிலிருந்து தூக்கியெறிந்துவிட்டார்கள்."

"தற்செயலாக, முப்பத்தி எட்டில், கோல்டாஸிலுள்ள நாடுகடத்தும் முனையத்தில் நான் எனது முன்னாள் படைப்பிரிவின் தளபதியைப் பார்த்தேன். அவருக்கும் பத்தாண்டுகள் தரப்பட்டிருந்தது. அவரிடமிருந்து படைத் தளபதி, படைப்பிரிவு அமைச்சர் இருவரும் முப்பத்தி ஏழில் சுட்டுக்கொல்லப்பட்டதை அறிந்தேன். பாட்டாளி வர்க்கமோ அல்லது குலக்குகளோ, அவர்கள் மனசாட்சியுடன் இருந்தார்களோ இல்லையோ எதுவும் பொருட்டில்லை. எனவே நான் எனக்குள்

ஆழ்ந்தபடி சொல்லிக்கொண்டேன்: எனவே அனைத்துக்கும் மேலாக, படைப்பவனே, நீ மேலே சொர்க்கத்தில் இருக்கிறாய். உனது பொறுமையோ நீண்டது- ஆனால் நீ பலமாகத் திருப்பிக்கொடுக்கிறாய்."

இரண்டு கிண்ணம் காசாவுக்குப் பின் சுகோவ், புகைபிடிக்க மிகவும் ஏங்கினான். அப்படி புகைபிடிக்காவிட்டால் அவன் இறந்துவிடக்கூடும் என்பதுபோல உணர்ந்தான். ராணுவக் குடியிருப்பு 7-ல் உள்ள லித்துவேனியனிடமிருந்து வீட்டில் வளர்க்கப்பட்ட புகையிலை இரண்டு கண்ணாடிக் குவளையளவுக்கு வாங்கவேண்டுமென நினைத்தான். அவன் அந்த எஸ்தோனிய மீனவனிடம் தாழ்ந்த குரலில் சொன்னான்:

"கவனி, இனோ, நாளை வாங்கிக்கொள்வதுபோல், எனக்கு ஒரு சிகரெட்டளவுக்கு கொஞ்சம் புகையிலை கடன்கொடு. உனக்கே தெரியும் நான் உன்னை ஏமாற்றமாட்டேன்."

இனோ அவனை ஆழ்ந்து பார்த்தான், பின் மெதுவாக அவனது கண்களை 'சகோதரனிடம்' திருப்பினான். அவர்கள் அனைத்தையும் பகிர்ந்துகொண்டனர். அவர்களில் ஒருவர் மற்றவரிடம் ஆலோசிக்காமல் ஒரேயொரு பிடி புகையிலைகூட செலவழிக்கமாட்டார்கள். ஒன்றாக எதையோ அவர்கள் முணுமுணுத்தனர், இனோ தனது இளஞ்சிவப்பு-எம்ப்ராய்டரி பையை எட்டினான். அதிலிருந்து அவன் கொஞ்சம், தொழிற்சாலையில் நறுக்கப்பட்ட, புகையிலையைப் பிரித்தெடுத்து சுகோவின் உள்ளங்கையில் வைத்தான், அதனைக் கண்களால் அளவிட்டு, இன்னும்கொஞ்சம் புகையிலை இழைகளை வைத்தான். ஒரு சிகரெட்டுக்குப் போதுமான அளவு.

சுகோவ் செய்தித்தாள் துண்டொன்றை தயாராக வைத்திருந்தான். அவன் சிறுபகுதியைக் கிழித்து, சிகரெட் உருட்டினான், டியூரின் காலருகே வைக்கப்பட்டிருந்த மின்னும் கங்கொன்றை எடுத்து- உறிஞ்சிப் பற்றவைத்தான். ஒரு கிளாஸ் வோட்கா பருகியதுபோல தலைமுதல் கால்வரை ஒரு இனிய மயக்கம் அவனது உடலெங்கும் பரவியது.

அவன் புகைக்கத் தொடங்கிய கணம், ஒரு ஜோடி பச்சைக் கண்கள், கடையின் நீளவாக்கில் எதிர்ப்பக்கத்திலிருந்து அவனை எரித்தன- அது நரி, ஃபெடிகோவினுடையது.

அவனுக்கு ஒரு இழுப்புக் கொடுத்தால் அவன் கடுமை குறையலாம், ஆனால் அவன் ஏற்கெனவே அன்றைக்கு வேகமாக ஒன்றை இழுப்பதைப் பார்த்திருந்தான். இல்லை- பதிலாக சென்காவுக்கு கொஞ்சம் விட்டுவைத்தால் சிறப்பானது. சென்கா, நெருப்புக்கு முன்னால் அமர்ந்து அணித் தலைவரின் கதையைக் கேட்கவில்லை. பாவப்பட்டவன், அவனது தலை ஒருபக்கமாக இருந்தது.

டியூரினின் அம்மைத்தழும்பு முகம் சுவாலையால் பளிச்செனத் தெரிந்தது.

என்னவோ வேறொருவரின் கதையைச் சொல்வதுபோல் அவன் அமைதியாகப் பேசினான்:

என்னிடம் இருந்த உடைகளையெல்லாம், அவற்றின் நான்கிலொரு பங்கு மதிப்புக்கு விற்றேன். அவர்கள் ஏற்கெனவே ரொட்டியை பங்கீட்டுமுறையில் அளிக்கத்தொடங்கியிருந்ததால், கொஞ்சம் ரொட்டிகளை அதற்கான சாளர முகப்பில் வாங்கிக்கொண்டேன். சரக்கு ரயிலில் தாவி ஏறுவதைப் பற்றி நினைத்தேன், ஆனால் அவர்கள் அப்போது அதற்கு கடுமையான அபராதங்களை அறிமுகப்படுத்தியிருந்தனர். யோசித்துப்பார்த்தால், உங்களிடம் பணமிருந்தாலும் நீங்கள் பயணச்சீட்டு வாங்க முடியாது. நீங்கள் சிறப்பு குட்டிப் புத்தகங்களைச் சமர்ப்பிக்கவேண்டும் அல்லது பயண ஆவணங்களைக் காட்டவேண்டும். நடைமேடையில்கூட ஏறமுடியாது, ராணுவவீரர்கள் தடையரணாய் நின்றுகொண்டிருந்தனர், புகைவண்டி நிலையத்தின் இருமுனைகளிலும் மேலும் கீழுமாக காவலர்கள் அலைந்துகொண்டிருந்தனர்.

அது ஒரு குளிர்மிகுந்த சூர்ய அஸ்தமனமாயிருந்தது. நீர்க்குட்டைகள் உறைந்துகொண்டிருந்தன. நான் எங்கு இரவைக் கழிக்கப்போகிறேன்? எனது இரண்டு ரொட்டிகளுடன், ஒரு செங்கல் சுவரை தாண்டிக்குதித்து, பொதுக்கழிப்பிடத்துக்குள் நுழைந்தேன். அங்கே கொஞ்சநேரம் காத்திருந்தேன். யாரும் என் பின்னால் வரவில்லை. ராணுவ வீரனைப் போல் நான் வெளியே வந்தேன்.

விளாடிவோஸ்டோக்- மாஸ்கோ புகைவண்டி, நிலையத்தில் நின்றிருந்தது. சுடுதண்ணீர்க் குழாயைச் சுற்றி கூட்டம் சேர்ந்திருக்க, தங்களது டீப்பாத்திரத்தால் ஒருவர் மற்றவர் தலையை இடித்துக்கொண்டிருந்தனர். கூட்டத்தின் விளிம்பில் நீல கம்பளிப்பின்னல் மேற்சட்டையணிந்த பெண்ணொருத்தி- தனது பெரிய பாத்திரத்துடன் நிற்பதைக் கவனித்தேன். நெருக்கியடித்துக்கொண்டு அவள் குழாய்க்கு வர பயந்தபடி காணப்பட்டாள். தனது சிறிய பாதங்களை பிறர் மிதிப்பதையோ, சுடுநீரால் கால்கள் புண்ணாவதையோ அவள் விரும்பவில்லை.

"கவனி", நான் அவளிடம் சொன்னேன், "இந்த ரொட்டிகளைப் பிடித்துக்கொள், நான் உன்னுடைய பாத்திரத்தை வேகமாக நிரப்பிவிட்டு வருகிறேன்." நான் அப்படிச் செய்துகொண்டிருக்கையில், புகைவண்டி கிளம்பியது. அவள் ரொட்டிகளைப் பிடித்துக்கொண்டிருந்தாள்.

அவளுக்கு அழுகை பீறிட்டது. அவற்றுடன் அவள் என்ன செய்யப்போகிறாள்? அவள் பாத்திரத்தை இழப்பதைப் பற்றி கவலைப்படமாட்டாள். நான் அவளிடம் "ஓடு" என்றேன். "நான் உன்னைப் பின்தொடர்ந்து வருவேன்." என்னுடன் அவள் ஓடிவர, நான் அவளைப் பிடித்து ஒற்றைக் கையால் புகைவண்டியில் ஏற்றினேன்.

புகைவண்டி வேகமாகப் போய்க்கொண்டிருந்தது. நானும் அதில் ஒரு காலை வைத்திருந்தேன். நடத்துநர் என் விரல்களைத் தட்டிவிடவோ அல்லது நெஞ்சில் கைவைத்துத் தள்ளவோ செய்யவில்லை - அந்த வண்டியில் வேறு வீரர்களும் இருந்தார்கள், அவர்களில் ஒருவனென என்னை அவன் நினைத்துக்கொண்டான்."

சுகோவ் சென்காவின் விலாவில் முழங்கையால் இடித்து- வா, இதை நிறைவு செய், பரிதாபத்துக்குரிய சோம்பேறியே. அவன் சிகரெட்டை தனது மரத்தாலான சிகரெட் ஹோல்டருடன் சென்காவிடம் கொடுத்தான். அவன் ஒரு இழுப்பு இழுக்கட்டும். சென்கா, அந்த மூடன், அதனை ஒரு நடிகனைப்போல், ஒரு கையை தன் நெஞ்சின்மேல் வைத்து, தனது தலையைக் குனிந்து ஏற்றுக்கொண்டான். அனைத்துக்கும் மேல், அவன் ஒரு செவிடன்.

டியூரின் தொடர்ந்து சொன்னான்: "புகைவண்டிப் பெட்டியின் ஒரு தடுப்பில் ஆறு பேர் இருந்தனர், அனைவரும் பெண்கள். அவர்கள் தொழில்நுட்ப படிப்பு முடித்து திரும்பிக்கொண்டிருந்த லெனின்கிராட் மாணவர்கள். அவர்களது சிறிய மேஜையில் அழகிய விரிப்பு ஒன்று காணப்பட்டது. கோட் தொங்கவிடுவதற்கான இடத்தில் மழைக்கோட்டுகள் ஆடிக்கொண்டிருந்தன. விலையுயர்ந்த சூட்கேஸ்கள். அவர்கள் வாழ்க்கையினூடாக மகிழ்ச்சியாகச் சென்றுகொண்டிருந்தனர். அவர்களுக்கு முன்னால் அனைத்தும் தெளிவாக இருந்தன. நாங்கள் பேசிக்கொண்டும் சிரித்துக்கொண்டும், ஒன்றாக தேநீர் பருகிக்கொண்டும் இருந்தோம்.

"அவர்கள் என்னிடம் நான் ரயிலின் எந்தப் பெட்டியைச் சேர்ந்தவனென கேட்டனர். பெருமூச்சுவிட்டபடி நான் அவர்களிடம் உண்மையைச் சொன்னேன். பெண்களே, நான் நேராக மரணத்துக்குச் செல்லும் ஒரு சிறப்புப் பெட்டியில் இருக்கிறேன்."

கடையில் மௌனம் நிலவியது. கேட்டதெல்லாம் அடுப்பின் சீற்றம் மட்டுமே.

"நல்லது, அவர்கள் சற்றுநேரம் திணறிவிட்டு முனகியபடி, தங்களது தலைகளை ஒன்றுசேர்த்து கூடிப்பேசினர். விளைவாக, அவர்கள் மேல் படுக்கையில் என்னை தங்களது மழைக்கோட்டால் மூடிமறைத்தனர். நோவோசிபிர்ஸ்க் வரையில் அவர்கள் என்னை மறைத்தனர். அவர்களில் ஒருவருக்கு பின்பு, என் நன்றியைக் காட்டமுடிந்தது- முப்பத்தி ஐந்தில் கிரோவ் அலையில் அவள் அடித்துச்செல்லப்பட்டாள். அவள் கடின உழைப்புக் குழுவில் வேலைசெய்ய அனுப்பப்படவிருக்கையில், நான் தையல் கடையொன்றில் அவளுக்கு வேலை ஏற்பாடு செய்தேன்."

"நாம் சிமெண்ட் காரையைக் கலக்கலாமா?" பாவ்லோ, டியூரினை கிசுகிசுப்பான குரலில் கேட்டான்.

டியூரின் அவன் சொன்னதைக் கேட்கவேயில்லை.

"நான் தோட்டத்தின் பின்புற வழியாக, இரவில் எங்கள் வீட்டுக்கு வந்தடைந்தேன். அன்றிரவே நான் கிளம்பிவிட்டேன்.

எனது இளைய சகோதரனை என்னுடன் கதகதப்பான பகுதியான ஃப்ரூன்சேக்கு அழைத்துவந்தேன். அவனுக்கு சாப்பிடக் கொடுக்க என்னிடம் எதுவுமில்லை. எனக்கும் சாப்பிட எதுவுமில்லை. ஃப்ரூன்சேவில் அனைத்துவிதமான பிச்சைக்காரர்களும் நாடோடிச் சிறுவர்களும் சுற்றியமர்ந்திருக்க, சில சாலைப் பணியாளர்கள் தாரைக் காய்ச்சிக்கொண்டிருந்தனர். நான் அவர்களிடையே அமர்ந்து சொன்னேன்: "தோழர்களே, எனது இளைய சகோதரனை புதியவனாகச் சேர்த்துக்கொள்ளுங்கள். எப்படி வாழ்வதென அவனுக்குக் கற்றுக்கொடுங்கள்." அவர்கள் அவனை சேர்த்துக்கொண்டனர். அந்த நெறிபிறழ்ந்தவர்களுடன் நான் சேர்ந்துகொள்ளாததற்காக மட்டுமே வருந்துகிறேன்.

"அப்புறம் நீங்கள் ஒருபோதும் உங்களது சகோதரனைப் பார்க்கவில்லையா?" கேப்டன் கேட்டார்.

டியூரின் கொட்டாவிவிட்டான்.

"மறுபடி ஒருபோதும் பார்க்கவில்லை."

அவன் மீண்டுமொருமுறை கொட்டாவி விட்டான்.

"நல்லது. நீங்கள் அதனால் மனம்தளராதீர்கள், நண்பர்களே," அவன் சொன்னான்.

"இந்த மின்நிலையத்திலும் நாம் வாழ்ந்து காட்டுவோம்.. சுண்ணாம்புக் காரை கலக்கத் தொடங்குங்கள். விசில் சத்தத்துக்காக காத்திருக்காதீர்கள்."

ஒரு குழு என்பது அதுதான். ஒரு காவலன் வேலை நேரத்தில் ஆட்களை சிறிதளவும் நகரவிடமாட்டான், ஆனால் குழுத் தலைவர் இடைவேளையில்கூட தனது நபர்களிடம் வேலையைச் செய்யும்படிச் சொல்லமுடியும். ஏனெனில் அவர்களுக்கு உணவுகிடைக்கச் செய்பவன் அவன். அவன் ஒருபோதும் ஒன்றுமில்லாததற்காக வேலைபார்க்க விடமாட்டான்.

விசிலூதப்பட்ட பின்னால் காரையைக் கலக்க அவர்கள் சென்றால், பின் அது தயாராகும் வரை கொத்தர்கள் காத்திருக்கவேண்டும்.

சுகோவ் ஆழமாக ஒருமுறை மூச்சிழுத்துவிட்டு எழுந்துநின்றான். "நான் மேலேபோய் பனிக்கட்டியை நீக்குவேன்."

அவன் தன்னுடன் ஒரு சிறிய கைக்கோடரி, துடைப்பம், சமப்படுத்தும் தடி, நூற்குண்டு மற்றும் கொத்தனுக்கான சுத்தி, நீளமான கயிறு ஆகியவற்றை எடுத்துக்கொண்டான்.

கில்காஸ் அவனை, தனது செந்நிற கன்னத்துடன் முகம்சுருங்கப் பார்த்தான். அவனுடைய குழுத் தலைவர் சொல்லும்முன் ஏன் அவன் பாய்ந்தெழவேண்டும்? ஆனால், குழுவுக்கு கூடுதல் உணவு கிடைப்பதைப்பற்றி கவலைப்படவேண்டிய அவசியம் கில்காஸுக்கு இல்லை. சில அவுன்ஸ் உணவு குறைந்தாலும் கில்காஸுக்கு எல்லாம் ஒன்றுதான்- அவன் தனது சிப்பங்களிலிருந்து சமாளித்துக்கொள்வான் என சுகோவ் நினைத்தான்.

அப்படியிருந்தும் கில்காஸ் நகர்ந்தான், தனக்காக குழு காத்திருக்க நேரக்கூடாது என அவன் புரிந்துகொண்டான். "ஒரு நிமிஷம் பொறு, நானும் வருகிறேன்," அவன் கூறினான்.

"நீ அங்கே போ, மடையா. நீ உனக்காக வேலைபார்த்தால், பரபரப்பாகவே இருப்பாய்." (சுகோவ் அவசரப்பட்டதற்கு இன்னொரு காரணமும் இருந்தது. கில்காஸுக்கு முன்பு அந்த நூற்குண்டை சுகோவ் கையகப்படுத்த விரும்பினான். சாதனங்களுக்கான கடையிலிருந்து அவர்கள் ஒரேயொரு நூற்குண்டையே கொண்டுவந்திருந்தனர்.)

"நிஜமாகவே பாளம் பாவுவதற்கு மூன்று பேர் போதுமா?" பாவ்லோ டியூரினைக் கேட்டான். "நாம் இன்னொருவனை மேலே அனுப்பவேண்டாமா? அல்லது அங்கே போதுமான காரை இருக்கவேண்டாமா?"

டியூரின் புருவங்களைச் சேர்த்து யோசித்தான்.

"நான்காவது ஆளாக நானே இருப்பேன், பாவ்லோ. நீ இங்கே சிமெண்ட் காரையில் வேலைசெய். இது பெரிய தொட்டி. நாம் இந்த வேலையில் ஆறு பேரை ஈடுபடுத்துவோம். இப்படி வேலை செய்- காரை தயாரானதும் ஒருமுனைக்கு அதை நகர்த்திவிட்டு, மறுமுனையில் இன்னும் கொஞ்சம் காரையைக் கலக்குங்கள்.

தடையில்லாத விநியோகம் இருக்கும்படி பார்த்துக்கொள்ளுங்கள். ஒரு கணம்கூட இடைவெளி விடக்கூடாது.''

"ஹ்!'' பாவ்லோ துள்ளிக்குதித்தான். அவன் இளமையானவன், அவனது இரத்தம் புத்தம்புதியது, முகாம் வாழ்க்கை அவனை இன்னும் களைப்படைய வைத்திருக்கவில்லை. அவனது முகம் உக்ரேனிய பாலாடையால் கொளுத்துப்போயிருந்தது. "நீங்கள் பாளங்கள் பதிப்பதாயிருந்தால், உங்களுக்காக நானே காரையைத் தயார் செய்வேன். யார் கடினமாக வேலைசெய்கிறாரென நாம் பார்க்கலாம். ஹே, நீளமான மண்வாரி எங்கே?''

அதுதான் துணைத் தலைவரென்பது. பாவ்லோ காட்டில் மறைந்திருந்து சுடும் ராணுவ வீரன், அவன் இரவுச் சோதனைகளில்கூட இருந்திருக்கிறான். முகாமில் அவனது முதுகொடிய வேலைசெய்யவைக்க முயற்சித்துப் பாருங்கள். ஆனால் குழுத் தலைவருக்காக வேலை பார்ப்பதென்றால்- அது மாறுபட்டது.

சுகோவும் கில்காவும் இரண்டாவது மாடிக்குச் செல்ல வெளியே வந்தனர். அவர்கள், தங்களுக்குப் பின்னால் சாய்வுமேடையில் சென்கா வருவதால் வரும் கிறீச் சத்தத்தைக் கேட்டனர். ஆக, பரிதாபத்துக்குரிய செவிடன் சென்கா, அவர்கள் எங்கே இருப்பார்கள் என யூகித்திருக்கிறான்.

பாளங்களை அடுக்கி, இரண்டாவது மாடிச் சுவரெழுப்புவதற்கான தொடக்கம் மட்டுமே நடந்திருந்தது. சுற்றிலும் மூன்று வரிசைகள், ஓரிடத்தில் சற்று உயரமாகவும் மற்றோரிடத்தில் தாழ்வாகவும். மூட்டிலிருந்து மார்பு வரையான சுவரெழுப்புதல் என்பதால், சாரக்கட்டின் உதவியில்லாமல் வேலை வேகமாகப் போயிருந்தது.

அங்கிருந்த அனைத்து நடைமேடைகளும் தாங்குசட்டங்களும், மற்றொரு குழு அதைப் பெற்றுவிடக்கூடாது எனத் தடுப்பதற்காக, கொஞ்சம் இதர கட்டடவேலைகளுக்கும், கொஞ்சம் எடுத்துச்சென்று எரிப்பதற்காகவுமென சிறைவாசிகளால் எடுத்துச்செல்லப்பட்டுவிட்டது. ஆனால் தற்போது அனைத்தும் திரும்பவும் மேற்கொள்ளப்படவேண்டும். நாளை அவர்கள் கொஞ்சம் தாங்குசட்டங்களை அடித்தாகவேண்டும். இல்லையெனில் வேலை நின்றுபோகும்.

நீங்கள் மேலேயிலிருந்து வெகுதொலைவுக்குப் பார்க்கமுடியும்- அந்த பனிமூடிய, கைவிடப்பட்ட விரிந்த பரப்பு (சிறைவாசிகள், மதிய உணவு இடைவேளை முடியும்முன் மறைந்திருந்து கதகதப்பைத் தேடுவது), இருண்ட கண்காணிப்புக் கோபுரங்கள், கூரிய முனைகொண்ட கழிகளுடனான முள்வேலிகள். சூரியனைப் பார்த்துவிட்டு பார்த்தாலேயொழிய அந்த முள்வேலிகளை நீங்கள் பார்க்காமலிருக்கமுடியாது. சூரியன் மிகவும் பிரகாசமாக இருந்தது. அது உங்களை கண்கூச வைக்கும்.

அத்துடன், சற்று தொலைவில், எளிதில் தூக்கிச்செல்லக்கூடிய மின்சாரம் உருவாக்கும் எந்திரம் ஆகாயத்தை கறுப்பாக்கியபடி புகைந்துகொண்டிருப்பதைப் பார்க்கமுடியும். அது திணறலான சத்தத்தையும் எழுப்பிக்கொண்டிருந்தது. விசில் சத்தத்துக்குமுன் எப்போதும் அந்த கரகரப்பான, நோய்த்தன்மையுடனான சத்தத்தை, எழுப்பியது. அப்படியாக அது சென்றதால், அவர்கள் உணவு இடைவேளையை அளவுக்கதிகமாகக் குறைப்பதில்லை.

“ஹேய், பாட்டாளி! அந்த நூற்குண்டுடன் வேகமாக வேலையைத் தொடங்கு,” கில்காஸ் கத்தினான்.

“பார், உன் சுவரில் எவ்வளவு பனியைச் சுத்தம்செய்யாமல் விட்டிருக்கிறாய். நீ மாலை நேரமாவதற்குள் இதை உடைத்துவிடமுடியுமாவென பார்,” சுகோவ் தீர்மானகரமாகச் சொன்னான். “நீ உன்னுடன் உனது சாந்துக்கரண்டியைக் கொண்டுவந்திருக்கவேண்டியதில்லை.”

அவர்கள் தங்களுக்கு ஒதுக்கப்பட்ட சுவர்களை இரவுணவுக்கு முன்னர் தொடங்கத் திட்டமிட்டிருந்தனர், ஆனால் டியூரின் கீழிருந்து அழைத்தான்: “ஏய், கொத்தர்களே! நாம் ஜோடி ஜோடியாக வேலைசெய்வோம், அப்போதுதான் காரை கொத்தர் சட்டிகளிலே உறைந்துவிடாது. சென்காவை உனது சுவர் வேலைக்கு அழைத்துக்கொள், நான் கில்காஸுடன் வேலைசெய்வேன். ஆனால் முதலில் நீங்கள் என்னுடன் வேலைசெய்யவேண்டும். கோப்சிக், கில்காஸின் சுவரைச் சுத்தம் செய்.”

சுகோவும் கில்காஸும் ஒருவர் மற்றொருவரைப் பார்த்தனர். சரிதான். அந்த முறையில் விரைவாக முடியும். அவர்கள் தங்களது கோடரிகளை எடுத்துக்கொண்டனர்.

தற்போது, சூரியன் பனியின்மீது மின்னிய அந்தத் தொலைதூரக் காட்சியை சுகோவ் பார்த்துக்கொண்டிருக்கவில்லை. அந்த இடமெங்கும் கதகதப்பாக்கும் இடங்களில் அலைந்துகொண்டிருந்த சிறைவாசிகளை அதன் பிறகு காணமுடியவில்லை, சிலர் காலையில் தோண்டிமுடிக்காத அந்தக் குழிகளைத் தோண்டச் சென்றுவிட்டனர், சிலர் கட்டுமான வேலைக்கான கம்பி கட்டும் வேலைக்குச் சென்றுவிட்டனர், சிலர் பட்டறையில் உத்திரங்களை அமைக்கச் சென்றுவிட்டனர். சுகோவ், பாளங்களை அடுக்கி அவன் சுவரெழுப்பவேண்டிய இடப்பக்க சந்திப்புச் சுவரைமட்டுமே பார்த்துக்கொண்டிருந்தான். கில்காஸ் வேலைசெய்யும் சுவரைச் சந்திக்கும் வலப்பக்க மூலை அவனது இடுப்பைவிட உயரமாக காணப்பட்டது. அவன் சென்காவிடம் தனது கோடரிக் கூர்மையின் பின்பகுதியால், உற்சாகம் ததும்ப பனியை எங்கே வெட்டி நீக்கவேண்டுமென, முகமெல்லாம் பனிச்சிதறல்கள் தெரிக்க செய்து காட்டிக்கொண்டிருந்தான். ஊக்கத்துடன் அவன் வேலைசெய்துகொண்டிருக்க, அவனது எண்ணங்கள் வேறெங்கோ இருந்தன. அவனது எண்ணங்களும் விழிகளும் பனிக்குக் கீழிருந்த, இரண்டு செங்கல் கனமுள்ள மின்நிலையத்தின் வெளிமுகப்புச் சுவரிலேயே இருந்தன. அவன் வேலைசெய்துகொண்டிருந்த அந்த இடத்தில் முன்பு சுவரெழுப்பியவன், ஒன்று திறமையற்றவனாக இருக்கவேண்டும் அல்லது பேருக்கு வேலைசெய்திருக்கவேண்டும். ஆனால் இப்போது சுகோவ் அந்தச் சுவர் தனது கைவண்ணம்போல் சமாளித்து சரிசெய்தாகவேண்டும். சுவரில், ஒரே வரிசையில் சமாளித்துவிடமுடியாத அளவு பள்ளத்தைப் பார்த்தான், அவன் அதனை மூன்று வரிசைகளில், ஒவ்வொருமுறையும் கூடுதலாக காரைவிட்டுச் சமப்படுத்தவேண்டும். இந்த இடத்தில் வெளிச்சுவர் சற்றே தடித்திருந்தது- அதை நேராக்குவதற்கு இரண்டு வரிசை எடுக்கும். மனதுக்குள்ளே எங்கே செங்கலிட்டு எழுப்பவேண்டும் எந்த இடத்தில் படிக்கட்டுகளாக எழும்பவேண்டும், வலப்பக்கம் சென்கா கில்காஸின் எந்தப் பகுதிவரை எங்கே வேலைசெய்யவேண்டும்,

என அவன் மனதுள்ளேயே திட்டமிட்டுப் பார்த்தான். மூலையில் கில்காஸ் பின்வாங்காமல், சென்காவுக்கு விஷயங்களை எளிதாக்குவதற்காக சில பாளங்களை அவன் இடுவான் என மதிப்பிட்டான். அவர்கள் மூலையில் சிறிய அளவில் வேலைசெய்துகொண்டிருக்கையில், சுகோவ் முன்னேறிச் சென்று பாதிச் சுவரை கட்டியிருப்பான், ஆக, அவனது ஜோடி பின்தங்கியதாக இருக்காது. அவன் ஒவ்வொரு இடத்துக்கும் எத்தனை பாளங்கள் தேவையென மதிப்பிட்டான். அந்தக் கணத்தில் பாளங்களைத் தூக்கிக்கொண்டு அவர்கள் மேலே வர அலோய்ஷாவிடம் கத்தினான்: "அவற்றை என்னிடம் கொண்டுவாருங்கள். இங்கே அவற்றை வையுங்கள். இங்கேயும்."

சென்கா பனியை செதுக்கித் தள்ளி முடித்திருந்தான், சுகோவ் கம்பியாலான பிரஷ் ஒன்றை எடுத்து, இரு கைகளிலும் இறுகப்பிடித்துக்கொண்டு, சுவர்முழுவதும் முன்னும்பின்னுமாகத் தேய்த்து, மேல்வரிசையை சுத்தம்செய்தான். முக்கியமாக சுவர்கள் சந்திக்குமிடங்களை, பனிப் படலம் மட்டும் அதில் எஞ்சும் வரை சுத்தம்செய்தான்.

டியூரின் மேலேறி வர, சுகோவ் அப்போதும் தனது பிரஷுடன் மும்முரமாகவும், மூலையில் சமப்படுத்தும் தடியைப் பொருத்திக்கொண்டும் இருந்தான். சுகோவும் கில்காஸும் ஏற்கெனவே தங்களது சுவர்களின் விளிம்பில் தங்களை இருத்திக்கொண்டிருந்தனர்.

"ஹேய்," பாவ்லோ கீழிருந்து அழைத்தான். "யாராவது மேலே ஆயத்தமாக இருக்கிறீர்களா? காரையை எடுங்கள்."

சுகோவ் வியர்த்திருந்தான். அவன் தனது பாளங்களுக்கு மேலாக அந்தக் நூலிழையைக் கட்டியிருக்கவில்லை. அவன் விரைந்தான். உடனே மூன்று வரிசைக்கு வேலையைத் தொடங்குவதெனவும், தேவையான பொருள்களைப் பெறுவதெனவும் தீர்மானித்தான், மேலும் சென்காவிடமிருந்து வெளிச்சுவரில் சிறிதளவு எடுத்துக்கொள்வதெனவும் பதிலாக உட்புறச் சுவரை அவனுக்கு விடுவதெனவும் தீர்மானித்தான். அப்படிச் செய்தால் விஷயங்கள் கில்காஸுக்கு எளிதாக இருக்கும்.

தனது நூல் சரடை மேல்முனை வரை கட்டி, சென்காவிடம் வாயசைவாலும் சைகையாலும் அவன் எங்கே வேலைசெய்யவேண்டுமென விளக்கினான். தனது செவிட்டுத்தன்மையையும் தாண்டி சென்கா விளங்கிக்கொண்டான். அவன் தனது உதட்டைக் கடித்து டியூரினின் சுவரை ஒரு ஆமோதிப்புடன் பார்த்தான். "நாம் அவனுக்கு விஷயத்தை சவாலானதாக ஆக்குவோமா?" என அவனது பார்வை சொன்னது. நாம் பின்தங்கிவிடக்கூடாது. அவன் சிரித்தான்.

தற்போது காரை சாய்வுப் பாதையில் மேலே கொண்டுவரப்பட்டது. டியூரின் கொத்தர்களுக்கு அருகில் அது கொட்டிக்குவிக்கப்படக்கூடாதென நினைத்தான்- கொத்தர் சட்டிக்கு மாற்றப்படுகையில் அது உறைந்துதான் போகும். ஆட்கள் அதனை தங்களது கைவண்டியில் கொட்டவேண்டும். கொத்தர்கள் வண்டியிலிருந்தே காரையை எடுத்துப் பூசுவார்கள். அதேவேளை காரைசுமப்பவர்கள், நேரத்தை வீணடிக்காமல், மற்ற சிறைவாசிகள் தூக்கிவீசும் பாளங்களை எடுத்துவரவேண்டும். ஒரு ஜோடி கைவண்டியிலிருந்து காரை அள்ளி பூசப்பட்டு தீர்ந்ததும், மற்றொரு ஜோடி கைவண்டி மேலே வந்து முதல் ஜோடி கைவண்டிகள் கீழேபோகும். எந்திர அறையில், கைவண்டியில் காரை ஏதாவது உறைந்துபோனால் அதனை தூக்கிவருபவர்கள் அடுப்பில் வைத்து பனியை இளக்கவேண்டும்- அந்த வேலைநடக்கையில் தம்மையும் சூடுபடுத்திக்கொள்ளலாம். கில்காவுக்கு ஒன்று சுகோவுக்கு ஒன்றென ஒரு நேரத்துக்கு மேலே இரண்டு கைவண்டி காரைகள் மேலே வந்தன. உறைபனியால் காரையில் ஆவி பறந்தது. ஆனால் அதில் அசலான வெம்மை எதுவுமில்லை. உங்களது சாந்துக்கரண்டியால் சுவரில் காரையை வீசியடித்துப் பூசுவதில் தாமதம்செய்தால் அது உறைந்துபோய்விடும், பின் நீங்கள் சுத்தியலின் பக்கவாட்டால் அடித்து அதனை நீக்கவேண்டும்- சாந்துக் கரண்டியால் அதனைச் சுரண்டமுடியாது. நீங்கள் ஒரு பாளத்தை சற்றே காரையைவிட்டு வெளியே வைத்தால், அது உடனடியாக உறைந்து கோணலாக இறுகிவிடும். பின் நீங்கள் உங்களது கோடரியால் காரையை உடைத்தகற்றவேண்டும். ஆனால் சுகோவ் தவறு செய்யவில்லை. பாளங்கள் வேறுபட்டுக் காணப்பட்டன. ஏதாவது ஒன்று சில்லுடைந்த முனைகளைக் கொண்டிருந்தாலோ, உடைந்த

விளிம்புகளைக் கொண்டிருந்தாலோ அல்லது பக்கவாட்டில் தடித்திருந்தாலோ, அவன் உடனடியாகக் கவனித்து எந்தப் பக்கம் சுவரில் சிறப்பாகப் பொருந்துமோ அதற்கேற்றபடி வைக்கவேண்டும், இங்கே ஒன்று. சுகோவ் கொஞ்சம் நீராவியெழும் காரையை தனது சாந்துக்கரண்டியால் எடுத்து, சேருமிடத்திற்குக் கீழே அவனது மனம் இருக்க, பொருத்தமான இடத்தில் வீசினான், (அவன் போடப்போகும் பாளத்துக்கு நடுவில் இது வரவேண்டும்) ஒரு பாளத்தின் கீழே போதுமான அளவு காரை மட்டும் செல்லவேண்டும்.

தனது சாந்துக்கரண்டியால் காரையை வீசியடித்து, குவியலிலிருந்து ஒரு பாளத்தை எடுத்து, கவனமாக, அவனது கையுறைகள் கிழிந்துவிடாதபடி, நேரம் வீணாகாமல் மேற்கொள்ளவேண்டும். அவன் தனது பாளத்தின் கீழ்ப்பகுதி வரை சாந்துக்கரண்டியால் காரையைச் சமப்படுத்தவேண்டும். ஒரு கணத்தைக்கூட வீணாக்கிவிடாமல், மிகச் சரியாக இடத்தில் அமையாமல் போனால், அவன் அதைச் சமப்படுத்தி, சாந்துக்கரண்டியின் பக்கவாட்டால் தட்டி, சுவர் உண்மையிலே நேர்கோட்டில் அமையும்படி, பாளம் நீளவாக்கிலும் குறுக்கிலும் அமையும்படிச்செய்யவேண்டும். காரை ஏற்கெனவே உறையத் தொடங்கியிருந்தது.

கொஞ்சம் காரை பக்கவாட்டில் சிந்தினால், நீங்கள் உங்களது சாந்துக் கரண்டியின் விளிம்பால் எத்தனை விரைவாக முடியுமோ அத்தனை விரைவாக வெட்டி சுவரின் மீது வீசவேண்டும். (கோடையில் அது அடுத்த செங்கலுக்குக் கீழே போய்விடும், ஆனால் தற்போது அது சாத்தியமில்லை.)

சமயங்களில், பாளங்கள் முழுதாகப் பழுதடையாமல், பகுதியளவுக்கு நொறுங்கியிருக்கும். பாளங்கள் சேருமிடத்துக்குக் கீழே நீங்கள் மற்றொருமுறை பார்த்து, அப்படியான சமயங்களில், நீங்கள் கொஞ்சம் கூடுதல் காரையை, பழுதான இடங்களில் விசிறியடிக்கவேண்டும். பாளத்தை அப்படியே வைக்காமல் - அதனை குறுக்கும் நெடுக்குமாக வைத்து, கூடுதல் காரையை அதற்கும் அதன் பக்கத்துக்குப் பாளத்துக்கும் இடையில் திணிக்கவேண்டும்.

நூற்குண்டில் ஒரு கண். மேற்பரப்பில் ஒரு கண் வைத்தபடி, அடுத்த பாளத்தை அடுக்கவேண்டும்.

வேலை ஒரு ஒழுங்குடன் சென்றுகொண்டிருந்தது. இரண்டு வரிசைகள் போடப்பட்டு, பழைய தவறுகள் சரிப்படுத்தப்பட்டதும், அது மிகவும் சீராகப் போகும். ஆனால் இப்போது உங்கள் கண்களை விழிப்பாக வைத்திருக்கவேண்டும்.

சுகோவ் முன்னேறிச் சென்றான். அவன் வெளிச்சுவரை அழுத்திப் பூசியபடியே சென்காவை எதிர்கொள்ளச் சென்றான். மூலையிலிருந்த டியூரினினிடமிருந்து விலகி, சுவரை எழுப்பியபடியே சுகோவை எதிர்கொள்ள வந்துகொண்டிருந்தான் சென்கா.

சுகோவ் காரையைக் கொண்டுவந்தவர்களைப் பார்த்துக் கண்ணடித்து அழைத்தான். இங்கே கொண்டுவாருங்கள், இங்கே கொண்டுவாருங்கள். நிலையாய்.. அதுதான் நுழைவுச்சீட்டு.. அவன் தனது மூக்கைக்கூட துடைக்க நேரமின்றி வேகமாக வேலை பார்த்துக்கொண்டிருந்தான்.

அவனும் சென்காவும் சந்தித்தநோடு, ஒரே காரைச் சட்டியிலிருந்து எடுக்கத் தொடங்குமளவுக்கு நெருங்கிவந்தனர். அவர்களுக்கு அதன் அடிவரை காரையை எடுக்க நெடுநேரம் பிடிக்கவில்லை.

"காரை!" சுகோவ் சுவருக்கு மேலாகக் கத்தினான்.

"வருகிறது!" பாவ்லோ கத்தினான்.

மற்றொரு வண்டி காரை வந்தது. அவர்கள் அந்த ஒன்றையும்- அதற்குள்ளிருந்த அனைத்து திரவ காரையையும் காலிசெய்தனர். மிச்சமிருந்தது ஏற்கெனவே அதன் பக்கவாட்டில் உறைந்துபோயிருந்தது. நீங்களே அதனை உதிர்த்துக்கொள்ளுங்கள்! இல்லாவிடில் நீங்கள்தான் அதனை மேலும் கீழும் திரும்பவும் தூக்கிச் சுமக்கவேண்டும். போகட்டும்! அடுத்தது!

தற்போது சுகோவும் மற்ற கொத்தர்களும் குளிரை உணரவேயில்லை. அவசர வேலைக்கு நன்றி, கோட்டுக்குக் கீழே, உங்கள் மேற்சட்டைக்கு கீழே, சட்டைக்குக் கீழே,

பனியனுக்குக் கீழே ஈரத்தை உணரும்போது, வெப்பத்தின் முதல் அலை அவர்களிடம் வந்தடைந்திருந்தது, ஆனால் அவர்கள் ஒரு கணமும் வேலையை நிறுத்தவில்லை. அவர்கள் சுவரெழுப்பும் வேலையில் துரிதமாக ஈடுபட்டனர். கிட்டத்தட்ட ஒரு மணிநேரத்துக்குப் பின்பு, அவர்கள் இரண்டாவது அலை வெப்பத்தை உணர்ந்தனர், முதலில் வந்த அந்த வியர்வையை உலர்த்தும் வெப்ப அலை. அவர்களது கால்கள் குளிரை உணரவில்லை என்பதுதான் முக்கியமான விஷயம்.

வேறெதுவும் முக்கியமல்ல. இலேசான அதேசமயம் துளைக்கும் தன்மையுள்ள இளங்காற்றும் அவர்களை வேலையிலிருந்து கவனம் திருப்பமுடியவில்லை. சென்கா மட்டுமே தனது காலை ஓங்கி தரையில் அறைந்தான்- பாவப்பட்ட ஜென்மம், அவனது கால் மிகப்பெரியது, அவனுக்கு மிக இறுக்கமான வேலங்கியை அவர்கள் கொடுத்திருந்தார்கள்.

ஒவ்வொரு முறை டியூரின் “காரை,” என கத்தும்போதும் சுகோவும் தனக்குக் காரை கொண்டுவருபவர்களிடம் “காரை” என கத்துவான். நீங்கள் அனைத்து வேலைகளையும் செய்யும்போது, ஒருவகையில் நீங்கள் உங்களுக்கு அருகிலிருப்பவர்களுக்கு அணித்தலைவர் போல்தான். மற்ற ஜோடிக்கு இணையாக வேலைசெய்வது சுகோவின் கையிலிருந்தது. தற்போது அவன், காரையுடன் விரைந்துவரச் செய்து தனக்கென காரை சுமப்பவனை வியர்வை சிந்தவைத்தான்.

மதிய உணவுக்குப்பின் முதலில், ப்யூனோவ்ஸ்கி ஃபெடிகோவுடன் காரையைச் சுமந்துவந்தார். ஆனால் சாய்வுப் பாதை செங்குத்தாகவும் அபாயகரமாகவும் இருந்தது, கேப்டன் தொடக்கத்தில் தனது கால்களை வைக்கத் தயங்கினார். சுகோவ் மென்மையாக அவரை அவசரப்படுத்தினான்:

“வேகமாக, கேப்டன், பாளங்கள், கேப்டன்.”

ஒவ்வொருமுறை ப்யூனோவ்ஸ்கி மேலே வந்தபோதும், அவர் விரைந்து வேலைசெய்தார். மாறாக, ஃபெடிகோவ் மேலும் மேலும் மந்தமாகிக்கொண்டே போனான். மேலே வந்தபோது, அந்த கவனமற்ற முட்டாள், கைவண்டியைச் சாய்த்தான்,

எனவே காரை சரிந்து வெளியே கொட்டி, தூக்கிச் செல்வதற்கு இலகுவாக ஆனது.

சுகோவ், அவனது பின்னால் குத்தினான்:

“ஏய், வீணாய்ப்போன முட்டாளே, நீ மேற்பார்வையாளராய் இருந்தால், உனது ஆட்களை வியர்வை சிந்தவைப்பாய் என அடித்துக்கூறுவேன்.”

ப்யூனோவ்ஸ்கி குழுத்தலைவரிடம் முறையிட்டான்:

“நான் சேர்ந்து வேலைசெய்ய ஒரு ஆளைத் தாருங்கள். நான் இந்த முட்டாளுடன் வேலைசெய்ய முடியாது.”

டியூரின் ஒப்புக்கொண்டான். அவன் ஃபெடிகோவை பாளங்களை கீழிருந்து மேலே தூக்கிவீச அனுப்பினான். இன்னும் முக்கியமாக, அவனை வேலைசெய்யவைத்தான். அவன் மேலே தூக்கி வீசிய பாளங்களின் எண்ணிக்கையை தனியே கணக்கிட வைத்தான். அவன் அலோய்ஷாவை கேப்டனுடன் பணிசெய்யுமாறு கூறினான். அலோய்ஷா அமைதியான ஆள். எவரொருவரும் அவனிடம் வேலை ஏவமுடியும்.

“இவையெல்லாம் மேலே அனுப்பப்படவேண்டியவை, மாலுமியே” கேப்டன் வலியுறுத்தினார்.

“அவர்கள் எவ்வளவு வேகமாக பாளங்களை அடுக்குகிறார்கள் பார்?”

அலோய்ஷா அடக்கத்துடன் சிரித்தான்:

“நீங்கள் என்ன சொன்னபோதும், நாம் வேகமாக வேலைசெய்தால்தான் அவர்கள் வேகமாக வேலைசெய்யமுடியும்.”

அடுத்த சுமைக்காக கீழிறங்கினர்.

தனது வேலையைச் செய்கிற, அதேசமயம் வாயை மூடிக்கொண்டிருக்கிற ஆசாமியைத் தந்ததற்கு நன்றி கடவுளே!

டியூரின் கீழே யாரையோ கத்திக் கூப்பிட்டான். மற்றொரு வண்டி பாளங்கள் வந்துசேர்ந்தது. ஆறு மாதங்களாக ஒரு

வண்டி பாளங்கள்கூட வந்திருக்கவில்லை. தற்போதோ அவை வந்துகுவிகின்றன. பாரவண்டி பாளங்களைக் கொண்டுவந்து கொட்டுகிற வரை நீங்கள் உண்மையிலேயே விரைவாக வேலைபார்க்கலாம். ஆனால் இது தொடராது. பின்னால் விநியோகத்தில் தாமதம் நிகழும், பின் நீங்கள் சோம்பலாக நின்றுகொண்டிருக்கவேண்டியதுதான்.

இயந்திர ஏணி தொடர்பாக, டியூரின் கீழே யாரையோ கத்திக்கொண்டிருந்தான். என்ன விஷயமென அறிய சுகோவ் ஆர்வம்கொண்டிருந்தாலும், என்னவென கண்டறிய அவனுக்கு நேரமில்லை- அவன் தனது சுவரை சமன்செய்துகொண்டிருந்தான். சுமைதூக்கிகள் மேலே வந்து அவனிடம்: இயந்திர ஏணியின் மோட்டாரைப் பழுதுபார்க்க ஒரு பொறியாளரும் மின் பழுதுகளுக்கான மேற்பார்வையாளரும், அலுவலர் ஒருவனும் வந்திருப்பதாகக் கூறினர். இயந்திரம் பழுதுபார்ப்புவர், இயந்திரத்தை பழுதுநீக்க முயற்சித்துக்கொண்டிருக்க, மேற்பார்வையாளர் கவனித்துக் கொண்டிருந்தார்.

ஒருவர் பணிசெய்ய, ஒருவர் கண்காணிக்கவேண்டும்: என்பது விதிமுறையாகும்.

அவர்கள் இப்போது இயந்திர ஏணியை பழுதுநீக்கினால் நல்லது. அது பாளங்களையும், காரையையும் கொண்டுவர உதவியாக இருக்கும்.

சுகோவ் தனது மூன்றாவது வரிசையைப் போட்டுக் கொண்டிருந்தான். (கில்காஸும் அவனது மூன்றாவது வரிசையிலிருந்தான். சாய்வுமேடையின் வழியே இன்னொரு தலையீடு, மற்றொரு தலைமை கட்டட மேற்பார்வையாளர் டெர் ஏ. மஸ்கோவைட் மேலே வந்துகொண்டிருந்தார். சில அமைச்சகங்களில் பணியாற்றிப் பழக்கப்பட்டவர், என அவர்கள் கூறினர். சுகோவ் கில்காஸுக்கு நெருக்கமாக நின்றபடி தனது கவனத்தை டெர் நோக்கித் திருப்பினான்.)

“ஃப்பா!” கில்காஸ் அவமதிப்புடன் கூறினான். “நான் பொதுவாக பெரும்புள்ளிகளுடன் எதுவும் வைத்துக்கொள்ள மாட்டேன். ஆனால், அவர் சாய்வுமேடையிலிருந்து விழுந்தால் நீ என்னைக் கூப்பிடலாம்.”

தற்போது டெர் கொத்தர்களின் பின்னால் வந்துநின்றபடி அவர்கள் வேலைசெய்வதைப் பார்த்தார். சுகோவ் இத்தகைய உளவுபார்த்தலை விஷத்தைப்போல வெறுத்தான். இந்த மடையன், தன்னை ஒரு பொறியாளர்போல் மாற்றிக்கொள்ள முயற்சிக்கிறான்! ஒருமுறை அவன் எப்படி செங்கற்களை பயன்படுத்தி சுவரெழுப்புவதென சுகோவுக்கு செய்துகாட்டினான்- அது அவனை வயிறுகுலுங்க சிரிக்கவைத்தது. ஒரு மனிதன் தன்னை பொறியாளர் என அழைத்துக்கொள்ளும்முன், தனது சொந்தக் கைகளால் ஒரு வீட்டைக் கட்டிக்காட்ட வேண்டும்.

சுகோவின் கிராமமான டெம்ஜெனோவோவில் செங்கல் வைத்த வீடுகளே கிடையாது. அனைத்துக் குடில்களும் மரத்தால் கட்டப்பட்டவை. பள்ளிக்கூடம் கூட ஆறு அடி மரத்தடிகளை வைத்துக் கட்டப்பட்ட கட்டடம் ஆனால் முகாமுக்கு கொத்தர் தேவைப்பட்டபோது, சுகோவ் மகிழ்ச்சியுடன் அதற்கு கடமைப்பட்டவனாக கொத்தனாக உருவானான். இரண்டு வேலைகளை நன்கு தெரிந்தவனாகப் பெயர்பெற்றவன், எளிதாக இன்னும் பத்து வேலைகளைக் கற்றுக்கொள்ளமுடியும்.

இல்லை, டெர் ஒருமுறை தடுமாறியபோதும் சாய்வுமேடையிலிருந்து கீழே விழவில்லை. அவர் கிட்டத்தட்ட இரட்டிப்பு வேகத்தில் வந்தார்.

"டியூயூ-ரின்," அவர் கத்தினார், அவரது கண்கள் தலையைவிட்டு வெளியே பிதுங்கின. "டியூ-யூ-ரின்."

அவருக்குப் பின்னே பாவ்லோ வந்தான். அவன் வேலைசெய்து கொண்டிருந்த மண்வாரியைச் சுமந்துகொண்டிருந்தான்.

டெர் முகாமுக்கென வரன்முறைப்படுத்தப்பட்ட கோட்டை அணிந்திருந்தார். ஆனால் அது புதிதாகவும் சுத்தமாகவும் இருந்தது. அவரது தொப்பி கவர்ச்சியாக, தோலால் உருவாக்கப்பட்டிருந்தாலும் மற்ற அனைவருடையதைப் போலவே பி 731 என்ற எண்ணைத் தாங்கியிருந்தது. "நல்லது?" டியூரின் சாந்துக் கரண்டியுடன் அவரிடம் வந்தான், அவனது தொப்பி ஒரு கண் மீது சரிந்திருந்தது.

சாதாரணத்திலிருந்து மாறுபட்ட ஒன்று நெருங்கி வந்திருந்தது. தவறவிடக்கூடாத ஒன்று. எனினும் கைவண்டியில் காரை குளிர்ந்து உறைந்துகொண்டிருந்தது. சுகோவ் வேலையைத் தொடர்ந்தான்- வேலைசெய்தபடியே கவனித்தான்.

"நீங்கள் என்ன செய்துகொண்டிருப்பதாக நினைக்கிறீர்கள்?" டெர் பொரிந்தான். "இது காவலர் அறைக்கான விஷயமல்ல. இது கிரிமினல் குற்றம், டியூரின். இதற்காக நீங்கள் மூன்றாவது சிறைத்தண்டனை பெறுவீர்கள்."

அதன்பிறகே சுகோவ் என்ன விஷயமென புரிந்துகொண்டான். அவன் கில்காஸை ஒரு பார்வை பார்த்தான். அவனும் புரிந்துகொண்டான். ஒட்டுக்கூரையை. டெர் சாளரங்களில் பார்த்திருக்கவேண்டும்.

சுகோவ் தனக்காக சிறிதும் பயப்படவில்லை. அவனது குழுத் தலைவர் ஒருபோதும் அவனை விட்டுக்கொடுக்கமாட்டான். அவன் டியூரினுக்காகப் பயந்தான். குழுவைப் பொறுத்தவரை டியூரின் தந்தையைப் போல், அவர்களைப் பொறுத்தவரை அவனொரு சிப்பாய். வடக்கில் இதுபோன்ற விஷயங்களுக்கு குழுவுக்கும் தலைவருக்கும் இரண்டாவது சிறைத்தண்டனை அளிப்பார்கள்.

அஹ், டியூரின் முகத்தை எப்படி மாற்றினான். அவன் தனது சாந்துக்கரண்டியை கீழே எறிந்துவிட்டு டெர்ரை நோக்கி ஒரு அடி முன்னால்வைத்தான். டெர் சுற்றிலும் பார்த்தான். பாவ்லோ தனது மண்வாரியை உயர்த்தினான்.

அவன் சும்மா ஒன்றும் அதைத் தூக்கிக்கொண்டு வந்திருக்கவில்லை.

சென்கா, தனது செவிட்டுத் தன்மையையும் தாண்டி புரிந்துகொண்டான். அவன் முன்னால் வந்து, இடுப்பில் கைகளை வைத்தபடி நின்றான். சென்காவின் உடல் திடமானது. டெர் ஒருவிதமாக கண்களை வெட்டி இமைத்தார், தப்பிப்பதற்காக சுற்றும் பார்த்தார்.

டியூரின் அவனுக்கெதிரே நெருங்கிவந்து மென்மையாக சத்தமின்றி, எனினும் அனைவருக்கும் தெளிவாக கேட்கும்படி:

"சிறைத்தண்டனை அளிக்கும் உனது காலகட்டம் முடிந்துவிட்டது, முட்டாளே. ரத்தம் குடிப்பவனே, இனி நீ ஒரு வார்த்தை சொன்னால், இது பூமியில் உனது கடைசி நாளாக இருக்கும். அதை ஞாபகம் வைத்துக்கொள்."

டியூரின் கட்டுக்கடங்காத வகையில் அதிர்ந்தான்.

கைக்கோடரி முகம்கொண்ட பாவ்லோ டெர்ரை அவனது கண்களுக்குள் உற்றுப்பார்த்தான். சவரக்கத்தியைப்போல அதிகூர்மையான பார்வை.

"நண்பர்களே, எளிதாக எடுத்துக்கொள்ளுங்கள்." டெர் வெளுத்துப்போய் சாய்வுமேடையிலிருந்து நழுவினான்.

மறுசொல்லின்றி டியூரின் தனது தொப்பியை நிமிர்த்திக்கொண்டு, தனது சாந்துக்கரண்டியை எடுத்தபடி தனது சுவருக்கு திரும்ப நடந்தான். பாவ்லோ, மிக மெதுவாக சாய்வுமேடையில் தனது மண்வெட்டியுடன் இறங்கினான்.

மெது-து-வாக.

டெர் நிற்கவோ கிளம்பவோ பயந்துபோயிருந்தான். அவன் கில்காஸுக்குப் பின்னால் அடைக்கலம்தேடி, அங்கு நின்றான்.

கில்காஸ் மருந்துக்கடையில் மருத்துவர் மாத்திரைகளை எண்ணுவதைப் போல், அனைத்தையும் மிகக் கவனமாக அளவிட்டபடி, தனது முதுகை டெருக்குக் காட்டியபடி, அவர் அங்கிருக்கிறார் என்பதேகூட தெரியாதவன்போல் பாளங்களால் சுவரெழுப்பியபடியே சென்றான்.

டெர், டியூரினிடம் சென்றான். அவனது இறுமாப்பெல்லாம் எங்கே போனது? "கண்காணிப்பாளரிடம் நான் என்ன சொல்வது டியூரின்?" டியூரின் வேலை பார்த்தபடியே இருந்தான். அவன் தலையைத் திருப்பாமலே சொன்னான்:

"நீ அவரிடம் நாங்கள் வந்தபோதே அது இப்படித்தான் இருந்ததெனச் சொல். நாங்கள் வந்தோம், இது இப்படித்தான் இருந்தது."

டெர் இன்னும் சிறிதுநேரம் காத்திருந்தார். அவர்கள் தற்போது அவரைக் கொல்லப்போவதில்லை என்பதைக் கண்டார். தனது கைகளை பாக்கெட்டுக்குள் விட்டுக்கொண்டு, சில அடிகள் எடுத்துவைத்தார்.

"ஹே, எஸ் 854," அவர் முணுமுணுத்தார். "நீ ஏன் இவ்வளவு மெலிதாய் காரை பூசுகிறாய்?"

அவர் யார்மீதாவது அதிருப்தியைக் காட்டியாகவேண்டும். அவர் சுகோவ் வேலைசெய்த சுவரின் இணைப்புகளிலோ, வரிசையின் நேர்காட்டுத்தன்மையிலோ தவறு கண்டுபிடிக்கமுடியவில்லை, எனவே காரையை மிகக் குறைவாக இடுவதாகச் சொல்லத் தீர்மானித்தார்.

"விளக்குவதற்கு என்னை அனுமதியுங்கள்," சுகோவ் பரிகாசமாகப் பேசினான். "இந்த மாதிரியான வானிலையில் காரையை அதிகமாகப் பூசினால், வசந்தகாலத்தில் இந்த இடம் சல்லடை போலிருக்கும்."

"நீ ஒரு கொத்தன். ஒரு மேற்பார்வையாளர் உன்னிடம் சொல்வதைக் கேட்டுக்கொள்," டெர் தனது கன்னங்கள் உப்ப, முகச்சுளிப்புடன் கூறினார்.

நல்லது, அங்குமிங்குமாய் ஒரு சில இடங்களில் காரைப் பூச்சு மெலிதாக இருக்கலாம். அவன் இன்னும் கொஞ்சம் அதிகம் பூசியிருக்கலாம்- ஆனால் நல்லதொரு பருவநிலையில் பாளங்களை பாவியிருந்தால் மட்டுமே, குளிர்காலத்தில் அல்ல. இந்த மனிதனுக்கு நிச்சயம் இதயம் இருக்கவேண்டும். நீங்கள் சில பலன்களைக் காட்டவேண்டியிருக்கலாம். ஆனால் விளக்க முயற்சிப்பதில் என்ன நன்மை? அவர் புரிந்துகொள்ள விரும்பவில்லை. டெர் அமைதியாக சரிவுப்பாதையில் இறங்கிச்சென்றார்.

"நீங்கள் எனக்கு அந்த இயங்கு ஏணியை பழுதுபார்த்துத் தரவேண்டும்," டியூரின் அவருக்குப் பின்னால் சத்தமாகக் கூறினான்.

"எங்களை என்னவென்று நினைக்கிறீர்கள்- பொதி குதிரைகளென்றா? பாளங்களை கையிலேயே இரண்டாவது மாடிக்குச் சுமப்பதற்கு."

"அவர்கள் அவற்றை மேலேற்றுவதற்கும் சேர்த்துத்தான் உங்களுக்கு ஊதியமளிக்கிறார்கள்" சரிவுப்பாதையில் இறங்கியபடியே, மிகவும் தாழ்மையாகக் கூறினார்.

"கைச்சக்கரவண்டி விகிதத்திலா? கைச்சக்கரவண்டியை தள்ளுவது குழந்தை விளையாட்டு. நாங்கள் அவற்றை கையால் மேலே எடுத்துச்சென்றதற்கு ஊதியமளிக்கப்படவேண்டும்."

"அதற்கு எதிரானவென என்னை நினைக்காதே. ஆனால் கணக்கெழுத்தாளர் அதிக விலைக்குச் சம்மதிக்கமாட்டார்கள்."

"கணக்கெழுத்தர்கள்! நான் நான்கு கொத்தர்கள் நிறுத்தாமல் வேலைபார்ப்பதற்கு, மொத்தக் குழுவையும் வியர்வை சிந்த வைத்துக்கொண்டிருக்கிறேன். நாங்கள் எவ்வளவு சம்பாதிப்போமென நீங்கள் நினைக்கிறீர்கள்?" இடைவேளையின்றி அழுத்தம் தந்தபடி டியூரின் கத்தினான்.

"காரை," அவன் கீழேநோக்கி கத்தினான்.

"காரை," சுகோவ் அதை எதிரொலித்தான். அவர்கள் மூன்றாவது வரிசை மொத்தத்தையும் சமப்படுத்தியிருந்தார்கள். உண்மையில் அவர்கள் நான்காவது வரிசையைப் போட்டுக்கொண்டிருந்தனர். நூலிழையை அடுத்த வரிசைக்கு நீட்டிப்பதற்கான நேரம், ஆனால் அவனால் இப்படியேகூட சமாளிக்கவும் முடியும்.

டெர் தளர்வுற்றவராக திறந்த மைதானத்தின் குறுக்கே சென்றுகொண்டிருந்தார். தனது அலுவலகத்தில் ஆசுவாசப்படுத்திக்கொள்வதற்கு போய்க்கொண்டிருந்தார். அவரை ஏதோவொன்று தின்றுகொண்டிருக்கவேண்டும். ஆனால் டியூரினைப் போல ஒரு ஓநாயை எதிர்கொள்ளும்முன் அவர் சற்று யோசித்திருக்கவேண்டும். அதுபோன்ற குழுத் தலைவர்களிடம் அவர் இனிமையாக நடந்துகொள்ளவேண்டும். அப்படி நடந்துகொண்டால் எதுகுறித்தும் அவர் கவலைப்படத் தேவையில்லை. முகாம் அதிகாரிகள் அவரை உண்மையில் கடின வேலைசெய்ய வற்புறுத்தவில்லை, அவர் உயர்மட்ட அளவிலான உணவுப் பங்கீட்டைப் பெற்றுக்கொண்டிருந்தார், தனி அறையொன்றில் வாழ்ந்துகொண்டிருந்தார்- அவருக்கு வேறென்ன வேண்டும்? தன்னைத்தானே மெச்சிக்கொண்டு, புத்திசாலியாய் இருக்க முயற்சிப்பதை விட்டுவிட்டு.

காரையுடன் மேலே வந்தவன், பழுதுபார்ப்பவனும் கண்காணிப்பாளரும் கிளம்பிவிட்டதாகக் கூறினான். எந்திரம் பெரிய அளவில் பழுதுபட்டிருந்தது.

மிக நல்லது, அவற்றைக் கையால் மேலே கொண்டுவாருங்கள்.

சுகோவ் எந்திரங்களுடன் பணிபுரிந்த வரையில் ஒன்றா எந்திரம் பழுதாகிவிடும் அல்லது சிறைவாசிகளால் நொறுக்கப்பட்டுவிடும். சிறைவாசிகள் சற்று நேரம் ஓய்வெடுப்பதற்காக, பெரிய தூணை சங்கிலிக்குக் கீழே திணித்து அவற்றை பலமாகத் தள்ளி மரத்தடிகளை இழுக்கும் பெல்டை நாசப்படுத்தியதை அவனே கண்டிருக்கிறான். சிறை அதிகாரிகள், மரத்தடிக்கு மேல் மரத்தடியைக் குவித்து ஒரு கணம்கூட கைதிகள் தங்கள் முதுகை நிமிர்த்த இயலாதபடிக்குச் செய்திருந்தனர்.

“வீணாய்ப்போன முட்டாள்கள்!” டியூரின் கத்தினான், தன்னை ஆசுவாசப்படுத்திக்கொள்ள.

கீழிருந்து ஒருவன் கத்தினான்: “பாவ்லோ காரை கலக்கவேண்டுமா என கேட்கிறார்,”.

“இன்னும் கொஞ்சம் கலக்குங்கள்”

“அரைத் தொட்டி கலக்கப்பட்ட காரை நம்மிடம் இருக்கிறது.”

“இன்னொரு அரைத்தொட்டி கலக்குங்கள்.”

என்ன வேகத்தில் அவர்கள் சுவரெழுப்பிக்கொண்டிருந்தார்கள்! தற்போது அவர்கள் ஐந்தாவது வரிசையை எட்டியிருந்தார்கள். முதல் வரிசையைக் கட்டும்போது இருமடங்கு குனியவேண்டியிருந்தது, தற்போது சுவர் தோளுயரத்துக்கு எழுந்துவிட்டது. பிறகேன் அவர்கள் விரைந்து கட்டியெழுப்பமாட்டார்கள்? அங்கே அவர்கள் கதவோ, சாளரமோ வைக்கவேண்டியதில்லை- வெறும் இணைப்புச் சுவர்களும் நிறைய பாளங்களும்தான். சுகோவ் நூலிழையை உயரமாக கட்டியிருக்கவேண்டும், ஆனால் அதற்கெல்லாம் நேரமில்லை.

“எண்பது நொடிகள், அவர்களது சாதனங்களைத் திரும்ப ஒப்படைப்பதில் போய்விடும்,” கோப்சிக் அறிவித்தான்.

டியூரின் அவனைப் பொசுக்குவதுபோல் பார்த்தான்.

"உன்னோட வேலையை மட்டும் பாரு, முட்டாளே. கொஞ்சம் பாளங்கள் எடுத்துக்கொண்டு வா."

சுகோவ் சுற்றிலும் பார்த்தான். ஆமாம், சூரியன் அஸ்தமனமாகத் தொடங்கியிருந்தது. அது மங்கலான செந்நிறத்தில் மூழ்கியதுபோல் சாம்பல்நிற தோற்றத்தைக் கொண்டிருந்தது. அவர்கள் ஒரு தடுமாற்றத்தில் அகப்பட்டால், சிறப்பாக இருக்காது.

அவர்கள் தற்போது ஐந்தாவது வரிசையைத் தொடங்கியிருந்தார்கள். இன்றே அதை முடித்தாகவேண்டும். அதனை சமன்படுத்தியாகவேண்டும்.

காரை சுமப்பவர்கள் மூச்சுவாங்கும் குதிரையைப் போல செறுமினார்கள். ப்யூனோவ்ஸ்கியின் முகமெல்லாம் முழுக்க சாம்பல் நிறமாகியிருந்தது. அவர் நிச்சயம் நாற்பதாக இருக்கமாட்டார். அதிலிருந்து வெகுதொலைவிலும் இருக்கமாட்டார்.

குளிர் மெல்ல ஏறிவந்தது. சுகோவின் கைகள் பரபரப்பாக இருக்க, உறைபனி நைந்த கையுறை வழியாக அவனது விரல்களைக் கடித்தது. அது அவனது இடது காலணியையும் துளைத்தது. அவன் தனது கால்களை உதைத்தான். தட், தட்.

தற்போது அவன் சுவருக்காக குனிய வேண்டியதில்லை, ஆனாலும் அவன் ஒவ்வொரு பாளத்துக்கும், காரையை ஒவ்வொரு முறை அள்ளுவதற்கும் வலிக்கும் முதுகுடன் குனியவேண்டியிருந்தது.

"ஏய், பையன்களா!" பாளங்களைக் கையாண்டு கொண்டிருந்தவர்களை அவன் தொந்தரவு செய்தான். நீங்கள் அவற்றை எனக்காக சுவர் மீது வைத்தால் நன்றாயிருக்கும். அவற்றை இங்கே எடுத்துவையுங்கள்."

கேப்டன் மகிழ்ச்சியாக செய்யமுன்வந்தாலும், சக்திக்குறைவாகக் காணப்பட்டார். இந்த வேலைக்கு அவர் பழக்கப்பட்டவரில்லை. ஆனால் அலோய்ஷா, "சரி, இவான் டெனிஷோவிச். அவற்றை எங்கே வைக்கவேண்டுமென காட்டு" என்றான்.

நீங்கள் அலோய்ஷாவை நம்பலாம். அவனிடம் என்ன செய்யச் சொல்லிக் கேட்டாலும் செய்தான். உலகில் ஒவ்வொருவரும் அப்படியிருந்தால், சுகோவ் நினைத்ததையெல்லாம் செய்வான். ஒரு மனிதன் உதவிகேட்டால் ஏன் அவனுக்கு உதவக்கூடாது? இந்த பாப்டிஸ்ட்டுகளிடம் ஏதோ இருக்கிறது.

ஓசை மாறியது. அந்த தலம் முழுவதும் சத்தம் பலமாக ஒலித்து மின் நிலையத்தை சமிக்ஞை எட்டியது. அவர்கள் உபயோகப்படுத்தப்படாத காரையிடம் சிக்கியிருந்தார்கள். அவர்கள் ஒரு லயமாக வேலையில் இறங்குகையில்!

"காரை! காரை!" டியூரின் கத்தினான்.

ஒரு புதிய தொட்டிநிறைய அப்போதுதான் காரை கலக்கப்பட்டிருந்தது. அவர்கள் சுவரெழுப்பியபடி போனார்கள். வேறு வழியில்லை. அவர்கள் பெட்டியில் காரையை மிச்சமெதுவும் வைத்தால், மறுநாள் காலை அது முழுவதையும் தூரத்தான் எறியவேண்டும். காரை கல்போல இறுகிவிடும். அது குத்துக்கோடாரிக்குக்கூட இளகாது.

"என்னை அதிருப்திக்கு ஆளாக்காதீர்கள், சகோதரர்களே," சுகோவ் கத்தினான். கில்காஸ் பொருமிக்கொண்டிருந்தான். அவன் துரிதப்படுத்தல்களை விரும்பமாட்டான். ஆனால் அவனும் அதேயளவு நெருக்குதலுக்கு உள்ளானான். அவன் வேறன்ன செய்யமுடியும்?

பாவ்லோ தனது இடைக்கச்சையில் சாந்துக்கரண்டி, கைவண்டியுடன் மேலேவந்து அவனும் சுவரமைக்கும் வேலையில் இறங்கினான். தற்போது ஐந்து சாந்துக் கரண்டிகள் வேலையில். வரிசைகள் எங்கே சந்திக்கின்றன என சுகோவ் பார்த்தான். சுகோவ் என்ன வடிவிலான பாளங்கள் அங்கே தேவையென காட்சிப்படுத்திக்கொண்டு, அலோய்ஷாவின் கையில் ஒரு சுத்தியலைத் தந்து:

"இந்தப் பாளத்தை சிறு துண்டாக உடை" என வலியுறுத்தினான்.

பதறும் காரியம் சிதறும். தற்போது அவர்கள் அனைவரும் ஒருவர் மற்றொருவரை முந்திக்கொண்டு வேலைசெய்ய, சுவரில் ஒரு கண் வைத்தபடியே தனது நேரத்துக்காகக்

காத்திருந்தான் சுகோவ். அவன் சென்காவை இடப்பக்கம் தள்ளி வலப்பக்க பிரதான சுவரில் அவனது வேலையையும் தானே எடுத்துக்கொண்டான். சுவர்கள் ஒன்றன்மேல் ஒன்றாக அமைந்தாலோ அல்லது மூலை சமமாக அமையாவிட்டாலோ பேரழிவாகிவிடும். அது அவனுக்கு நாளை அரைநாள் வேலையாக மாறிவிடும்.

"நிறுத்து!" ஒரு பாளம் இணைவதற்கு இருக்கையில் அவன் பாவ்லோவை தூர விலக்கிவிட்டு அதை அவனே சமப்படுத்தினான். அவனது இடத்திலிருந்து மூலையில் சென்காவின் பகுதி தொய்ந்திருப்பதைக் கவனித்தான். அவன் சென்கா இருந்த இடத்துக்கு விரைந்து இரண்டு பாளங்கள் வைத்து அதை சமப்படுத்தினான்.

கேப்டன் மேலே ஒரு நல்ல குதிரை சுமந்துவருமளவுக்கு ஒரு சுமை காரையைக் கொண்டுவந்திருந்தார். "இன்னும் இரண்டு கைவண்டிநிறைய," சுகோவ் சொன்னான். கேப்டன் தள்ளாடினார். ஆனால் அவர் தொடர்ந்து வியர்வை சிந்தியபடியே போனார். சுகோவ் அதுபோல ஒரு குதிரை வைத்திருந்தான். அந்தக் குதிரையைக் குறித்து நிறைய சிந்தித்திருக்கிறான். ஆனால் அவர்கள் அந்தக் குதிரையின் மரணத்துக்கு காரணமாகிவிட்டார்கள்.. அவர்கள் அதை மறைத்தும்விட்டார்கள்..

சூரியனின் மேல்விளிம்பு அடிவானத்தின் கீழே இறங்கிக்கொண்டிருந்தது. தற்போது, கோப்சிக் அவர்களிடம் கேட்காமலே, குழுக்கள் தங்கள் சாதனங்களை ஒப்படைக்கத் திரும்பியது மட்டுமல்லாமல் வாசலில் குழுமவும் தொடங்கியிருந்தனர். சிக்னல் விழுந்ததும் யாரும் உடனே திறந்தவெளிக்கு வரவில்லை- முட்டாள் மட்டுமே போய் அங்கே குளிரில் விறைத்துப்போவான். அவர்கள் கதகதப்பான இடத்தில் அமர்ந்திருந்தனர். ஆனால் தருணம் வந்ததும், குழுத்தலைவர்களுக்கு இடையிலான ஒப்பந்தப்படி அனைத்துக் குழுக்களும் ஒன்றாக வெளிவருவர். இந்த ஒப்பந்தமின்றிப் போனால், பிடிவாதமான சிறைவாசிகள் கும்பல், ஒருவருக்கொருவர் நடு இரவுவரை கதகதப்பான இடத்தில் அமர்ந்திருக்கவேண்டியதாகிவிடும். டியூரின், அவன் விஷயங்களை தவறில்லாமல் மிகச் சிறப்பாக செய்திருப்பதாக

உணர்ந்தான். சாதனங்கள் கடையில் இருப்பவன் நிச்சயம் அவனை சபித்துக்கொண்டிருப்பான்.

“ஹேய், அந்தக் கருமத்தைப் போதுமான அளவுக்குப் பயன்படுத்துங்கள்! சுமைதூக்கிகளே, போய் அந்தப் பெரிய பெட்டியை சுரண்டுங்கள். மிச்சமிருப்பதை அங்கிருக்கும் துளையில் போட்டு அதன்மீது கொஞ்சம் பனியைப் பரப்பி அது மறைவாக இருக்கும்படி பார்த்துக்கொள்ளுங்கள். பாவ்லோ, நீ சில பேரைச் சேர்த்துக்கொண்டு, சாதனங்களை சேகரித்து அவர்களிடம் ஒப்படை. நான் கோப்சிக்கை மூன்று சாந்துக்கரண்டிகளுடன் பின்னால் அனுப்புவேன். கிளம்பும்முன், கடைசி இரண்டு சுமை காரையை நாங்கள் பயன்படுத்துவோம்.” என்றான்.

ஒவ்வொருவரும் தத்தம் வேலையில் மும்முரமாகினர். அவர்கள் சுகோவின் சுத்தியலை அவனிடமிருந்து எடுத்துக்கொண்டு, அவனது நூலிழையைச் சுற்றினர். காரை சுமப்பவர்களும், பாளங்கள் தூக்கிச்செல்பவர்களும் எந்திர அறைக்குள் அவசரமாக நுழைந்தனர். அங்கே அவர்கள் செய்ய வேறெதுவும் இல்லை. கில்காஸ், சென்கா, சுகோவ் மூன்று கொத்தர்களும் மேலேயே இருந்தனர். டியூரின் எவ்வளவுதூரம் அவர்கள் சுவரை கட்டியெழுப்பியிருந்தனர் என பார்ப்பதற்காக சுற்றி நடந்தான். அவன் திருப்தியடைந்தான். “மோசமில்லை, அட? அரைநாளில் எந்தவொரு வீணாய்ப்போன இயங்கு ஏணியும் இல்லாமல்.”

சுகோவ் கில்கோஸின் சாந்துச் சட்டியில் கொஞ்சம் காரை மிச்சமிருப்பதைக் கவனித்தான். அவன் அதை வீணாக்குவதை விரும்பவில்லை. ஆனால் சாந்துக்கரண்டிகள் தாமதமாக கையளிக்கப்பட்டால் குழுத் தலைவர் கண்டிக்கப்படுவார்களே என கவலைப்பட்டான்.

“கவனியுங்கள்,” அவன் சொன்னான், “உங்களுடைய சாந்துக்கரண்டிகளை கோப்சிக்கிடம் கொடுத்துவிடுங்கள். என்னுடையது பட்டியலில் இல்லை. அதனால் நான் அதை கொடுக்கவேண்டியதில்லை. நான் தொடர்ந்து வேலைசெய்கிறேன்.”

டியூரின் சிரிப்புடன் சொன்னான்:

“எப்படி நாங்கள் உன்னை விட்டுப்போகமுடியும்? நீயின்றி நாங்கள் திரும்பமுடியாது.”

சுகோவும் சிரித்தபடி, வேலையைத் தொடர்ந்தான். கில்காஸ் சாந்துக்கரண்டிகளை எடுத்தான். சென்கா தொடர்ந்து சுகோவுக்கு பாளங்களை எடுத்துக்கொடுத்தான். அவர்கள் கில்காஸின் காரையை சுகோவின் காரைப் பாத்திரத்தில் ஊற்றினார்கள்.

கோப்சிக், சாதனங்கள் கடைக்கு, பாவ்லோவுக்கு முன்பாகச் செல்ல ஓடினான். மற்றவர்கள் டியூரின் இல்லாமல், சரியான நேரத்தில் வாசலுக்குச் செல்லவேண்டுமே என கவலையுடன் இருந்தனர். குழுத் தலைவர் என்பது அதிகாரம், ஆனால் பாதுகாவலன் என்பது இன்னும் பெரிய அதிகாரம். அவர்கள் தாமதமாக வருபவர்களை பட்டியிலிடுவார்கள், அதன் பொருள் உங்களுக்கு காவலறைச் சிறை என்பதாகும்.

தற்போது வாசலுக்கு அருகில் பயங்கரக் கூட்டம் காணப்பட்டது. அனைவரும் அங்கே திரண்டிருந்தனர். பாதுகாவலர் வெளியே வந்து எண்ணத் தொடங்கிவிட்டதுபோல் அது தோற்றமளித்தது. (அவர்கள் சிறைவாசிகளை வெளியே செல்லும்போது இருமுறை எண்ணினர். வாசலைத் திறப்பதற்கு முன்பு ஒருமுறை, திறந்தவெளியில் அவர்கள் பாதுகாப்பாக இருக்கிறார்களா என நிச்சயம் செய்துகொள்ள, வாசற்கதவு திறந்து சிறைவாசிகள் அதன்வழியே கடந்துசெல்கையில் ஒருமுறை. அவர்கள் தவறாக எண்ணிவிட்டதாக நினைத்தால், வாசலுக்கு வெளியில் வைத்து மீண்டும் எண்ணினார்கள்.)

“வீணாய்ப் போன காரை,” பொறுமையின்மையின் அடையாளமாக டியூரின் கத்தினான். “அதை சுவர்மேல் வீசு.”

“காத்திருக்கவேண்டாம் தலைவரே, முன்னே செல்லுங்கள். நீங்கள் அங்கே தேவை.(சுகோவ் வழக்கமாக டியூரினை, ஆண்ட்ரேய் ப்ரோகோஃப்ளேவிச்சைப் போல மிகுந்த மரியாதையுடன் அழைப்பான், ஆனால் தற்போது நன்றாக வேலைசெய்தபின், அவன் குழுத் தலைவருக்கு இணையாக உணர்ந்தான். அவன் தனக்குத்தானே, “பார், நான் உனக்குச் சமமானவன்,” என சொல்லிக்கொள்ளவில்லை. அதை அறிந்திருந்தான்.) டியூரின் சரிவுப் பாதையில் இறங்கியபடியே சுகோவிடம் நகைச்சுவையாகச் சொன்னான்: “இந்த முட்டாள்கள்

ஏன் பணி நேரத்தை இவ்வளவு குறைவாக வைத்திருக்கிறார்கள்? நாம் வேலையில் மும்முரமாக இறங்கத்தொடங்குகையில், அவர்கள் நிறுத்தச் சொல்லிவிடுகிறார்கள்."

சுகோவ் இப்போது சென்காவுடன் மட்டும் தனித்துவிடப்பட்டான். நீங்கள் அவனிடம் அதிகமாய் எதுவும் சொல்லிவிடமுடியாது. தவிரவும், அவனிடம் எந்தவிஷயத்தையும் சொல்லவும் கூடாது. அவன், அவர்கள் அனைவரிலும் அறிவுக்கூர்மையானவன். வார்த்தைகளின் தேவையின்றியே புரிந்துகொள்வான்.

காரையை வீசு, பாளத்தை அடுக்கு. சரியான இடத்தில் அழுத்து.

அது நேராக இருக்கிறதா எனப் பார். பாளம். காரை, பாளம்... டியூரின் அவர்களிடம் காரையைப் பற்றி கவலைப்படவேண்டாமெனச் சொன்னது போதாதா? வெறுமனே அதனை சுவர்மீது வீசியடித்துக் கிளம்பலாம். ஆனால் சுகோவ் அப்படிப்பட்டவனில்லை- முகாமில் அவன் கழித்த எட்டு வருடங்கள் அவனது இயல்பை மாற்றிவிடவில்லை. சரியான காரணமின்றி எதுவும் வீணாக்கப்படக்கூடாது- அவன் பயன்படுத்தக்கூடிய எதுவொன்றைப் பற்றியும், அவனால் செய்யக்கூடிய எந்தச் சிறு வேலையைப் பற்றியும் அக்கறைகாட்டினான்.

காரை. பாளம். காரை. பாளம்...

"முடி, நாம் இங்கிருந்து கிளம்புவோம்." சென்கா கத்தினான்.

அவன் கைவண்டியை எடுத்துக்கொண்டு சாய்வுமேடையில் இறங்கினான். - காவலாளிகள் நாயை அவன்மேல் ஏவினால், அது எந்த வித்தியாசத்தையும் ஏற்படுத்தப்போவதில்லை - எனவே சுகோவ் பின்னால் ஓடி பார்த்தான். மோசமில்லை. பிறகும் அவன் பின்னால் சென்று சுவரை இடதும் வலதும் பார்த்தான். அவன் கண்கள் ஒரு தச்சன் அளவுக்குத் துல்லியமாகப் பார்க்கவல்லவை. நன்றாக ஒரு பார்வை பார்த்துவிட்டுக் கிளம்பினான். நேராகவும் சமமாகவும் இருந்தது. அவனது கைகள் எப்போதையும்போல் இளமையாக இருந்தன. அவன் சாய்வுப்பாதையில் விரைந்தான்.

சென்கா ஏற்கெனவே எந்திரக் கடையைவிட்டு வெளிவந்து சரிவில் ஓடிக்கொண்டிருந்தான்.

"வா, வா," அவன் தனது தோளுக்கு மேலாகக் கத்தினான்.

"முன்னால் ஓடு. நான் வந்துசேர்ந்துவிடுவேன்," சுகோவ் சைகையில் தெரிவித்தான்.

ஆனால் அவன் எந்திரக் கடையினுள் சென்றான். சாந்துக் கரண்டியை அவன் வெறுமனே கீழே வீசிவிட்டுப் போகமுடியாது. அடுத்த நாள் அவனுக்கு அங்கே வேலையில்லாமல் போகலாம். அவர்கள் சமத்துவ வாழ்க்கை முறை குடியிருப்புக்கு குழுவை அனுப்பக்கூடும். அவன் மறுபடியும் மின்நிலையத்துக்குத் திரும்ப ஆறு மாதங்கள் ஆகலாம். ஆனால் அதற்காக அவன் சாந்துக் கரண்டியை கீழே வீசிவிட்டுப் போவதா? அவன் அதை ஏமாற்றி எடுத்துவந்திருந்தால், அதைப் பாதுகாக்கவும் வேண்டும்.

இரண்டு அடுப்புகளும் அணைக்கப்பட்டிருந்தன. அது இருளாய், அச்சுறுத்துவதாய் இருந்தது. அனைவரும் கிளம்பிச்சென்றிருக்க, வாசலருகே கணக்கெடுக்கும்போது அவன் மட்டும் இல்லையென்றால், காவலர்கள் அவனை அடிப்பார்கள்.

இருந்தும் அவனது கண்கள் அங்குமிங்கும் அலைபாய்ந்து மூலையில் பெரியதொரு கல்லைக் கண்டன. அவன் அதைப் புரட்டி, தனது சாந்துக் கரண்டியை அதன்கீழ் மறைத்துவைத்தான். ஆக அந்த விஷயம் முடிந்தது.

தற்போது சென்காவுடன் இணைந்துகொள்ளவேண்டும். சென்கா நூறு தப்படிகள் வரை ஓடிவிட்டு, அதன்பின் நின்றிருந்தான். சென்கா ஒருபொழுதும் யாரையும் நெருக்கடியில் விடமாட்டான். அதற்கு விலைதரநேர்ந்தால்? பின் சேர்ந்து கொடுக்கவேண்டியதுதான். உயரமும் குள்ளமுமாய் அவர்கள் ஒருவருக்கொருவர் சளைக்காது ஓடினார்கள். சென்கா தன் தலையளவுக்கு சுகோவைவிட உயரமானவன், அது கொஞ்சம் பெரிய தலையும்கூட.

மைதானத்தைச் சுற்றி தங்களது சொந்த விருப்பத்தில் ஒருவர் மற்றவரை முந்திக்கொண்டு ஓடும் சோம்பேறிகள் உண்டு.

இவான் டெனிசோவிச்சின் வாழ்வில் ஒருநாள் | 135

அந்தப் பேய்கள் ஒரு முழுநாள் வேலைக்குப் பின்னால், வலியெடுக்கும் முதுகுடன், நனைந்த கையுறைகளுடன், தேய்ந்த வேலங்கியுடன் குளிரில் ஓடவேண்டும்.

இருவரும் பைத்தியம்பிடித்த நாய்களைப் போல மூச்சிரைத்தனர். நீங்கள் கேட்கமுடிவதெல்லாம் அவர்களது தாறுமாறான சுவாசத்தைத்தான்.

நல்லது, டியூரின் வாசலில்தான் இருந்தான். அவன் விளக்குவான். அவர்கள் நேராக கூட்டத்துக்குள் ஓடினர். கூட்டம் அவர்களை அச்சுறுத்தியது.

ஒரேநேரத்தில் நூற்றுக்கணக்கான தொண்டைகள் உங்களை நோக்கி அதிருப்திக் குரல் எழுப்பியும், அவர்களை மேலும் கீழுமாகப் பார்த்தும் சாபமிட்டுக்கொண்டிருந்தனர். ஐநூறு பேர் உங்களைப் பார்த்து கோபத்தில் கத்தினால், நீங்கள் பயந்துவிடமாட்டீர்களா?

ஆனால் காவலர்கள்? அதுதான் பிரதான விஷயம். இல்லை. அவர்களால் பிரச்சனை இல்லை. டியூரின் அங்கே கடைசி வரிசையில் இருந்தான். அவன் அவசியம் விளக்கியிருக்கவேண்டும். குற்றச்சாட்டை தனது சொந்தத் தோளில் தாங்கியிருப்பான்.

ஆனால் மற்ற ஆட்கள் இரைந்தனர், வசைபாடினர். அதுவும் எத்தகைய வசைபாடல்! சென்காவுக்கு கூட கேட்காதிருக்க முடியாதென்னும்படி, ஆழமாக மூச்சை இழுத்து, அவன் பெற்ற அளவுக்கே திரும்ப வசைபாடினான். அவன் தன் வாழ்க்கை முழுவதும் அமைதியாக இருந்திருந்தான்- ஆனால் தற்போது!

அவனது முஷ்டிகளைக் கூட, சண்டை போடுவதற்கு ஆயத்தமாய் உயர்த்தினான். மற்றவர்கள் அமைதியாயினர். யாரோ ஒருவர் சிரித்தார்.

“ஹே, நூற்று நான்கு,” ஒரு கூச்சல் எழுந்தது. “உன்னோட செவிட்டு ஆள் ஒரு போலி. நாங்கள் இப்போதுதான் அவனைச் சோதனை செய்தோம்.”

அனைவரும் சிரித்துவிட்டனர். காவலர்கள் உட்பட.

“ஐந்து ஐந்து பேராய் நில்லுங்கள்.”

அவர்கள் கதவுகளைத் திறக்கவில்லை. தங்களையே நம்புவதில்லை அவர்கள். கூட்டத்தை வாசலிலிருந்து பின்னோக்கித் தள்ளினர். (அனைவரும் முட்டாள்களைப்போல வாசற்கதவைப் பிடித்துக்கொண்டிருந்தனர்- அவ்விதத்தில் அவர்கள் விரைவாக வெளியேறமுடியும் என்பதைப்போல்.)

“ஐந்து ஐந்து பேராய் நில்லுங்கள். முதலாவது. இரண்டாவது. மூன்றாவது....”

அழைக்கப்பட்டதும் ஒவ்வொரு ஐந்து பேரும், சில அடி முன்னே வரவேண்டும். சுகோவ் மூச்சிரைப்பு நின்றதும் நிமிர்ந்துபார்த்தான். நிலா அடர்செந்நிறத்தில் கோபமாக எழுந்துவந்தது. நேற்று இந்நேரத்தில், அது இன்னும் உயரமான இடத்தில் காணப்பட்டது. அனைத்தும் மிக நன்றாகப் போனதில் மகிழ்ந்து, சுகோவ் கேப்டனின் இடுப்பில் சுரண்டிச் சொன்னான்:

“கேப்டன், கவனியுங்கள், உங்கள் அறிவியல் பழைய நிலா அதன் காலத்துக்கு அப்புறம் எங்கே போகிறதெனச் சொல்கிறது?”

“எங்கே அது போகும்? நீ என்ன சொல்ல வருகிறாய்? என்ன மடத்தனம்! அது வெறுமனே கண்ணுக்குத் தெரியாமலாகும்.”

சுகோவ் தனது தலையை அசைத்தபடி சிரித்தான்.

“சரி, அது கண்ணுக்குத் தெரியாமல் ஆகுமெனில், அது அங்கிருக்கிறதென உங்களுக்கு எப்படித் தெரியும்?”

“ஆக, உன்னைப் பொறுத்தவரை, ஒவ்வொரு மாதமும் வருவது புதிய நிலா” கேப்டன் தனது காதுகளை நம்பமுடியாதபடி சொன்னார்.

“அதிலென்ன வினோதம்? மனிதர்கள் தினமும் பிறக்கிறார்கள். ஒவ்வொரு நான்கு வாரத்துக்கும் ஏன் ஒரு நிலா தோன்றக்கூடாது?”

“த்தூ!” என்றபடி கேப்டன் உமிழ்ந்தார். “என் வாழ்வில் சந்தித்த அத்தனை மாலுமிகளிலும் உன்னளவுக்கு ஒரு முட்டாளை

ஒருபோதும் சந்தித்ததில்லை. அப்போது பழைய நிலவு எங்கே போகுமன நீ நினைக்கிறாய்?"

"அதைத்தான் நான் உங்களைக் கேட்கிறேன். அது எங்கே போகும்?"

சுகோவ் தன் பற்கள் வெளித்தெரிய புன்னகைத்தான்.

"நல்லது, எனக்குச் சொல்லுங்கள். அது எங்கே போகும்?" சுகோவ் பெருமூச்சு விட்டபடி மெல்லிய மிழற்றலுடன் சொன்னான்.

"எங்களது கிராமத்தில், கடவுள் பழைய நிலவை நட்சத்திரங்களாக உதிர்த்துவிடுகிறார் என்று அங்குள்ளவர்கள் சொல்வார்கள்."

"என்ன ஒரு காட்டுமிராண்டிகள்!" கேப்டன் நகைத்தார். "நான் ஒருபோதும் கேள்விப்பட்டது கிடையாது. அப்படியெனில் நீ கடவுளை நம்புகிறாயா, சுகோவ்?"

"ஏன் நம்பக்கூடாது?" ஆச்சரியத்துடன் சுகோவ் கேட்டான். "அவர் இடியாய் முழங்குவதைக் கேட்டபின்னும், அவரை நம்பாமலிருக்க முயற்சிக்கக்கூடாது."

"ஆனால் கடவுள் ஏன் அதைச் செய்யவேண்டும்?"

"எதைச் செய்யவேண்டும்?"

"நிலவை நட்சத்திரங்களாக உதிர்ப்பதை. ஏன்?"

"சரி, உங்களால் புரிந்துகொள்ள முடியவில்லையா?" சுகோவ் கேட்டான். "அவ்வப்போது நட்சத்திரங்கள் உதிர்ந்துவிடுகின்றன இல்லையா. அந்த இடைவெளியை நிரப்புவதற்கு."

"திரும்பி நில்லு, முட்டாளே," ஒரு காவலன் கத்தினான். "வரிசையில் சேர்ந்துநில்."

கணக்கெடுப்பு கிட்டத்தட்ட அவர்களை நெருங்கியிருந்தது. ஐந்தாவது நூறின், பன்னிரண்டாவது ஐந்து ப்யூனோவ்ஸ்கியையும் சுகோவையும் மட்டும் பின்னே விட்டு முன்னே சென்றிருந்தது.

பாதுகாவலன் கவலைப்பட்டான். கணக்கிடும் பலகைகள் காட்டும் எண்ணிக்கை மீது ஒரு விவாதம் நடந்தது. யாரோ காணவில்லை. மறுபடியும் யாரோ காணவில்லை. ஏன் அவர்கள் கணக்கிடப் பழகக்கூடாது?

அவர்கள் எண்ணியது 462. இருக்கவேண்டியதோ 463.

மீண்டும் ஒருமுறை அவர்கள் அனைவரையும் வாசலிலிருந்து பின்னே தள்ளினர். (சிறைவாசிகள் திரும்பவும் கூட்டமாக முன்னால் முண்டியடித்து வந்தனர்).

“ஐந்து ஐந்து பேராய் நில்லுங்கள். ஒன்று, இரண்டு…”

இந்த மறு எண்ணிக்கையில் ரொம்பவும் கோபமூட்டியது எதுவெனில், இதில் வீணடிக்கப்பட்ட நேரம் சிறைவாசிகளுக்குச் சொந்தமானது, அதிகாரிகளுக்கு சொந்தமானதல்ல. அவர்கள் முகாமை அடைய இன்னும் ஸ்டெப்பியைக் கடக்கவேண்டும், முகாமுக்குள் செல்வதற்கு, சோதனையிடுவதற்கு வசதியாக வரிசையில் நிற்கவேண்டும். எல்லா திசைகளிலிருந்தும் குழுக்கள் இரட்டை வரிசையில் வரும், சோதனைக்கு முதலாவதாக நிற்பதற்கும், முகாமுக்குள் செல்வதற்கும் முயற்சிசெய்யும். எந்தத் தொகுதி முதலில் திரும்புகிறதோ, அன்றைய மாலையில் அதுதான் முகாமில் வெற்றிகரமான குழு- உணவு அரங்கம் அவர்களுடையது, தங்கள் சிப்பங்களைப் பெறுவதற்கான வரிசையில் அவர்கள் முதல் நபர்கள், தனிப்பட்ட சமையலறையில் அவர்களே முதல் ஆட்கள், கலாச்சாரம் மற்றும் கல்வித் துறையில் கடிதங்களைப் பெறவோ, தங்களது சொந்தக் கடிதங்களை தணிக்கைக்குக் கொடுக்கவோ முதல் ஆள், மருந்தகத்தில் முதலாவது, சவரம் செய்பவரிடம், குளிக்குமிடத்தில் எங்கும் முதல் ஆள்.

பாதுகாவலர்களும்கூட, சிறைவாசிகளை முகாமுக்குள் அனுப்பவும் பணியிலிருந்து விடுபட்டு இரவுக்கு ஆயத்தமாகவும் அவசரத்திலிருந்தனர். ஒரு ராணுவ வீரனின் வாழ்க்கையும்கூட அதிக சந்தோஷங்கள் நிறைந்ததில்லை- நிறைய வேலை, கொஞ்ச ஓய்வுநேரம்.

தற்போதோ எண்ணிக்கை தவறாக வந்திருந்தது.

கடைசி ஐந்து வரிசைகள் முன்னுக்குவர அழைக்கப்பட்டபோது, சுகோவ் கடைசி வரிசையில் மூவர் இருக்கப்போகிறோமென நம்பிக்கொண்டிருந்தான். இல்லை, நாசமாய்ப் போக, மறுபடியும் இருவர்தான் இருந்தனர்.

தலைமைக் காவலனிடம் எண்ணியவர்கள் தங்களது கணக்கிடும் பலகைகளுடன் சென்றனர். அங்கே ஒரு ஆலோசனை நடந்தது. தலைமைக் காவலன் கத்தினான்.

"104-வது குழுவின் தலைவன்."

டியூரின் அரை தப்படி முன்னால் வந்தான்.

"இங்கே."

"நீ யாரையும் மின் நிலையத்தில் விட்டுவந்தாயா? யோசி."

"இல்லை."

"மறுபடியும் யோசி. நான் உனது தலையைப் பிளந்து விடுவேன்..."

"இல்லை, நான் முழு உறுதியோடு இருக்கிறேன்."

ஆனால் அவன் பாவ்லோவை ரகசியமாக ஒரு பார்வை பார்த்தான். யாரையாவது எந்திர அறையில் தூக்கத்தில் விட்டுவிட்டு வந்துவிட்டோமா?

"குழுக்களாகச் சேர்ந்துநில்லுங்கள்," தலைமைக் காவலன் கத்தினான்.

அவர்கள் ஐந்து ஐந்து பேராய் சேர்ந்து நின்று குழுக்களை உருவாக்கினார்கள். தற்போது அவர்கள் இடம்மாறவேண்டும். குரல்கள் வெடித்துக் கிளம்பின: "75-வது குழு இங்கே," முப்பதாவது, இப்படி", "முப்பத்தி இரண்டு இங்கே."

104-வது குழு, அனைவருக்கும் பின்னால், தங்களது வரிசையை உருவாக்கினர். அவர்கள் ஒவ்வொருவரும் வெற்றுக் கையுடன் இருப்பதை சுகோவ் கவனித்தான். முட்டாள்களைப் போல அவர்கள் வெகுநேரம் வேலைசெய்துவிட்டு, விறகு சேகரிக்கவே

இல்லை. அவர்களில் இருவர் மட்டுமே சிறு பொதிகளை வைத்திருந்தனர்.

இந்த விளையாட்டு ஒவ்வொரு மாலையும் நடப்பதுதான்: வேலை முடியும் முன் பணியாளர்கள் மரச்சீவல்கள், குச்சிகள், உடைந்த சிராய்களைச் சேகரித்து, அவற்றை துண்டுக் கயிறு அல்லது கந்தலான நாடாக்களால் ஒன்றாகக் கட்டி தங்களுடன் தூக்கிச்செல்வார்கள். வேலை செய்யுமிடத்தின் வாசலுக்கருகில் அவர்களது பொதி மீதான முதல் சோதனை நடக்கும். மேற்பார்வையாளரோ, கண்காணிப்பாளரோ அங்கு நின்றபடி சிறைவாசிகளிடம் அவர்களது விறகைத் தூர வீசும்படி உத்தரவிடுவார்கள். (லட்சக்கணக்கான ரூபிள்கள் நெருப்பில் புகையும், இருந்தும் எரிப்பதற்கான இந்தப் பொருட்களால் சிறைவாசிகள் இழப்புகளை ஏற்படுத்துவதாக அவர்கள் நினைத்துக்கொண்டிருந்தனர்.) ஆனால் ஒரு சிறைவாசி தனக்கேயான விதத்தில் கணக்கிட்டான். ஒவ்வொருவரும் இரண்டொரு குச்சிகளை தன்னுடன் எடுத்துச்சென்றால் ராணுவக் குடியிருப்பே கதகதப்பாக இருக்கும். ராணுவக் குடியிருப்பு ஏவலாட்களுக்கு ஒரு அடுப்புக்கு பத்து பவுண்ட் கரித்தூள் வழங்கப்பட்டது. அதிலிருந்து சிறிது வெப்பம்தான் பெறமுடியும். எனவே சிறைவாசிகள் குச்சிகளை உடைத்தோ, அல்லது அவற்றைக் கொஞ்சம் சிறிதாக அறுத்தோ, தங்கள் கோட்டுகளுக்குள் மறைத்து எடுத்துவந்தனர்.

பாதுகாவலர்கள் ஒருபோதும் சிறைவாசிகளை, வேலையிடத்தின் வாசலில் தங்களது விறகுகளை, போடச்செய்ய மாட்டார்கள். ஒன்று, அது சீருடைக்கு எதிரான குற்றம். இரண்டாவது அவர்கள் தங்கள் கைகளை எந்திரத் துப்பாக்கியில், சுடுவதற்கு ஆயத்தமாய் வைத்திருந்தார்கள். ஆனால் முகாம் பகுதிக்குள் நுழையும் முன் தொகுதியில் சில வரிசைகளில் உள்ளவர்கள் தங்களது பொருள்களை கீழே போட உத்தரவிடப்படுவர். எப்படியானபோதும், பாதுகாவலர்கள் கொஞ்சம் கருணையுடனே கொள்ளையிட்டனர்–அவர்கள் காவலர்களுக்கு கொஞ்சம் மிச்சம் வைக்கவேண்டும், சிறைவாசிகளுக்கு கொஞ்சம் மிச்சமிருக்கவேண்டும். இல்லையெனில் அவர்கள் தங்களுடன் விறகெதையும் எடுத்துவரமாட்டார்கள். எனவே ஒவ்வொரு சிறைவாசியும் ஒவ்வொரு நாள் மாலையும்

தன்னுடன் கொஞ்சம் விறகை எடுத்துவருவான். எப்போது அதனை எடுத்துச்செல்ல அனுமதிக்கப்படுவீர்கள் அல்லது எப்போது அவர்கள் அதைப் பிடுங்குவார்கள் என ஒருபோதும் நீங்கள் அறியமாட்டீர்கள்.

சுகோவ் தரையில் மரச்சுருள் ஏதாவது கிடைக்குமா என சலித்துக்கொண்டிருக்கையில், டியூரின் குழுவினரை எண்ணிமுடித்திருந்தான். "நூற்று நான்காவது குழுவில் அனைவரும் இருக்கின்றனர்," அவன் தலைமைக் காவலனிடம் தெரிவித்தான்.

அப்போதுதான் சீஸர் அலுவலகப் பணியாளர் குழுவிலிருந்து திரும்பி தனது சொந்தக் குழுவில் மறுபடி இணைந்திருந்தான். அவனது குழாய், அவன் புகையை உறிஞ்சியபோது மின்னியது. அவனது அடர்த்தியான மீசையின் முனையில் உறைபனி காணப்பட்டது.

"நல்லது, கேப்டன், எப்படிப் போனது?" அவன் கேட்டான். கதகதப்பாக இருக்கும் ஒரு மனிதன், பனியில் விறைத்துக்கொண்டிருக்கும் ஒரு மனிதனைப் புரிந்துகொள்ளமாட்டான். "இன்று எப்படிப் போனது?" என்னவொரு மடத்தனமான கேள்வி!

"நீங்கள் உண்மையில் அறிந்துகொள்ள விரும்பினால்," தோள்கள் தொய்ந்திருக்க கேப்டன் கூறினார், "என் முதுகையே நிமிர்த்தமுடியாத அளவுக்கு நான் கடினமாக உழைத்தேன்."

நீங்கள் எனக்குக் கொஞ்சம் புகைக்கத் தாருங்கள் என்பதே அவர் சொல்லவந்தது.

சீஸர் அவருக்குக் கொஞ்சம் புகைக்கத் தந்தான். கேப்டன் ஒருவர் மட்டுமே குழுவில் அவன் நெருக்கம் காட்டும் ஒரே ஆள். அவன் அவரிடமின்றி வேறொருவரிடமும் தனது இதயச் சுமையைப் பகிர்ந்துகொள்ளமாட்டான். "முப்பத்திரண்டாவது குழுவில் ஒருவன் காணவில்லை. முப்பத்திரண்டாவது குழுவில்," அனைவரும் முணுமுணுக்கத் தொடங்கினர்.

32-வது குழுவின் துணைத் தலைவர், மற்றொரு இளைஞனுடன் சேர்ந்து பதற்றமாக பழுதுநீக்கும் கடைகளில் தேடுவதற்கு

விரைந்தான். கூட்டத்தில் நபர்கள் தொடர்ந்து: யார்? எப்படி? எங்கே? என கேட்கத் தொடங்கினர். விரைவில் காணாமல் போனது அந்தக் கறுப்பான, சிறிய உருவம்கொண்ட மோல்டாவியன் என்பது சுகோவின் காதுகளை எட்டியது. மோல்டாவியனா? ருமேனிய உளவாளியாக இருந்தவன் என்று சொல்லப்பட்டவனல்லவா, ஒரு அசல் உளவாளியோ?

ஒவ்வொரு குழுவிலும் நீங்கள் ஐந்து உளவாளிகளைக் கண்டுபிடிக்கலாம். ஆனால் அவர்கள் போலிகள், சிறையில் உருவாக்கப்பட்ட உளவாளிகள். அவர்கள் தங்களது ஆவணங்களில் உளவாளிகள் எனக் குறிப்பிடப்பட்டிருந்தனர், உண்மையில் அவர்கள் முன்னாள் போர்க்கைதிகள். சுகோவ்கூட அந்த உளவாளிகளில் ஒருவன்தான். ஆனால் இந்த மோல்டோவியன் உண்மையானவனோ...

தலைமைப் பாதுகாவலர் பட்டியலில் தனது கண்களை ஓடவிட, அவரது முகம் இருண்டபடியே வந்தது. அனைத்துக்கும் மேலாக, அந்த உளவாளி தப்பியிருந்தால் தலைமைப் பாதுகாவலருக்கு என்ன நடக்கும்? கூட்டத்தில் சுகோவ் உட்பட அனைவரும் கொதித்துப் போயிருந்தனர். அவர்கள் இத்தனை நேரம் சோதனைக்குட்பட்டதெல்லாம் இந்த மடையனுக்காகவா, இந்த வழுக்கும் குட்டிப் பாம்புக்காகவா, அந்த நாற்றமடிக்கும் புழுவுக்காகவா? வானம் ஏற்கெனவே முழுக்க இருளடைந்திருந்தது. அங்கிருந்த வெளிச்சமெல்லாம் நிலவிலிருந்து வந்ததுதான். நீங்கள் நட்சத்திரங்களைப் பார்க்கலாம்- இதன் பொருள் உறைபனி இரவுக்கு பலத்தைத் திரட்டிக்கொண்டிருந்தது- அந்த வளர்ச்சிகுன்றிய முட்டாள் காணவில்லை. நீ போதுமான அளவுக்கு வேலை செய்யவில்லையா என்ன துயரத்துக்குரிய முட்டாளே? உதயம் முதல் அஸ்தமனம் வரையிலான அதிகாரப்பூர்வ பதினொரு மணிநேர வேலை உனக்குப் போதுமானதாக இல்லையா? கொஞ்சம் பொறு, வாதி இன்னும் கொஞ்சம் வேலைதருவார். வேலையை நிறுத்துவதற்கான சமிக்ஞையைப் புறக்கணித்துவிட்டு எவரொருவரும் கடுமையாக உழைக்கலாமெனச் சொல்வார்.

ஒரு மணி நேரத்துக்கு முன்பு சுகோவே அப்படி வேலை செய்துகொண்டிருந்தான் என்பதை முற்றிலும் மறந்திருந்தான்-

வாசலில் வெகுமுன்பாகவே ஒன்றுகூடியிருந்த பிறரால் அவன் தொந்தரவுக்காளாயிருந்தான். இப்போது அவன் எலும்புவரைக்கும் குளிர்ந்துபோனதில், மற்றெல்லாரையும்போல் அவனது ஆத்திரம் அதிகரித்திருந்தது. அவர்கள் அந்த மால்டோவியனால் மற்றொரு அரை மணி நேரம் காத்திருக்க வைக்கப்படுவார்களா? காவலர்கள் அவனை சிறைவாசிகளிடம் ஒப்படைத்தால், அவர்கள் அவனை ஓநாய் ஆட்டைக் கிழித்தெறிவதுபோல கிழித்தெறிந்துவிடுவார்கள்.

ஆமாம், குளிர் இப்போது ஏறிவந்தது. யாரும் அமைதியாக நிற்கவில்லை. அவர்கள் நின்ற இடத்திலேயே தங்கள் கால்களை தரையில் உதைத்தனர், அல்லது முன்னும்பின்னும் இரண்டு மூன்றடி எடுத்துவைத்தனர்.

ஒருவேளை அந்த மால்டோவியன் தப்பியிருப்பானோ என ஆட்கள் விவாதிக்க ஆரம்பிருந்தனர். நல்லது, அவன் பகலிலேயே தப்பியிருந்தால் அது ஒருவிதம், ஆனால் அவன் வெறுமனே காவல்கோபுரத்திலிருந்து வீரர்கள் போகட்டுமென மறைந்திருந்தால் அவனுக்கு அந்த வாய்ப்பு இல்லை. வேலியினூடாக அவன் ஒரு தடத்தை விட்டுச்செல்லாத பட்சத்தில், காவல் வீரர்கள் குறைந்தபட்சம் மூன்று நாட்கள் முகாமுக்குள் செல்ல அனுமதிக்கப்படமாட்டார்கள். தேவைப்பட்டால், அவர்கள் கோபுரங்களில் ஒரு வாரத்துக்கு கண்காணிப்பு வேலைக்குச் செல்லவேண்டியிருக்கும்.

அதுதான் அங்குள்ள விதிமுறைகள் என்பது நெடுநாள் சிறைவாசிகள் அறிந்ததுதான். சுருக்கமாக, யாராவது தப்பிவிட்டால், காவலர்கள் அவர்களைக் கொண்டுவரவேண்டும். அவர்கள் தூக்கமோ அல்லது உணவோ இன்றி வேட்டையாடப்படுவார்கள். சமயங்களில், தப்பி ஓடியவன் உயிருடன் திரும்பாத அளவுக்கு பயங்கர கோபத்துக்கு ஆளாகக்கூடும்.

சீஸர் கேப்டனுடன் விவாதித்துக்கொண்டிருந்தான்: “உதாரணமா, கப்பலின் பாய்மரத்தில் அவன் தனது மூக்குக்கண்ணாடியை தொங்கவிடும் காட்சி, உங்களுக்கு ஞாபமிருக்கிறதா?”

“ம்ஹ்ம், ஆமாம்,” கேப்டன் புகைத்தபடியே கூறினார்.

“அல்லது குழந்தை வண்டி படிகளில் குதித்துக் குதித்து இறங்கும் காட்சி.”

“ஆமாம்... ஆனால் பயணக்காட்சிகள் ஓரளவு செயற்கையானவைதான்.”

“நவீன நிழற்படக் கருவி தொழில்நுட்பங்களால் நாம் கெட்டுப்போய்விட்டோம். என்பதை நீங்கள் பார்க்கவேண்டும்.”

“மாமிசத்தில் முட்டைப்புழு வரும் காட்சி, அவை மடிப்புப் புழு அளவுக்கு நெளிகின்றன. நிச்சயமாக அவை அந்த அளவில் இருக்காது?”

“திரைப்படங்களிலிருந்து நீங்கள் என்ன எதிர்பார்க்கிறீர்கள்? நீங்கள் அவற்றை சிறிதாகக் காட்டவியலாது.”

“நல்லது, அவர்கள் மீனுக்குப் பதிலாக அந்த இறைச்சியை இங்கே முகாமுக்குக் கொண்டுவந்தால், அதை நேராக கெட்டிலில் கொட்டி நமக்குப் பரிமாறுவார்கள். நாம் மட்டுமே...”

சிறைவாசிகள் ஊளையிட்டனர்.

மூன்று சிறிய உருவங்கள் பழுதுபார்க்கும் கடையிலிருந்து வெளிப்பட்டன. ஆக, அவர்கள் மால்டோவியனைக் கண்டுபிடித்துவிட்டனர்.

“ப்பூ!” கூட்டம் வாசலுக்குச் சென்றது.

அவர்கள் குழுவை அருகில் நெருங்கியதும் அவர்கள் இரைந்தனர்.

“முறைகெட்டுப் பிறந்தவனே! அசிங்கமே? மடையா! பசுவின் அந்தரங்க உறுப்பே! பெட்டைநாய்க்குப் பிறந்த அழுக்குப்பிடித்த மகனே!”

சுகோவும் அவர்களுடன் சேர்ந்துகொண்டான்: “விசுவாசமில்லாதவனே!”

ஐநூறு பேரின் அரைமணி நேரத்துக்கும் அதிகமான நேரத்தைத் திருடுவது நகைச்சுவைக்குரிய விஷயமில்லை.

தலையைக் குனிந்தபடி, அந்த மால்டோவியன் ஒரு எலியைப் போல ஓடினான்.

"நில்!" ஒரு காவலன் கத்தினான். "கே 460" என குறித்துக்கொண்டு கேட்டான்: "நீ எங்கே இருந்தாய்?"

அவன் அந்த மனிதனிடம் நடந்துசென்று தனது துப்பாக்கியின் முனையை அவனைநோக்கித் திருப்பினான். கூட்டத்தில் நபர்கள் இன்னும் அவன்மீது சாபமிட்டுக்கொண்டிருந்தனர்: "கழுதையே! பேனே! பன்றியே!"

ஆனால் காவலன் தனது துப்பாக்கியை இயக்குவதற்குத் தயாரானதைப் பார்த்து, மற்றவர்கள் தங்களது நாக்கைக் கட்டுப்படுத்தினர்.

மால்டோவியனால் நிற்கக்கூட முடியவில்லை. காவலனிடமிருந்து பின்நகர்ந்தான்.

32-வது குழுவின் துணைத்தலைவர் முன்னேறிவந்தான். "இந்த முழு முட்டாள் கொஞ்சம் பூச்சுவேலை பார்க்கப் போனான். என்னிடமிருந்து மறைந்து ஓய்வெடுக்க முயற்சித்து, அங்கேயே தூக்கத்தில் விழுந்துவிட்டான்."

அவன் அந்த மனிதனை முகத்திலும் கழுத்திலும் பலமாக அறைந்து காவலனிடமிருந்து தூர விலக்கினான்.

மால்டோவியன் தடுமாறிப் பின்வாங்க, அவனது குழுவைச் சேர்ந்த ஹங்கேரியன் ஒருவன், பின்னாலிருந்து அவன்மேல் பாய்ந்து அவனை பலமாக உதைத்தான்.

அவன் செய்தது உளவறிவதைப் போலில்லை. எந்த ஒரு முட்டாளும் உளவுபார்க்கமுடியும். ஒரு உளவாளிக்கு தெளிவான, பரபரப்பான வாழ்க்கை உண்டு. ஆனால் கடின உழைப்பு முகாமில் பத்துவருடங்கள் கழிக்க முயற்சிப்பதென்றால்!

காவலன் தனது துப்பாக்கியைத் தாழ்த்தினான்.

காவலர் தலைவன் கத்தினார்:

"வாசலிலிருந்து பின்னடையுங்கள். ஐந்து ஐந்து பேராய் நில்லுங்கள்."

மறுபடியும் கணக்கெடுப்பு, நாய்கள். எல்லாம் தெளிவாகிவிட்டபின் அவர்கள் ஏன் நம்மை திரும்ப எண்ணவேண்டும்? சிறைவாசிகள் பெருமூச்சுவிடத் தொடங்கினர். அவர்கள் அனைவரின் ஆத்திரமும் மால்டோவியனிடமிருந்து காவலர் பக்கம் மாறியது. அவர்கள் பெருமூச்சுவிட்டபடி நகரவில்லை.

"எ-என்-ன?" தலைமைப் பாதுகாவலன் கத்தினான். "பனியில் உட்கார்ந்திருக்க விரும்புகிறீர்களா? சரி, ஒரு நிமிடம் நான் உங்களுக்குத் தருவேன், அதற்குள் நகரவில்லையெனில் உங்களை இங்கேயே விடியல் வரைக்கும் இருக்கவைத்துவிடுவேன்."

அவன் அதைச் செய்யவும் கூடியவன். அவன் அவர்களை பலமுறை பனியில் நிற்கவைத்திருக்கிறான். "உங்களது தலைகளைத் தாழ்த்துங்கள்!" என்றபடி பாதுகாவலர்களிடம்: "பாதுகாப்புக் கொண்டியை விடுவியுங்கள்" என்றார். சிறைவாசிகள் இவையனைத்தையும் அறிவர். அவர்கள் வாசலிலிருந்து பின்வாங்கினர்.

"பின்னே போ, பின்னே போ!" பாதுகாவலன் இரைந்தான்.

முன்னால் இருப்பவர்கள் நெருக்கியடிக்கவும் பின்னாலிருப்பவர்கள் கத்தினார்கள், "கழிவறைகளா... வாசற்கதவை நோக்கி நெருக்கியடிப்பதில் என்ன அர்த்தம் இருக்கிறது?"

"ஐந்து ஐந்து பேராய் நில்லுங்கள். முதலாவது. இரண்டாவது. மூன்றாவது..."

தற்போது நிலவு முழுமையாக ஒளிர்ந்தது. அது தன் ஒளியைச் சுற்றிலும் வீசியது. செந்நிறச் சாயல் போயிருந்தது. வானில் கால்பங்கு தூரம் அது மேலேறியிருந்தது. மாலை முடிந்திருந்தது. பாழாய்ப்போன மால்டோவியன். பாழாய்ப்போன காவலர்கள். இந்தப் பாழாய்ப்போன வாழ்க்கை.

முன்பகுதியில் காணப்பட்ட சிறைவாசிகள் எண்ணப்பட்டதும், அவர்கள் திரும்பி பெருவிரலில் நின்றபடி பின்வரிசையில் நிற்பது இரண்டு பேரா அல்லது மூன்று பேரா எனப் பார்த்தனர். இப்போது அவர்களுக்கு இது வாழ்வா சாவா விஷயம்.

அங்கே நாலுபேர் இருக்கப்போகிறார்கள் என சுகோவுக்கு ஒரு எண்ணம் வந்தது. அவன் பயத்தால் மரத்துப்போயிருந்தான். ஒன்று கூடினாலும் மற்றொரு மறு எண்ணிக்கை. ஆனால் அது ஃபெடிகோவ் என தெரியவந்தது. கேப்டனிடமிருந்து சிகரெட்டின் பின்பகுதியை இரவல் வாங்க அலைந்துவிட்டு, தனது ஐந்துபேர் வரிசையில் சரியான சமயத்தில் சேர்ந்துகொள்ளத் தவறிவிட்டான். ஆக இப்போது அவன் பின்வரிசையில் சென்றுநிற்க, அவன் கூடுதலாக ஓர் ஆள்போல் தோன்றினான். ஒரு காவலன் கோபமாக ஃபெட்டிகோவின் பின்கழுத்துப் பகுதியில் அறைந்தான்.

அவனுக்குச் சரியானபடி கொடுங்கள்.

ஆக அவர்கள் பின்வரிசையில் மூன்று பேரை இம்முறை கணக்கிட்டனர். எண்ணிக்கை சரியாக வந்துவிட்டது, கடவுளே நன்றி.

"வாசலிலிருந்து பின்செல்லுங்கள்," ஒரு காவலன் தனது உச்சக் குரலில் கத்தினான். ஆனால் இம்முறை சிறைவாசிகள் முணுமுணுக்கவில்லை- காவலறையை விட்டு வீரர்கள் வெளியேவந்து வாசலின் மறுபக்கம் பாதுகாப்பு வளையம் அமைப்பதை அவர்கள் கவனித்திருந்தனர். ஆக அவர்கள் வெளியேவிடப் போகிறார்கள்.

மேற்பார்வையாளரோ, கண்காணிப்பாளரோ ஒருவரும் பார்வையில் தட்டுப்படவில்லை. எனவே சிறைவாசிகள் தங்களது விறகை வைத்துக்கொண்டனர்.

வாசற்கதவு அகலத் திறந்தது. தற்போது தலைமைப் பாதுகாவலன், சோதனையாளன் ஒருவனோடு வாசலின் மறுபக்கம் மரத் தடுப்புகளுக்கு அருகில் வந்து நின்றுகொண்டார்.

"முதலாவது. இரண்டாவது. மூன்றாவது..."

எண்ணிக்கை திரும்பவும் பொருந்திப்போனால் காவலர்கள் கண்காணிப்புக் கோபுரத்திலிருந்து கிளம்பலாம்.

ஆனால் வேலைநடக்குமிடத்தின் முனையிலிருந்து அதன் கடைக்கோடியில் இருக்கும் கோபுரத்தை அடைய அவர்கள் எவ்வளவு தூரம் நடக்கவேண்டும்! கட்டட வேலை

நடக்குமிடத்திலிருந்து கடைசி சிறைவாசியும் வெளியே வந்து, எண்ணிக்கை பொருந்திப்போனதாக கண்டபிறகு மட்டுமே அவர்கள் அனைத்துக் கோபுரங்களிலும் உள்ள காவலர்களுக்கு தொலைபேசியில் அழைத்து அவர்களை பணியிலிருந்து விடுவிப்பர். தலைமைப் பாதுகாவலர், புத்திசாலி எனில் நெடுவரிசையை உடனே கிளம்பச்சொல்வார். சிறைவாசிகள் எங்கும் தப்பி ஓடமுடியாது, காவலர்கள் சிறைவாசிகளின் நெடுவரிசையை முந்திவிடுவார்கள் என அவர் அறிந்திருப்பார். ஆனால் சில காவலர்கள் மிக முட்டாள்தனமானவர்கள், சிறைவாசிகளைக் கையாளும் அளவு தங்களிடம் போதுமான அளவு வீரர்கள் கிடையாதென பயந்தனர். எனவே அவர்கள் காத்திருப்பர்.

இந்த மாலையில் அத்தகையதொரு முட்டாள்களில் ஒருவனை அவர்கள் பெற்றிருந்தனர்.

ஒரு முழுநாளும் உறையவைக்கும் குளிரில்! சிறைவாசிகள் ஏற்கெனவே எலும்புமஜ்ஜை வரை குளிரின் சில்லிப்பை உணர்ந்திருந்தனர், தற்போது வேலைமுடிந்ததும் நின்றவாறே மற்றொரு மணி நேரம் நடுங்கியபடி காத்திருந்தனர். இருந்தும் பெரிய அளவு குளிர் இல்லை, உண்மை என்னவெனில் அவர்கள் ஒரு மாலையை இழந்திருந்தனர், அது அவர்களை சீற்றமடையச் செய்திருந்தது. தற்போது முகாமில் சென்று தங்களுக்கென எதுவும் செய்ய நேரமில்லை என்பதே முக்கிய விஷயம்.

"பிரிட்டிஷ் கடற்படையைச் சேர்ந்தவர்களை மிக நன்றாக நீங்கள் அறியநேர்ந்தது எப்படி?" அடுத்த ஐவர் வரிசையில் ஒருவன் கேட்பது சுகோவின் காதில் விழுந்தது.

"நல்லது, ஒரு பிரிட்டிஷ் யுத்தக் கப்பலில் கிட்டத்தட்ட ஒரு மாதம் நான் செலவிட நேர்ந்தது. அதில் எனக்கென சொந்த அறை ஒதுக்கப்பட்டிருந்தது. நான் சில கப்பல்களுக்கான தொடர்பு அதிகாரியாக நியமிக்கப்பட்டிருந்தேன். கற்பனை செய்துபார்- போருக்குப் பின் அந்த கடற்படைத் தலைவர், நினைவுப் பரிசாக எனக்கொரு பரிசை நன்றியின் அடையாளமாக அனுப்பிவைத்தார்- சாத்தான் மட்டுமே அந்த யோசனையை அவரது தலைக்குள் கொண்டுவந்திருக்கவேண்டும். அவர் பாழாய்ப்போக! நான் முழுக்கவே திகிலடைந்துவிட்டேன்.

இப்போது நாம் அனைவரும் ஒன்றாக இங்கிருக்கிறோம். பெந்தேராவின் ஆட்களுடன் இங்கே ஒன்றாக சிறைவைக்கப்பட்டிருப்பதை ஏற்றுக்கொள்வேதே பெரிதும் கடினமாக இருக்கிறது."

விநோதம்! ஆமாம், உண்மையிலேயே ஒரு விநோத காட்சி: ஒளிவுமறைவற்ற ஸ்டெப்பி, காலி கட்டடத் தலம், நிலவொளியில் மின்னும் பனிவெளி.

பாதுகாப்புக் காவலர்கள் தங்கள் நிலைகளுக்குச் சென்று பத்தடி இடைவெளியில், துப்பாக்கிகளுடன் தயாராக நின்றனர். சிறைவாசிகளின் கறுப்பு மந்தை. அவர்களிடையே, கறுப்பு கோட்டில் மற்ற அனைவரையும் போலவே ஒரு மனிதனாக எஸ் 311. பொன்னிற தோள்பட்டையின்றி வாழ்வைக் கற்பனை செய்திராத, பிரிட்டிஷ் கப்பற்படைத் தலைவருடன் பழகிப் பேசிய எஸ் 311 தற்போது ஃபெட்டிகோவுடன் வியர்வைசிந்த கைவண்டி தள்ளிக்கொண்டிருந்தார்.

நீங்கள் ஒரு மனிதனை இந்த வழியிலும் நெருக்கலாம், அந்த வழியிலும் நெருக்கலாம்.

தற்போது பாதுகாவலர்கள் தயார். இந்த முறை எந்த ஒரு "பிரார்த்தனையும்" இல்லாமல் தலைமைக் காவலர் அவர்களைப் பார்த்துக் குரைத்தான்:

"இருமடங்கு விரைவாக! நகருங்கள்"

நாசமாய்ப் போகட்டும் உங்களது "நகருங்கள்!" உத்தரவு! மற்ற அனைத்து நெடுவரிசைகளும் அவர்களை முந்திச்சென்றிருந்தன. அவசரமாகச் செல்வதில் என்ன அர்த்தம் இருந்தது? சிறைவாசிகள் கணக்கை நேர்செய்ய ஒருவருக்கொருவர் சதித்திட்டம்தீட்டி கூட்டுறவில் இருக்கவேண்டியதில்லை: நீங்கள் எங்களை பின்தங்கச் செய்தீர்கள் அல்லவா, இப்போது எங்களுடைய முறை. அனைத்துக்கும் மேலாக, பாதுகாவலர்களும்கூட கதகதப்பான மூலைக்கு ஏங்கிக்கொண்டிருந்தனர்.

"சுறுசுறுப்பாக அடியெடுத்து வையுங்கள்!" காவலன் கத்தினான். "முன்னால் செல்பவனே, சுறுசுறுப்புடன் நட."

உனது "சுறுசுறுப்புடன் நட" நாசமாய்ப் போக. சிறைவாசிகள் இறுதி ஊர்வலத்தில் செல்வதுபோல் தலையைத் தொங்கவிட்டபடி, அளவெடுத்து வைத்த அடிகளால் நடையிட்டனர். இப்போது நாங்கள் இழக்க எதுவுமில்லை-எப்படியும் கடைசியாகத் திரும்பப்போவது நாங்கள்தான். அவன் எங்களை மனிதர்களைப்போல நடத்தமாட்டான். இப்போது அவன் கத்தித் தொண்டை காயட்டும்.

அவன், "சுறுசுறுப்பாக நடங்கள்! சுறுசுறுப்பாக நடங்கள்!" என்று கத்தியபடியே போனான். ஆனால் அது பலனற்றது என உணர்ந்துகொண்டான். தனது ஆட்களிடம் சுடும்படியும் உத்தரவிடமுடியாது. சிறைவாசிகள் ஐந்தைந்து பேராய், வரிசையில் நடையிடுகிறார்கள். அனைத்தும் சரியாக இருக்கிறது. அவர்களை விரைவாக நடக்கச் சொல்ல அவனுக்கு அதிகாரமில்லை. (காலையில் வேலைக்குச் செல்லும்போது சிறைவாசிகள் மெதுவாக நடந்தனர், தங்களைக் காத்துக்கொள்வதற்கு. அவசரத்திலிருக்கும் மனிதன் தனது சிறைவாசத்தின் முடிவைக் காண உயிருடனிருக்கமாட்டான்- அவன் களைப்படைந்து, இறந்துபோவான்.)

எனவே வழக்கமான, நிதானமான அடிவைப்புகளுடன் நடந்தனர். பனி அவர்களது காலணிகளுக்குக் கீழே நொறுங்கியது. சிலர் அடிக்குரலில் பேசினர். மற்றவர்கள் மௌனமாகவே நடந்தனர். அன்று காலை முகாமில் எதையாவது முடிக்காமல் விட்டானா என சுகோவ் தன்னையே கேட்டுக்கொண்டான். ஆ, மருந்தகம். வேடிக்கை, வேலைசெய்கையில் மருந்தகத்தைப் பற்றி முற்றிலும் அவன் மறந்துவிட்டான்.

இது பார்வை நேரத்தை ஒட்டியதாகத்தான் நிச்சயம் இருக்கும். தனது இரவு உணவைப் புறக்கணித்தால் சமாளித்து மருந்தகம் போய்ப் பார்த்துவிடலாம். ஆனால் தற்போது ஓரளவுக்கு அவனது முதுகு வலிக்கவில்லை. உடல் வெப்பநிலையும் அதிகமாக இல்லை. நேரத்தை வீணடிப்பதுதான். அவன் மருத்துவர்களின் சகாயமின்றியே சமாளித்திருந்தான். மருத்துவர்கள் அறிந்த ஒரே நிவாரணம், நம்மை நமது கல்லறையில் வைப்பதுதான்.

இப்போது அவனை ஈர்த்தது மருந்தகம் அல்ல. அவனது இரவு உணவுக்கு ஏதாவது ஒரு அம்சத்தை சேர்ப்பதே. அவனது நம்பிக்கையெல்லாம் நீண்ட நாட்களுக்கு வந்துசேராமலிருக்கும் சீஸரின் சிப்பத்தின்மீது பதிந்தது.

ஒரு திடீர் மாற்றம் வரிசையில் வந்தது. அது வழக்கமான நடைவேகத்தைக் கைவிட்டு வேகமாக நடையிடத் தொடங்கியது. சிறைவாசிகள் பரபரப்பில் முன்னோக்கிப் பாய்ந்தனர். கடைசி ஐந்து பேர் வரிசையிலிருந்த சுகோவ் உள்ளிட்டவர்கள், முன்வரிசையிலிருந்த ஐந்து பேர் நகர்ந்த வேகத்தில் நடக்கவில்லை. அவர்கள் மற்றவர்களுக்கு இணையாய் இருக்க ஓடவேண்டியிருந்தது. சில தப்படிகள், பின் மீண்டும் அவர்கள் ஓடினார்கள்.

தொகுதியின் பின்வரிசை ஒரு மேட்டின்மீது நடந்தபோது, வலப்பக்கம் தொலைவில் ஸ்டெப்பி வெளியில் எதிரே மற்றொரு கும்பல் நகர்விலிருப்பதை சுகோவ் பார்த்தான். இவர்கள் நடந்ததற்கு நேர் குறுக்கே நடந்துவந்துகொண்டிருந்தது. அவர்களும் தங்களது வேகத்தை அதிகப்படுத்தியிருந்ததுபோல் தோன்றியது.

அந்தத் நெடுவரிசை, நிச்சயம் எந்திர வேலைகளுக்குச் சென்றதாகத்தான் இருக்கவேண்டும். அதில் முன்னூறு பேர்வரை இருந்தனர். துரதிர்ஷ்டத்தின் மூலக் கும்பல். ஏதோ காரணத்தால் நிச்சயம் தடுத்து வைத்திருக்கப்பட்டிருக்கவேண்டும் - ஏன், சுகோவ் ஆச்சரியப்பட்டான். ஏதாவதொரு எந்திரத்தை ஒன்றிணைத்து முடிப்பதற்காகவா? வேலைநேரம் முடிந்தும் அதற்காக அவர்கள் தடுத்துவைக்கப்பட்டிருக்கவேண்டும். ஆனால் அவர்களுக்கு அது ஒரு விஷயமா என்ன? அவர்கள் நாளெல்லாம் கதகதப்பான இடத்தில் வேலை பார்த்திருந்தனர்.

யார் முதலில் நுழைவது? ஆட்கள் ஓடினர், வெறுமனே ஓடினர். பாதுகாவலர்களும்கூட மெதுஓட்டத்தில் நடைபோட்டனர்: தலைமைக் காவலர் மட்டுமே ஞாபகத்துடன் கத்தினார், "பின்தங்காதீர்கள், பின்வரிசையில் உள்ளவர்கள் அதேவேகத்தில் செல்லுங்கள். வேகத்தை தக்கவையுங்கள். தொடருங்கள்."

ஓ, உமது வாயை மூடும்... நீர் பிதற்றுவது என்ன? நாங்கள் என்னவோ சேர்ந்துபோகாததுபோல்!

அவர்கள் பேச மறந்துபோயினர். சிந்திக்க மறந்தனர். நெடுவரிசையில் உள்ள அனைவரும் ஒரே எண்ணத்தில் இருந்தனர். முதலில் சென்றடைவது. இனிப்பும் புளிப்பும் இப்போது பெரிதும் ஒன்றுகலந்திருந்தன, சிறைவாசிகள் பாதுகாவலர்களைக்கூட எதிரிகளாக அன்றி நண்பர்களாகப் பார்த்தனர். மற்றொரு நெடுவரிசைதான் தற்போது எதிரி.

அவர்களது உத்வேகம் உயர்ந்துவந்தது, அவர்களது கோபம் மறைந்திருந்தது.

"வேகமாகச் செல்லுங்கள், வேகமாகச் செல்லுங்கள்!" பின்வரிசை முன்வரிசையிடம் கத்தியது.

தற்போது எங்கள் நெடுவரிசை தெருவை எட்டியிருந்தது, மற்ற நெடுவரிசையோ வீட்டுத் தொகுதிகளின் பின்னால் பார்வையிலிருந்து மறைந்திருந்தது. அவர்கள் குருட்டுத்தனமாக விரைந்தனர்.

இப்போது நமக்கு எளிது, நாங்கள் தெருவின் நடுவில் ஓடிக்கொண்டிருந்தோம். எங்களது பாதுகாவலர்கள் எங்களை விரைவுபடுத்த குறைவாகவே உத்தரவிடவேண்டியதாயிற்று. நாம் வேகமெடுக்கவேண்டியது இங்குதான்.

நாங்கள் முதலில் முகாம் வாசலை அடையவேண்டியதற்கான மற்றொரு காரணம் இதுதான்: சிறைவாசிகள் ஒருவர் கழுத்தை மற்றவர்கள் அறுத்துக்கொள்ளத் தொடங்கியதிலிருந்து, எந்திரவேலைப் பணியிலிருந்த நெடுவரிசையை காவலர்கள் வழக்கத்தைவிட மெதுவாக சோதனையிடுவார்கள். முகாமில் அதிகாரிகள் ஒரு முடிவுக்கு வந்திருந்தனர்: அந்தக் கத்திகள் எந்திரவேலைப் பணியிலிருந்தவர்களால் உருவாக்கப்பட்டு, உள்ளே கடத்தி வரப்பட்டிருக்கவேண்டும். எனவே அங்கே வேலைபார்த்த சிறைக்கைதிகள் முகாமுக்குத் திரும்பும்போது சிறப்புக் கவனத்துடன் முழுமையான சோதனைக்கு உட்படுத்தப்படுவார்கள். இலையுதிர்காலத்தின் பின்பருவத்தில், நிலம் ஏற்கெனவே குளிர்ந்திருக்கும்போது, காவலர்கள் அவர்களைப் பார்த்துக் கத்துவார்கள்:

"எந்திர வேலை குழுவினர், உங்களது காலணிகளைக் கழற்றுங்கள்! உங்களது காலணிகளை கைகளில் பிடித்துக்கொள்ளுங்கள்."

அவர்களை வெறும் காலில் நிற்கவைத்து சோதனையிடுவார்கள்.

அல்லது, உறைபனி காரணமாக, அவர்கள் தோராயமாக சிலரைத் தேர்ந்தெடுத்துக் கத்துவார்கள்:

“அங்கே நிற்பவனே, உன்னுடைய வலதுகால் காலணியைக் கழற்று. நீ உன்னுடைய இடது கால் காலணியைக் கழற்று!”

சிறைக்கைதி தனது காலணியைக் கழற்றி ஒரு காலில் மட்டும் காலணியுடன் தத்தி நடந்தபடி, கையிலிருப்பதைத் தலைகீழாகக் கவிழ்த்து, காலுறைத் துணியை உதறிக்காட்டுவான். பாழாய்ப்போனவனே!

கத்தியில்லைதானே!

முந்தைய கோடையில் எந்திர வேலையிலிருந்து வந்த சிறைவாசிகள் கைப்பந்து வலைக்காக இரண்டு கம்பங்களைக் கொண்டுவந்திருந்தனர். அதனுள் கத்திகள் இருந்தன என சுகோவ் கேள்விப்பட்டிருந்தான். அது உண்மையா- பொய்யா என அவனுக்குத் தெரியாது. ஒவ்வொரு கம்பத்திலும் பத்து நீளக் கத்திகள் இருந்தன. தற்போதும் கத்திகள் எப்போதாவது அங்கும் இங்கும் தென்பட்டன.

எனவே மெது ஓட்டமாக அவர்கள், புதிய மனமகிழ் மன்றத்தையும், குடியிருப்புத் தொகுதியையும், மரம் பதப்படுத்தும் ஆலையையும் தாண்டி வாசலுக்கு இட்டுச்செல்லும் அந்த வளைவை எட்டினர். “ஹோஓஓஓ-ஓ,” மொத்த நெடுவரிசையுமே ஒன்றாகக் கத்தியது.

அந்த திருப்பம்தான், நாங்கள் அந்த மற்ற நெடுவரிசைக்கு முன் எட்டத் திட்டமிட்டது. எதிர் நெடுவரிசை எங்களிடமிருந்து நூற்றைம்பது தப்படி பின்னாலிருந்தது.

இப்போது நாங்கள் விஷயங்களை எளிதாக எடுத்துக்கொள்ள முடியும். அனைவரும் உற்சாகமாகக் காணப்பட்டனர். முயலொன்று, தன்னால் ஒரு தவளையை அச்சுறுத்தமுடியுமென காணும்போது உற்சாகமாயிருக்குமே அந்த அளவு உற்சாகம். அங்கே முகாம், நாங்கள் காலையில் விட்டுவந்தபடியே இருந்தது. அடர்த்தியான வேலி காணப்பட்ட பகுதிகளில் விளக்குகள் எரிந்தன, வாயில் முகப்பில்லத்தின் முன்பு

சிறப்பான சக்திவாய்ந்த விளக்கொன்று. மொத்த பகுதியுமே ஒளிவெள்ளத்தில் மிதந்தது. அது பகல்போல பளிச்செனக் காணப்பட்டது. எங்களை சோதனையிடும்போது, அவர்கள் அப்படி விளக்கை எரியவிட்டாகவேண்டும்.

ஆனால் நாங்கள் இன்னும் வாசல்களை எட்டவில்லை. "நில்லுங்கள்!" என ஒரு காவலன் கத்தினான். தனது எந்திரத் துப்பாக்கியை ஒரு வீரனிடம் தந்துவிட்டு, நெடுவரிசைக்கு நெருக்கமாக ஓடிவந்தான் (தங்களது துப்பாக்கியுடன் அப்படி நெருங்கிவர அவர்களுக்கு அனுமதியில்லை). "வலப்புறம் உள்ளவர்கள் தாங்கள் கொண்டுவந்த விறகுகளை வலதுபக்கம் போடுங்கள்."

சிறைவாசிகள் விறகை மிக வெளிப்படையாகச் சுமந்துவந்திருக்காவிட்டால், அவன் அதைப் பற்றி யூகித்திருக்கமாட்டான்- ஒரு கட்டு விழுந்தது, இரண்டாவது, மூன்றாவது. நெடுவரிசையில் சிலர் ஒன்றிரண்டு சுள்ளிகளை மறைத்துவைக்க விரும்பியிருக்கலாம், ஆனால் அருகிலிருந்தவர்கள் ஆட்சேபித்தனர்: "சொன்னபடி அதைத் தூர எறி, உன்னால் மற்றவர்கள் தங்களிடமிருப்பதை இழக்கவேண்டுமென நீ விரும்புகிறாயா?"

சிறைவாசிகளின் பிரதான எதிரி யார்? மற்றொரு சிறைவாசி. அவர்கள் மட்டும் ஒருவர் மற்றவருடன் முரண்பாடுகளின்றி இருந்தால்- ..ஆ, அது எத்தகையதொரு வித்தியாசத்தை உண்டாக்கும்!

"இருமடங்கு விரைவாக," தலைமைக் காவலர் கத்தினார். அவர்கள் வாசலை நோக்கி முன்னேறினர்.

இங்கே ஐந்து சாலைகள் ஒன்றுசேர்ந்தன. ஒரு மணிநேரம் முன்னதாக இதர நெடுவரிசைகள் இங்கே சந்தித்திருக்கும். அவர்கள் இந்தச் சாலையை தளம் பாவினால், எதிர்கால நகருக்கான பிரதான சதுக்கத்துக்கான இடமாக இது இருக்கும். பின், காவலர்களும் வீரர்களும் சூழ வந்து சிறைவாசிகளின் நெடுவரிசைகள் இப்போது எல்லா திசைகளிலிருந்தும் பெருகிநிற்பதுபோல,

ஊர்வலங்கள் இங்கே சந்திக்கும்.

இவான் டெனிசோவிச்சின் வாழ்வில் ஒருநாள் | 155

காவலர்கள் ஏற்கெனவே தம்மை கதவுகளுக்குள் வெம்மைப்படுத்திக் கொண்டிருந்தனர். அவர்கள் வெளியே வந்து சாலையின் குறுக்கே ஒரு காவல் வளையத்தை உருவாக்கினர்.

"உங்கள் கோட்டுகளின் பொத்தானை அவிழுங்கள். உங்கள் மேற்சட்டையின் பொத்தானை அவிழுங்கள்." அவர்கள் சிறைவாசிகளின் கைகளைத் தவிர, மற்ற இடங்களை தடவிப் பார்த்தனர், அவர்களைத் தழுவி பக்கவாட்டைத் தட்டிப் பார்ப்பது சிறப்பானது. கூடுதலாகவோ குறைவாகவோ காலையில் நடந்ததுபோலவே.

இப்போது கோட்டுகளை பொத்தான் அவிழ்க்கச் சொன்னது அத்தனை பயங்கரமாயில்லை. நாங்கள் வீட்டுக்குத் திரும்பிக்கொண்டிருக்கிறோம்.

அதுதான் அவர்கள் அனைவரும் வழக்கமாகச் சொல்வது: "வீட்டுக்குப் போய்க்கொண்டிருக்கிறோம்." வேறு எந்த வீட்டைப் பற்றியும் நினைக்க எங்களுக்கு ஒருபோதும் நேரமில்லை. நெடுவரிசையின் தலைவர் சோதனையிடப்பட்டுக் கொண்டிருக்கையில், சுகோவ் சீஸரிடம் சென்றான்.

"சீஸர் மார்க்கோவிச், நான் நேராக சிப்பங்களுக்கான அலுவலகத்துக்குச் சென்று வரிசையில் உனக்காக ஒரு இடம்பிடித்து வைத்திருக்கிறேன்."

சீஸர் திரும்பினான். அவனது அடர்த்தியான மீசையின் விளிம்பு பனியால் நனைந்திருந்தது.

"இவான் டெனிசோவிச், நீ ஏன் அதைச் செய்யவேண்டும்? ஒருவேளை அங்கே சிப்பம் இல்லாமல் இருக்கலாம்."

"ஓ, அங்கே சிப்பம் இல்லாவிட்டால் அது பரவாயில்லை. நான் அங்கே பத்து நிமிடங்கள் காத்திருப்பேன். நீ வராவிட்டால் நான் ராணுவக்குடியிருப்புக்குச் சென்றுவிடுவேன்."

(சுகோவ் இப்படிக் கணக்கிட்டான்: சீஸர் வரவில்லையெனில், வேறு யாராவது வரக்கூடும். வரிசையில் அவனது இடத்தை இன்னொருவனிடம் விற்கமுடியலாம்.)

வெளிப்படையாகவே சீஸர் தனது சிப்பத்துக்கு ஏங்கிக் கொண்டிருந்தான்.

"சரி, இவான் டெனிசோவிச், முன்னால் போய் எனக்காக இடம்பிடித்து வைத்திரு. பத்து நிமிடங்கள் காத்திரு, அதற்குமேல் வேண்டாம்."

சுகோவ் தற்போது சோதனையிடப்படும் கட்டத்திலிருந்தான். இன்று அவனிடம் ஒளிப்பதற்கு எதுவுமில்லை. அவன் பயமின்றி முன்னேசெல்வான். அவன் மெதுவாக தனது கோட்டின் பட்டன்களைக் கழற்றி, தனது பருத்தியுறை மேற்சட்டையைச் சுற்றியிருந்த கயிற்றாலான இடைவாரைக் கழற்றினான். தடுக்கப்பட்ட எதனையும் வைத்திருந்ததாக நினைவில்லை என்றபோதும், முகாமில் இருந்த எட்டுவருடங்கள் அவனுக்கு எச்சரிக்கை உணர்வினைக் கொடுத்திருந்தன. தனது பேண்ட் பையினுள், அது காலியாக இருக்கிறதா என்று உறுதிசெய்துகொள்ள அவன் கையை நுழைத்தான்.

அதனுள் சிறிய உடைந்த ரம்பத்தின் சிறு துண்டு இருந்தது. முகாமுக்குள் கொண்டுபோகும் எந்த எண்ணமுமின்றி, கட்டட வேலை நடைபெறும் இடத்தில் எதையும் வீணாக்கக்கூடாதென்ற எண்ணத்தால் அவன் எடுத்துவைத்த சிறுதுண்டு இரும்பு. அதை எடுத்துவரவேண்டும் என அவன் நினைத்திருக்கவில்லை, ஆனால் இப்போது, இதை தூர எறிவது இரங்கத்தக்கதல்லவா! இதிலிருந்து காலணி பழுதுபார்க்கவோ அல்லது தையல் வேலைக்கோ உதவும் மிகவும் கையடக்கமான சிறிய கத்தியை அவன் ஏன் உருவாக்கக்கூடாது?

அவன் அதை தன்னுடன் கொண்டுவர வேண்டுமென நினைத்திருந்தால், அதை எங்கே மறைத்துவைப்பதென சிரமப்பட்டு யோசித்திருப்பான். ஆனால் தற்போதோ காவலர்களுக்கு முன் இரண்டு வரிசை மட்டுமே இருந்தன, இதில் முதல் வரிசை சோதனைக்காக ஏற்கெனவே முன்னே சென்றுவிட்டது.

அவனது தேர்வு காற்றைப் போல் விரைவாக இருந்தது. அவனுக்கு முன்னால் நிற்பவர்களின் பின்னால் மறைந்து அந்து துண்டு உலோகத்தை பனியில் வீசிவிடலாமா (அது கவனிக்கப்படலாம், ஆனால் அவர்கள் குற்றவாளி யார் என

அறியமாட்டார்கள்) அல்லது தன்னுடனே வைத்துக்கொள்வதா? அந்த ரம்பத்தைக் கண்டுபிடித்து, அதை அவர்கள் கத்தியாக வகைப்படுத்தினால் அவனுக்கு பத்து நாட்கள் சிறைத்தண்டனை கிடைக்கும்.

ஆனால் தோல் தொழில் செய்பவனின் கத்தி என்பது பணம், அது ரொட்டி. அதைத் தூர எறிவது இரங்கத்தக்கது.

அவன் அதை தனது இடது கையுறையுள் மறைத்தான்.

அந்தக் கணத்தில் அடுத்த வரிசை சோதனையிடுவதற்காக முன்னே வர உத்தரவிடப்பட்டது.

தற்போது, சென்கா, சுகோவ், மால்டோவியனைத் தேடிப்போன 32 அணியைச் சேர்ந்த நபர் கடைசி மூன்று நபர்களாக முழுமையாகப் பார்வையில் படும் படி நின்றனர்.

அவர்கள் மூவராகவும், அவர்களை எதிர்கொள்ளும் காவலர்கள் ஐந்தாகவும் இருந்ததால் சுகோவ் தந்திரமொன்றை முயற்சிக்கலாம். வலப்பக்கமிருந்த எந்த இரு காவலர்களிடம் போய் நிற்பதென அவன் தேர்வுசெய்யலாம். அவன் இளமையான இளம்சிவப்பு நிறமுடைய ஒருவனையும் கொழுத்த, சாம்பல் நிற மீசையுடைய வயதான ஒருவனையும் தேர்வுசெய்தான். நிச்சயமாக, வயதான, அனுபவமுடைய காவலன் விரும்பினால் அந்த ப்ளேடை எளிதாகக் கண்டுபிடித்துவிடலாம். ஆனால் வயது காரணமாக அவன் தன் வேலையில் சலிப்படைந்து போயிருப்பான். எரியும் கந்தகம் போல வேலையின் சலிப்பு அவனது மூக்குக்குக் கீழ் நாற்றமடிக்கத் தொடங்கியிருக்கும்.

அதேநேரம் சுகோவ் தனது வெறுமையான, ரம்பம் உள்ள இரண்டு கையுறைகளையும் கழற்றி, கட்டப்படாத கயிற்று இடைக்கச்சையுடன் சேர்த்து ஒரு கையில் பிடித்திருந்தான். (காலி கையுறையை முதலாவதாக வைத்திருந்தான்.) அவன் தனது மேற்சட்டையின் பொத்தான்கள் முழுவதையும் கழற்றி, தனது கோட் மற்றும் மேற்சட்டையின் முனைகளை உயரத் தூக்கிப்பிடித்திருந்தான் (தேடலின்போது ஒருபோதும் அவன் இத்தனை தாழ்மையுடன் இருந்ததில்லை, ஆனால் தற்போது

அவன் அப்பாவி என காட்ட விரும்பினான்- வா, என்னைச் சோதனையிடு), ஆணையிடக்கூடியவர் முன்னால் வந்தார்.

காவலர் சுகோவின் பக்கவாட்டிலும் பின்பக்கங்களிலும், கால்சராய் பையின் வெளிப்பக்கங்களிலும் தட்டிப்பார்த்தார், அங்கே எதுவுமில்லை. அவர் கோட் மற்றும் மேற்சட்டையின் விளிம்புகளில் பிடித்துப் பார்த்தார். அவனை கடந்துசெல்லப் போகையில், பாதுகாப்பு நிமித்தம் அவன் கையில் பிடித்திருந்த வெற்றுக் கையுறையை அமுக்கிப் பார்த்தார். அவர் அதனை தனது கையில்பிடித்து நெருக்கிப் பார்த்தார், சுகோவ் தனக்குள் உள்ள அனைத்தையும் இரும்புக் குறடால் நெருக்குவதுபோல் உணர்ந்தான். அடுத்த கையுறையை ஒரேயொரு அமுக்கு அமுக்கினால் அவன் தொலைந்தான்- நாளுக்கு ஒன்பது அவுன்ஸ் ரொட்டியும் மூன்று வேளை சூடான ஸ்டியுவும் தரப்படும் சிறைதான். உணவும் தராமல், பட்டினியும் போடாமல் எத்தனை பலவீனமாக அவன் மாறுவான், தற்போதைய நிலைக்குத் திரும்ப எத்தனை சிரமம் அடையவேண்டுமென அவன் கற்பனை செய்தான். ஒரு உடனடி பிரார்த்தனை அவனது இதயத்தில் எழுந்தது:

“ஓ கடவுளே! என்னைக் காப்பாற்று! அவர்கள் என்னைச் சிறைக்கு அனுப்பாமல் காப்பாற்று.”

அவனது மனதினில் இதெல்லாம் ஓடிக்கொண்டிருக்கையில், காவலன் வலது கை கையுறையைச் சோதித்துமுடித்து, மற்றொரு கையுறையைச் சோதிக்க கையை நீட்டுகையில்: (சுகோவ் மட்டும் அவற்றை தனித்தனி கைகளில் பிடித்திருந்தால், காவலன் ஒரே நேரத்தில் அவற்றை அமுக்கிப் பார்த்திருப்பான்). அப்போது வேலையை முடிக்கும் அவசரத்திலிருந்த தனது தலைமைக் காவலன் கத்தியழைப்பதை அவன் கேட்டான்:

“வா, எந்திர வேலைசெய்த வரிசையைச் சோதனையிடு.”

மற்றொரு கையுறையைச் சோதிப்பதிற்குப் பதிலாக அந்த வயதான காவலன் சுகோவைப் போகச்சொல்லி கையசைத்தான். அவன் சோதனையிட்டுவிட்டான். மற்றவர்களுடன் சேர்ந்துகொள்ள சுகோவ் ஓடினான். அவர்கள் ஏற்கெனவே சந்தையில் குதிரைகளுக்காக அமைக்கும் லாயம்போன்ற தடுப்பில், நீண்ட தூண்களுக்கு இடையில் நடைபாதை போன்ற

இடத்தில் ஐந்து ஐந்து பேராய் நிற்கவைத்திருந்தனர். அவன் மெதுவாக, தரை இருப்பதையே உணராததுபோல ஓடினான். நேரமில்லாததால் நன்றிகூறும் பிரார்த்தனையை அவன் கூறவில்லை, தவிரவும் அந்த இடத்துக்குப் பொருத்தமில்லாமல் இருந்திருக்கும். பாதுகாவலர்கள் தற்போது ஒருபுறமாக நின்றனர். அவர்கள் தங்களது தலைமைக் காவலனுக்காக மட்டுமே காத்திருந்தனர். 104-வது குழு சோதனையிடப்படும்முன் தூக்கியெறிந்த விறகனைத்தையும் அவர்கள் தங்களது சொந்தப் பயன்பாட்டுக்காகச் சேகரித்திருந்தனர். காவலர்கள் சோதனையின்போது எடுத்த விறகுகள் வாசலருகே குவிக்கப்பட்டிருந்தன.

நிலவு இன்னும் மேலே வந்திருந்தது. அந்த மங்கலான வெளிச்சமுடைய இரவில் குளிர் இன்னும் அதிகரித்திருந்தது.

தலைமைக் காவலர், நானூற்று அறுபத்து மூன்று சிறைவாசிகளுக்கான ரசீதைப் பெற காவலர் அலுவலகத்துக்குச் சென்றார். வோல்கோவோயின் இணை அலுவலரான ப்ரியோகோவிடம் அவர் சுருக்கமாகப் பேசினார்.

“கே 460,” ப்ரியாகோவ் அழைத்தார்.

நெடுவரிசையில் தன்னை நன்கு மறைத்துக்கொண்டிருந்த அந்த மோல்டாவியன், மூச்சை தனக்குள் இழுத்துக்கொண்டு, நடைபாதையின் வலப்பக்கம் சென்றான். அவன் இன்னும் தனது தலையைத் தொங்கவிட்டபடியும், கூனிக்குறுகியபடியும் காணப்பட்டான்.

“இங்கே வா,” ப்ரியாகோவ் அவனிடம் நெடுவரிசையிலிருந்து விலகி வரும்படி சைகையில் உத்தரவிட்டான்.

மோல்டாவியன் அவ்வாறே செய்தான். அவன் தனது கைகளை முதுகுப்பக்கம் வைத்தபடி அங்கேயே நிற்குமாறு உத்தரவிடப்பட்டான்.

தப்பிக்க முயன்றதாக அவன் மீது அவர்கள் குற்றம்சுமத்தப்போகிறார்கள் என்பதே அதன் பொருள். அவர்கள் அவனை சிறையிலடைப்பார்கள். வாசலின் முன்பக்கம், “தடுப்பின்” வலதும் இடதும் இரண்டு காவலர்கள்

நின்றிருந்தனர். ஒரு மனிதனைப் போல் மும்மடங்கு உயரமாக இருந்த வாசல் கதவுகள் மெதுவாகத் திறந்தன. கட்டளை எதிரொலித்தது.

"ஐந்து ஐந்து பேராக நில்லுங்கள்!" (இங்கே சிறைவாசிகளை வாசற்கதவுகளிலிருந்து பின்னால் நகரச் சொல்லத் தேவையில்லை, அனைத்துக் கதவுகளும் ராணுவக் குடியிருப்புப் பகுதிக்கு உட்புறமாகத் திறந்தன. சிறைவாசிகள் கூட்டமாக உட்புறத்திலிருந்து கதவுக்கு எதிராக நெருக்கினாலும், அவர்களால் அதை உடைக்கமுடியாது.) "ஒன்று, இரண்டு, மூன்று..."

சிறைவாசிகள் வாசலின் வழியாக முகாமுக்குத் திரும்பும்போதான மாலைநேர மறு எண்ணிக்கை அது. சிறைவாசிகள் குளிரில் விறைத்தும் பசித்தும் போயிருந்ததால், சில்லிடும் பனிக்காற்று தாங்கமுடியாத அளவுக்கு கடினமாயிருந்தது. வறண்ட பூமி மழையை எதிர்பார்ப்பதைப்போல, ஒரு கிண்ணம் நீர்த்த, பாதி வேகவைக்கப்பட்ட கோஸ் சூப்பை, அவர்கள் எதிர்பார்த்தார்கள். அவர்கள் அதை ஒரே மடக்கில் குடித்துவிடுவர். அந்த ஒரு கிண்ணம் சூப், அவர்களுக்கு சுதந்திரத்தைவிட பிரியமானது, இறந்தகால, நிகழ்கால, எதிர்கால வாழ்வைவிடவும் பிரியமானது.

இராணுவ நடவடிக்கைக்குப் பின் திரும்பும் வீரர்களைப் போன்று சுறுசுறுப்பாக, ஆர்வமாக, விறைப்பாக, சிறைவாசிகள் வாசலின் வழியாக நுழைந்து, சாலையைக் காலிசெய்தனர்.

பணியாளர் குடியிருப்பில் மென்வேலைகள் கொண்ட நன்னடத்தைக் கைதிக்கு, அந்த கைதிகளின் அணிவகுப்பு, நிச்சயம் சிந்தனைக்குரிய ஒன்றாக இருக்கவேண்டும்.

வேலைப்பட்டியலுக்கான காலை அழைப்புக் கொடுத்தபின், காவலர்களின் இந்த மறு எண்ணிக்கைக்குப் பின் அன்றைய பொழுதில் முதன்முறையாக, சிறைவாசிகள் திரும்பவும் சுதந்திர மனிதனாகிவிடுவார்கள். அவர்கள், அவர்களது பகுதிக்கான பெரிய வாசல்களின் வழியாகக் கடந்துசென்று, சிறிய (இடைநிலைப் பகுதி) வாசல்களின் வழியே நுழைந்து, (அணிவகுப்பு மைதானத்திலுள்ள) இன்னும்

இரண்டு வாசல்களின் வழியாக நுழைந்து- பின்பே விரும்பிய இடத்துக்குப் பிரிந்துசெல்ல முடியும்.

ஆனால் அணித் தலைவர்கள் அப்படிச் செல்லமுடியாது. அவர்கள், தங்களுக்கு வேலை ஒதுக்கிய அலுவலரால் நிறுத்திவைக்கப்பட்டனர்: "அனைத்து அணித்தலைவர்களும் திட்ட அலுவலகத்துக்குச் செல்லவும்."

சுகோவ், ராணுவக் குடியிருப்புக்கும் சிப்பங்களுக்கான அலுவலகத்துக்கும் இடையே இருந்த சிறையைக் கடந்து விரைந்தான். அதேநேரம், சீஸர் கம்பீரமான வேகத்தில் எதிர்ப்பக்கமாக நடந்து, ஆணியறைந்து பலகை மாட்டப்பட்டு, ஆட்கள் மொய்த்துக்கொண்டிருக்கும் இடத்துக்கு வந்தான். அந்தப் பலகையில் யாருக்கெல்லாம் சிப்பம் காத்திருக்கிறதோ, அவர்கள் பெயர் அழியாத பென்சிலால் எழுதப்பட்டிருக்கும். அந்த முகாமில் பெரும்பாலான அறிவிப்புகள் காகிதத்தில் அல்லாமல் ஒட்டுப்பலகையில் எழுதப்பட்டிருக்கும். எப்படியோ, நிச்சயமாக இது மிகவும் நம்பகமானதாக இருந்தது. காவலர்களுக்கும் சிறைக்காவலர்களும்கூட சிறைவாசிகளின் எண்ணிக்கையை நினைவில் வைத்துக்கொள்ள மரப்பலகையைப் பயன்படுத்தினர். மறுநாள் நீங்கள் அதனைச் சுத்தமாகத் துடைத்துவிட்டு மறுபடியும் பயன்படுத்திக்கொள்ளலாம். சிக்கனமானதும்கூட.

இதர எளிய வேலைகளுக்காக நாளெல்லாம் சிறையில் தங்கிவிடும் சிறைவாசிகள், பலகையில் இருக்கும் பெயர்களை வாசித்து, அவர்கள் வேலையிலிருந்து திரும்பியதும் சிப்பம் வந்தவர்களைச் சந்தித்து, அவர்களிடம் சிப்பத்துக்கான எண்களைத் தருவர். ஒன்றும் பெரிய வேலையில்லை, ஆனால் அது உங்களுக்கு ஒரு சிகரெட்டைச் சம்பாதித்துத் தரும்.

சுகோவ், ராணுவக் குடியிருப்புடன் சிறிய பின்னிணைப்பாக அமைந்த, ஒரு சிறிய தாழ்வாரம் போடப்பட்ட சிப்பங்களுக்கான அலுவலகத்துக்கு ஓடினான். அந்தத் தாழ்வாரத்துக்கு கதவெதுவும் கிடையாது என்பதால் அவ்வப்போதைய வானிலையின் தாக்கம் இருக்கும். அதேசமயம், ஒருவிதத்தில் அது வசதியாகவும் இருந்தது. அனைத்துக்கும்மேல் அதற்கொரு கூரை இருந்தது. தாழ்வாரத்தின் சுவர்களையொட்டி ஒரு

வரிசை உருவாகியிருந்தது. சுகோவ் அதில் சேர்ந்துகொண்டான். அவனுக்கு முன்னால் வரிசையில் பதினைந்துபேர் காணப்பட்டனர். அதன் பொருள் அதன் மூடும் நேரத்துக்கு முன்புவரை, ஒரு மணி நேரக் காத்திருப்பு.

மின்நிலையத் தொகுதியைச் சேர்ந்த சிறைவாசிகள், எந்திர வேலைத் தொகுதியைச் சேர்ந்த சிறைவாசிகள் என அவனுக்குப் பின்னால் வரிசையில் மற்றவர்களும் இருந்தனர். நாளை காலை, அவர்கள் திரும்பவும் வரவேண்டும்போல் தோன்றியது.

வரிசையில் நின்றவர்கள் சிறிய பைகள், கோணிகளுடன் காணப்பட்டனர். (இந்த முகாமில் சுகோவுக்கென ஒருபோதும் சிப்பம் வந்ததில்லையென்றபோதும் வதந்திகளிலிருந்து அவன் அறிந்திருந்தான்) கதவின் மறுபக்கம் காவலர்கள் மரப்பெட்டிகளில் பொதிந்து வந்த சிப்பங்களை கைக்கோடரிகளால் திறந்தனர். அவர்கள் அனைத்தையும் வெளியே எடுத்து உள்ளிருந்தவற்றைச் சோதித்தனர். அவர்கள் வெட்டினர், உடைத்தனர், விரல்களைவிட்டுச் சோதித்தனர். அவர்கள் ஒரு கொள்கலனில் வந்த பொருள்களை இன்னொன்றுக்கு மாற்றினர். அதில் ஏதாவது திரவப் பொருட்கள் கண்ணாடி ஜாடிகள், அல்லது தகர ஜாடிகளில் இருந்தால் அவர்கள் அதைத் திறந்து வெளியே ஊற்றிச் சோதித்தனர். உங்களிடம் அதைப் பெற்றுச் செல்ல துணிப் பை, வெறும் கைகள் தவிர எதுவுமில்லை என்றபோதும்கூட. அந்த ஜாடிகளை உங்களிடம் தரமாட்டார்கள். எதையோ குறித்து அவர்கள் அச்சம்கொண்டனர். அதில் வீட்டில் சுட்ட பொருட்கள் அல்லது சுவையான இனிப்பு இறைச்சிகள் அல்லது கொத்திறைச்சி, புகைபதனம் செய்யப்பட்ட மீன்கள் இருந்தால் காவலர்கள் கொஞ்சம் சாப்பிட்டுவிடுவார்கள். (நீங்கள் மேலானவராகவும் வல்லமைமிக்கவராகவும் உங்களைக் கருதிக்கொண்டு புகார்செய்தால், அவர்கள் உடனடியாக இவை, இவை சிறையில் தடுக்கப்பட்டவை, அவற்றை முழுக்கவே உங்களுக்குத் தரமுடியாது என்பார்கள்.) சிப்பம் வரும் ஒவ்வொரு சிறைவாசியும், அதைத் திறக்கும் காவலனுக்கு கொடுத்தே ஆகவேண்டும். அவர்கள் தங்கள் தேடலைமுடித்ததும், அது எந்தப் பெட்டியில் வந்ததோ அந்தப் பெட்டியில்வைத்து பொருளை வழங்கமாட்டார்கள். அவர்கள்

அவையனைத்தையும் அள்ளி உங்கள் பையினுள்ளோ, உங்களது கோட் மடிப்பினுள்ளோ கூட போட்டு போக அனுமதிப்பார்கள். சிலநேரங்களில் நீங்கள் எதையாவது தவறவிட்டிருக்கிறீர்களா என்றுகூட நிச்சயம் செய்யவிடாமல் மிகவிரைவாகத் தள்ளிவிடுவார்கள். தவிறவிட்ட பொருட்களுக்காகத் திரும்பச் செல்வதில் எந்த நன்மையும் இல்லை. அது அங்கிருக்காது.

உஸ்த்-இஸ்மாவில் இருந்தபோது சுகோவுக்கு சிலமுறை சிப்பங்கள் வந்ததுண்டு. ஆனால் அவன் தன் மனைவிக்கு, குழந்தைகளின் வயிற்றுக்குச் செல்லவேண்டிய உணவைத் தடுக்காதே, அது வீண்- அனுப்பவேண்டாமென எழுதிவிட்டான்.

இப்போது அவன் தனக்கு உணவுக்காக உழைப்பதைவிடவும், அவன் சுதந்திரமாக இருந்தபோது, மொத்தக் குடும்பத்துக்கும் உணவளிப்பதை எளிதாயிருப்பதாக உணர்ந்திருந்தான். அந்தச் சிப்பங்களுக்கு என்ன விலைதரவேண்டியிருக்கும் என்பதை அறிந்திருந்தான். அவனது குடும்பம் பத்து ஆண்டுகளுக்கு அதைத் தொடரமுடியாது என்பதையும் அறிந்திருந்தான். அவை இன்றி சமாளிப்பதே சிறப்பு.

அவன் அப்படித் தீர்மானித்திருந்தபோதும், அவனது குழுவிலிருப்பவருக்கோ, அல்லது ராணுவக் குடியிருப்பில் அருகிலிருப்பவருக்கோ ஒவ்வொரு முறை சிப்பம் வரும்போதும் (கிட்டத்தட்ட தினமும் யாருக்காவது வரும்) அவனது இதயம் தனக்கு ஒன்று வராதா என வலியில் ஏங்கும். இருந்தும் அவன் தன் மனைவியிடம் ஈஸ்டர் பண்டிகைக்குக்கூட எதுவும் அனுப்பக்கூடாதென தடுத்திருந்தான். சில பணக்கார குழு உறுப்பினர்களுக்காக பட்டியலில் பெயரைத் தேடியதைத் தவிர, அந்தப் பட்டியலை அவன் வாசிக்கவே நினைத்ததில்லை. என்றபோதும் அவ்வப்போது யாராவது அவனிடம் ஓடிவந்து, “சுகோவ்! நீ ஏன் உன் சிப்பத்தை வாங்கப் போகவில்லை? அங்கே உனக்கொரு சிப்பம் இருக்கிறது.” என்று சொல்வதற்கு ஏங்கினான்.

ஆனால் அப்படி ஒருவரும் ஓடிவரவில்லை.

டெம்ஜெனோவா கிராமத்தையும், அங்கே அவனது வீட்டையும் நினைத்துப் பார்க்க அவனுக்கு மிகக் மிகக் குறைவான காரணங்களே இருந்தன. ஒரேயொரு கணம்கூட செயலற்றிருக்க

வழியின்றி, முகாம் வாழ்க்கை துயிலெழுதலிலிருந்து படுக்கை நேரம் வரை அவனை களைத்துப்போகச் செய்வதாக இருந்தது.

இப்போது அவன், விரைவில் உப்பிடப்பட்ட பன்றியிறைச்சித் துணுக்குகளை பற்களால் மெல்லவிருக்கும், அல்லது தங்களது ரொட்டியில் வெண்ணெயைத் தடவவிருக்கும், தங்களது தேநீர்க் கோப்பையை சர்க்கரைக் கட்டிகளால் இனிப்பாக்கவிருக்கும் நினைவால் மிதந்துகொண்டிருக்கும் நபர்களிடையே நின்றுகொண்டிருந்தான். சுகோவுக்கு ஒரேயொரு விருப்பம் மட்டும்தான்- உணவக அரங்கை நேரத்தில் அடைந்து தனது ஸ்டியூவை சூடாகச் சாப்பிடுவது. குளிர்ந்துபோனால் அது முழுச் சுவையுடன் இருக்காது.

சீஸரின் பெயர் அந்தப் பட்டியலில் இல்லாவிட்டால், அவன் ராணுவக் குடியிருப்புக்கு வெகுநேரம் முன்பே உடல் கழுவப் போயிருப்பான் என அவன் கணித்தான். ஆனால் பெயர் அதில் இருப்பதைக் கண்டிருந்தால், அவன் இப்போது பைகள், பிளாஸ்டிக் கோப்பைகள், அகன்ற கிண்ணங்கள் எடுத்துவரச் சென்றிருப்பான். அதற்கு அவனுக்கு பத்து நிமிடங்கள் பிடிக்கும். சுகோவ் காத்திருப்பதாக உறுதியளித்திருந்தான்.

வரிசையில் நிற்கும்போது சில செய்திகளை சுகோவ் அறியவந்தான். இந்த வாரம் அவர்களுக்கு ஞாயிறு இருக்கப்போவதில்லை. இந்த வாரம் மறுபடியும் அவர்களது ஞாயிறில் ஒன்றைத் திருடவிருந்தனர். மற்ற எல்லாரையும்போலவே அவனும் இதை எதிர்பார்த்திருந்தான். ஒரு மாதத்தில் ஐந்து ஞாயிறு வந்தால், அவர்கள் மூன்று ஞாயிறுகள் விடுமுறையளித்துவிட்டு, மற்ற இரு ஞாயிறுகளிலும் அவர்களை வேலைசெய்ய வைத்தனர். சுகோவ் அதை எதிர்பார்த்திருந்தான், ஆனால் அதை அவன் கேட்டபோது அவனது இதயத்தில் மெல்லிய வலியெழுந்தது: அந்த இனிய நாளின் இழப்பை யார் பொறுத்துக்கொள்ளமுடியும்? ஆக வரிசையில் நிற்பவர்கள் சொல்லிக்கொண்டிருந்தது சரியானதுதான்: ஞாயிற்றுக்கிழமைகளிலும் அவர்களை எப்படி ஆட்டி வைப்பதென அவர்கள் அறிந்திருந்தனர். குளியலறையைச் சரிசெய்வது, அல்லது எங்காவது சுவரெழுப்புவது, முற்றத்தைச் சுத்தம் செய்வது என அவர்கள் எதையாவது கண்டுபிடித்தனர். மெத்தைகள் மாற்றவோ உதறவோ வேண்டியிருக்கும் அடுக்குப்

படுக்கையின் சட்டங்களில் உள்ள படுக்கைப் பூச்சிகளை அழிக்கவேண்டியிருக்கும். அல்லது உங்களை உங்களது புகைப்படத்துடன் ஒப்பிட்டுச் சரிபார்க்கும் யோசனையுடன் வந்தனர். உங்களது அனைத்துப் பொருட்களுடன் முற்றத்துக்குக் கொண்டுவந்து இருப்பைச் சரிபார்ப்பதுபோல் அரைநாள் அங்கேயே வைத்தனர்.

சிறைவாசிகள் காலையுணவுக்குப்பின் அமைதியாக உறங்குவதைப்போல் அதிகாரிகளை பைத்தியமாக்குவது வேறில்லையெனத் தோன்றுகிறது.

வரிசை மெதுவாக நகர்ந்தபோதும்- முகாம் முடிதிருந்துநர், கணக்கெழுத்தாளர், கலாச்சார மற்றும் கல்வித்துறையைச் சேர்ந்த ஒரு நபர் என ஆட்கள் உள்ளேநுழைந்து வரிசையின் முகப்பை நோக்கி- என்னிடம் வருத்தம்கூட தெரிவிக்காமல்-கைகளால் விலக்கியபடியே முன்னேறினர். அவர்கள் சாதாரண கைதிகள் அல்ல. சலுகைக்குரிய கைதிகள், முகாமில் எளிய வேலைகள் கிடைக்கப்பெற்ற முதல் வரிசைப் பன்றிகள். முகாமுக்கு வெளியேசென்று வேலைபார்த்த கைதிகள் அவர்களை கழிவினும் கீழாகப் பார்த்தனர் (அந்த சலுகைக் கைதிகள் அதே மதிப்பீடைத்தான் பதிலுக்கு அளித்தனர்). ஆனால் எதிர்ப்புத் தெரிவிப்பது பலனற்றது- அந்த சலுகைக் கைதிகள் அனைவரும் ஒரு குழுவாக இயங்கினர், மேலும் காவலர்களுடன் நெருக்கமாக இருந்தனர்.

தற்போது சுகோவுக்கு முன்பாக பத்து பேர் மட்டுமே இருந்தனர். மற்றொரு ஏழு பேர் அவசரமாக அவனுக்குப் பின் வரிசையில் இணைந்துகொண்டனர், சீஸர், கதவருகே வெளியிலிருந்து அவனுக்கு அனுப்பப்பட்ட விலங்குத்தோல் மென்மயிர்த் தொப்பியை குனிந்து அணிந்தபடி எதிர்ப்பட்டான்.

இப்போது அந்த தொப்பியை எடுத்துக்கொண்டால், சீஸர், நிச்சயம் அத்தனை சுத்தமான, புதிய நகரத்தில் அணியும் தொப்பியை அணிவதற்கு யாருக்காவது காசுகொடுத்திருக்கவேண்டும். அவர்கள் அழுக்கடைந்த, உபயோகத்திலுள்ள மற்றவர்களின் தொப்பியையே அபகரித்துவிடுவார்கள். இங்கே, பன்றி ரோம மாதிரியிலான தொப்பியை முகாமில் அணிந்துகொண்டு நடக்கிறான்.

கண்ணாடியணிந்த, விநோதமான தோற்றமுள்ள ஒருவன் வரிசையில் செய்தித்தாளில் தலையை நுழைத்தபடி காணப்பட்டான். சீஸர் உடனே அவனைநோக்கிச் சென்றான்.

"ஆ, ப்யோதர் மிகையிலிச்."

அவர்கள் பாப்பி மலர்களைப் போல முகம் மலர்ந்தனர். விநோத தோற்றமுடையவன் சொன்னான்:

"எனக்கு என்ன வந்திருக்கிறதென பார்! புத்தம்புதியதொரு வெச்சோர்கா*. அவர்கள் இதனை விமான அஞ்சலில் அனுப்பியிருக்கிறார்கள்."

"உண்மையாகவா," தனது மூக்கை செய்தித்தாளுக்குள் நுழைத்தபடி கேட்டான் சீஸர். பரிதாபமாக ஒளிரும் அந்த விளக்கு வெளிச்சத்தில், அத்தகைய பொடி அச்செழுத்துக்களை அவர்கள் எப்படி வாசிக்கிறார்கள்?

"ஜாவாட்ஸ்கி திரைப்படம் குறித்து இதில் மிக வசீகரமான விமர்சனம் இருக்கிறது."

அந்த மாஸ்கோவைச் சேர்ந்தவர்கள், நாய்களைப் போல ஒருவர் மற்றவரை தொலைதூரத்திலிருந்தே மோப்பம்பிடித்துவிடுகின்றனர். அவர்கள் சந்திக்கும்போது தங்களுக்கே உரிய ஒரு விதத்தில் மோப்பம்பிடிக்கின்றனர். மேலும் அவர்கள், ஒருவர் மற்றவரைத் தோற்கடிக்கும் விதத்தில் மிகவேகமாக பேசுகின்றனர். அவர்கள் விரைவாகப் பேசுவதைக் கேட்டால், நீங்கள் ரஷ்யன் பேசுவதைக் கேட்டதைப்போல் உணரமாட்டீர்கள். அவர்கள் லாட்வியனோ, ருமேனிய மொழியோ பேசிக்கொண்டிருப்பதைப் போலிருக்கும்.

எப்படியோ, சீஸர் தன்னுடன் முறையாக தனது அனைத்துப் பைகளையும் எடுத்துவந்திருந்தான்.

"அப்ப நான்.... ம்ம்... சீஸர் மார்க்கோவிச்," சுகோவ் குழறினான், "இப்ப நான் கிளம்பட்டுமா."

"நிச்சயமாக, நிச்சயமாக," செய்தித்தாளுக்குமேல் தனது மீசையை உயர்த்தியபடி சொன்னான் சீஸர். "எனக்கு

★ மாலைச் செய்தித்தாள்.

முன்னால் யார் நிற்கிறார்கள், பின்னால யார் நிற்கிறார்கள் என மட்டும் சொல்லு" சுகோவ் வரிசையில் அவனது இடத்தைச் சொல்லிவிட்டு, நாசூக்கான குறிப்புடன் கேட்டான்:

"உனது இரவுணவை நான் வாங்கிவர விரும்புகிறாயா?"

(அதன் பொருள் உணவக அரங்கிலிருந்து ராணுவக் குடியிருப்புக்கு, உணவக தகரப் பாத்திரத்தில் கொண்டுவருவது. பல விதிமுறைகள் உருவாக்கப்பட்டிருந்தன- இப்படி எடுத்துவருவது நிச்சயம் விதிகளுக்கு எதிரானது. அவர்கள் உணவகத்துக்கு வெளியே உணவை எடுத்துச்செல்கையில் உங்களைப் பிடித்தால், பாத்திரத்திலிருந்து உணவைத் தரையில் கொட்டிவிட்டு காவலர் அறையில் உங்களை அடைப்பார்கள். இதெல்லாமிருந்தும், உணவு எடுத்துச்செல்லப்பட்டது... தொடர்ந்து எடுத்துச்செல்லப்படும். ஏனெனில் ஒரு சிறைவாசி தனது குழுவுடன் உணவக அரங்குக்கு வர நேரமில்லையெனக் கண்டால், அவன் எதனையும் செய்வான்.)

சுகோவ் கேட்டான்: "உனது இரவுணவை நான் எடுத்துவரவேண்டுமென விரும்புகிறாயா?" ஆனால் தனக்குள் முணுமுணுத்துக்கொண்டான்: "நிச்சயமாக அவன் கஞ்சத்தனமாக இருக்கமாட்டான். அவன் தனது இரவுணவை எனக்குத் தரமாட்டானா? அனைத்துக்கும் மேல், இரவுணவுக்கு காசா கிடையாது, நீர்த்த ஸ்டியு மட்டும்தான்."

"வேணாம், வேணாம்," சீஸர் ஒரு புன்னகையுடன் கூறினான். "நீயே அதைச் சாப்பிட்டுவிடு, இவான் டெனிசோவிச்."

அதுதான் சுகோவ் எதிர்பார்த்தது. தற்போது, அவன் சிறகடிக்கும் பறவைபோன்று, அவன் அப்பகுதியின் தாழ்வாரத்திலிருந்து வேறொரு பகுதிக்குப் பறந்தோடினான்.

சிறைவாசிகள் அனைத்துத் திசைகளிலும் விரைந்து கொண்டிருந்தனர். எக்காரணம் கொண்டு சிறைவாசிகள் முகாமுக்குள் தங்கள் விருப்பத்துக்கு நடக்கக்கூடாதென முகாம் தளபதி மற்றொரு உத்தரவைப் பிறப்பித்திருந்த ஒரு காலமும் இருந்தது. எங்கெல்லாம் முடிகிறதோ, அங்கு ஒரு குழுவாகச் செல்லவேண்டும். ஆனால் மொத்தக் குழுவும் சேர்ந்து செல்லத் தேவையில்லாத இடங்களும் இருந்தன-

உதாரணத்துக்கு மருந்தகம், அல்லது கழிப்பறையைச் சொல்லலாம்- பின் நான்கு அல்லது ஐந்து பேர் கொண்ட குழு உருவாக்கப்பட்டு அதில் மூத்தவர் ஒருவர் அவர்களுக்குத் தலைமைதாங்க நியமிக்கப்பட்டு, அவருடன் ஒரு குழுவாக சென்று திரும்பவேண்டும் என்றனர்.

முகாம் தளபதி அந்த உத்தரவில் மிக உறுதியாய் இருந்தார். யாரும் அவரை எதிர்த்துப் பேசத் துணியவில்லை. காவலர்கள், தனியாய்க் காணப்பட்ட சிறைவாசிகளின் எண்களைக் குறித்துக்கொண்டு, அவர்களை இழுத்துச்சென்று சிறைக்கொட்டடியில் அடைத்தனர்- இருந்தும் அந்த உத்தரவு தோல்வியில் முடிந்தது. பெரிதும் பேசப்பட்ட பல உத்தரவுகளைப் போன்றே இதுவும் முற்றிலும் தோல்வியடைந்தது.

பாதுகாப்பு காவலர்களால் யாராவதொருவர் அழைக்கப்படுகிறார், நீங்கள் அவசியம் உங்களுடன் நான்கு அல்லது ஐந்து பேரை அழைத்துச்செல்லவேண்டுமா? அல்லது பண்டகசாலையிலிருந்து நீங்கள் உங்கள் உணவைப் பெறவேண்டும். என்ன கொடுமைக்கு நான் உங்களுடன் வரவேண்டும்? கலாச்சார மற்றும் கல்வித்துறைக்குப் போய் செய்தித்தாள்கள் வாசிக்கும் விநோத யோசனை ஒருவருக்கு இருக்கும். அவருடன் செல்ல யார் விரும்புவார்? ஒருவன் தனது காலணியை பழுதுபார்க்கப் போகிறான், மற்றொருவன் கொட்டகையை உலர்த்துகிறான், மூன்றாமவன் வெறுமனே ஒரு ராணுவ முகாமிலிருந்து மற்றொரு ராணுவ முகாமுக்குச் செல்கிறான் (மற்றெதையும் விட இது மிகவும் கண்டிப்பாகத் தடைசெய்யப்பட்ட விஷயம்)- எப்படி நீங்கள் அவர்கள் எல்லோரையும் தடுத்துநிறுத்த முடியும்?

தளபதி தனது இந்த விதிமுறையால் அவர்களது சுதந்திரத்தின் கடைசித் துணுக்கையும் பறித்திருப்பார், ஆனால் கொழுத்த பன்றிபோன்ற அவர், எத்தனை அதிகமாக முயற்சித்தபோதும் அது வேலைக்காகவில்லை.

பாதையில் விரைந்தபடியே, வழியில் எதிர்ப்பட்ட ஒரு காவலனுக்காக, எச்சரிக்கையாக அவனுக்காக தொப்பியைக் கழற்றியபடி சுகோவ் தனது ராணுவ முகாமுக்குள் நுழைந்தான்.

அந்த இடமே சலசலப்புடன் காணப்பட்டது: பகலில் யாரோ ஒருவருடைய பங்கு ரொட்டி திருடப்பட்டிருந்தது, அந்தப் பரிதாபத்துக்குரிய நபர் ஏவல் பணியாளர்களைப் பார்த்துக் கத்த, பதிலுக்கு ஏவல் பணியாளர்கள் கத்திக்கொண்டிருந்தனர். ஆனால் 104-வது குழுக்கான மூலை காலியாக இருந்தது.

சுகோவ் முகாமுக்குத் திரும்புகையில் தனது மெத்தை புரட்டப்படாமல் இருந்தாலோ, அதனைச் சுற்றி காவலர்கள் வட்டமிடாமல் இருந்தாலோ எப்போதும் நன்றியுணர்வுடன் இருப்பான். ஆக எல்லாம் சரியாக இருக்கிறது.

அவன் ஓடியபடியே தனது கோட்டைக் கழற்றியபடி, அவசரமாகத் தனது அடுக்குப் படுக்கைக்குச் சென்றான். கோட்டுடன், அருமையான துண்டுப் பிளேடு மறைக்கப்பட்ட கையுறைகளுடன் மேலே சென்றான். தனது மெத்தையின் ஆழத்தைச் சோதனையிட்டான்- ரொட்டி அங்கிருந்தது. அவன் அதை வைத்து தைத்தது நல்லதாகப் போயிற்று.

வெளியே வந்து அவன் உணவக அரங்குக்கு ஓடினான்.

வழியில் ஒரு காவலரைக்கூட எதிர்கொள்ளாமல் அவன் உணவக அரங்கை அடைந்தான்- ஒன்றிரண்டு ஜோடி சிறைவாசிகள் மட்டும் வழியில் தங்களது ரொட்டிப் பங்கீட்டைப் பற்றி விவாதித்துக்கொண்டிருந்தனர். வெளியே நிலவு எப்போதைவிடவும் பிரகாசித்தபடி இருந்தது. இப்போது விளக்குகள் மங்கலாகத் தோன்றின. ராணுவ முகாம் அடர்த்தியான நிழலைத் தோற்றுவித்தது. உணவக அரங்குக்கான கதவு, நான்கு படிகளுடன் பரந்ததொரு தாழ்வாரத்துக்கு அப்பால் அமைந்திருந்தது. இப்போது தாழ்வாரமும் நிழலுக்குள் விழுந்திருந்தது. ஆனால் அதன்மேல் ஒரு சிறிய விளக்கு ஊசலாடியபடி, குளிரில் மோசமாக க்றீச்சிடும் ஒலியை எழுப்பியபடி இருந்தது. உறைபனியாலோ, அல்லது அதன் கண்ணாடியில் படிந்திருந்த தூசாலோ அது சிந்திய ஒளி வானவில்போல பல வண்ணங்களில் காணப்பட்டது.

முகாம் படைத்தளபதி மற்றொரு கண்டிப்பான உத்தரவும் பிறப்பித்திருந்தார்: குழுக்கள் உணவக அரங்கில் இரட்டை வரிசையாகவே நுழையவேண்டும். இதனுடன் அவர் மேலும், படிக்கட்டுகளை எட்டியதும் அவர்கள் அங்கேயே

நிற்கவேண்டும், தாழ்வாரத்துக்கு ஏறக்கூடாது. அவர்கள் ஐந்து ஐந்து பேராய் சேர்ந்து, உணவகத்தின் ஏவல் பணியாளன் போகலாம் எனச் சொல்லும்வரை, அங்கேயே நிற்கவேண்டும் எனவும் கூறியிருந்தார்.

உணவக ஏவல் பணியாள் பதவி நிலையாக "லிம்பர்" என்பவனால் வகிக்கப்பட்டுவந்தது. தனது கால்முடம் காரணமாக அவன் மாற்றுத் திறனாளியாக வகைப்படுத்தப்பட்டான், ஆனால் அவன் சரியான பெட்டை நாய்க்குப் பிறந்தவன். அவன் தனக்கென பிர்ச் மர தடியொன்று வைத்திருந்தான், தாழ்வாரத்தில் நின்றபடி, அவன் சொல்லாமல் அதன்மேல் ஏறும் எவரையும் அதனால் தாக்குவான். இல்லை, எல்லாரையும் அல்ல. அவன் புத்திசாலி, சொல்வதெனில் இருளில்கூட, தான் பெற்ற அளவுக்கே அவனுக்குத் திருப்பித் தரும் எந்த ஒரு மனிதனையும் விட்டுவிடுவான். ஆதரவற்றவர்களையும் வலிமையற்றவர்களையுமே தாக்கினான். ஒருமுறை அவன் சுகோவைக்கூட தாக்கினான்.

அவன் ஒரு ஏவல் பணியாள் என அழைக்கப்பட்டாலும், நெருங்கிச் சென்று பார்த்தால், அவன் ஒரு அசல் இளவரசனாக இருந்தான்- அவன் சமையல்காரர்களுடன் நட்புக்கொண்டு திகழ்ந்தான்.

இன்று அனைத்துக் குழுக்களும் ஒருவேளை ஒன்றாக வந்துசேர்ந்ததோ அல்லது விஷயங்களை ஒழுங்குபடுத்தத் தாமதமானதோ, ஆனால் தாழ்வாரத்தில் முழுக்க கூட்டமாகக் காணப்பட்டது. அவர்களிடையே லிம்பர், தனது உதவியாளனுடன் காணப்பட்டான்.

தலைமைச் சமையலரும்கூட அங்கே காணப்பட்டார். காயமேற்படுத்தும் காவலர்கள்- இன்றி கூட்டத்தைச் சமாளித்துக்கொண்டிருந்தனர் அவர்கள். தலைமைச் சமையலர், பூசணிக்காய் போன்ற தலையும், அகன்ற தோள்களும் கொண்ட ஒரு கொழுத்த பன்றி. அவர் சக்தியால் ததும்பிக்கொண்டிருந்தார், நடக்கும்போது கால்களும் கைகளும் துள்ள, ஏகப்பட்ட அசைவுகளாயன்றி வேறெதுவாகவும் அவர் தோன்றவில்லை. அவர் எந்த ஒரு நபரின் தொப்பியைவிடவும் சிறப்பான, வெள்ளை ஆட்டுத்தோல் தொப்பி அணிந்திருந்தார். அதில் எண் எதுவும் பொறிக்கப்படவில்லை. ஆட்டுத்தோல் தொப்பிக்குப்

பொருத்தமாக அவரது இடுப்பளவுச் சட்டை காணப்பட்டது. அதில் எண் எழுதப்பட்டிருந்தது உண்மைதான், ஆனால் அந்த எண் தபால் முத்திரையைவிட பெரிதாயில்லை- இதற்கு வோல்கோவாய்க்குதான் நன்றிசொல்ல வேண்டும். அவர் தனது முதுகில் எந்த எண்ணையும் பொறித்திருக்கவில்லை. அவர் யாரையும் மதித்ததில்லை, ஆனால் அனைத்து சிறைவாசிகளும் அவருக்குப் பயந்தனர். அவர் தனது கையில் ஆயிரக்கணக்கான உயிர்களைத் தாங்கிப்பிடித்திருந்தார். ஒருமுறை அவர்கள் அவரை அடிக்கமுயன்றனர், ஆனால் அனைத்து சமையல்காரர்களும்- விலைதீர்மானிக்கப்பட்ட குண்டர் குழாமான அவர்கள்- அவரது பாதுகாப்புக்குப் பாய்ந்துவந்தனர்.

104-வது குழு ஏற்கெனவே சாப்பிடச் சென்றிருந்தால் சுகோவ் சிக்கலில் மாட்டிக்கொள்வான். லிம்பர் பார்வையிலே அனைத்தையும் அறிவான், அவனது தலைமைச் சமையலர் அங்கிருக்க, ஒருவனை தவறான குழுவுடன் விடுவதைப் பற்றி யோசிக்கவே மாட்டான். அவன் சுகோவை அதிகாரிகளிடம் காட்டிக்கொடுக்க முயற்சிசெய்வான்.

லிம்பரின் முதுகுக்குப் பின்னால் தாழ்வாரத் தடுப்பின் மீது ஏறிக்குதித்து நழுவ சிறைவாசிகள் கற்றிருந்தார்கள். சுகோவும்கூட அதைச் செய்திருக்கிறான். ஆனால் இன்றிரவு, தலைமைச் செயலரின் பார்வையின் கீழ், அந்த யோசனை பரிசீலனைக்கு அப்பாற்பட்டது- மருத்துவரிடம் இழுத்துக்கொண்டு போகுமளவுக்கு அவர் உங்களை மிக மோசமாக, அடித்து அனுப்புவார்.

தாழ்வாரத்துக்கு அருகில் வந்து, ஒன்றேபோலான அனைத்து கறுப்பு கோட்டுகளிடையே 104-வது குழு இன்னும் அங்கிருக்கிறதா என பார்த்தான். அவன் அங்கேசெல்ல, எல்லா நபர்களையும்போல கோட்டையைப் பிடிக்கப்போவதுபோல், நெருக்கியடித்துக்கொண்டு- முதல் படி, இரண்டாம் படி, மூன்றாவது படி, நான்காவது படி. அடைந்தாகிவிட்டது எனச் செல்லவேண்டும். (அவர்கள் நெருக்கியடிப்பதைத் தவிர வேறென்ன செய்வார்கள்? விரைவில் உறங்குவதற்கான நேரம் வந்துவிடும்). தாழ்வாரத்தில் வந்து அவர்கள் குவிந்தனர்.

லிம்பர், "நிறுத்துங்கள், முட்டாள்களே," எனக் கத்தியபடி தனது கம்பை முன்வரிசையில் நின்றவர்கள் மீது ஓங்கினான். "பின்னால் செல்லுங்கள் அல்லது நான் உங்களது தலைகளை உடைத்துவிடுவேன்."

அவர்கள் பதிலுக்கு அவனிடம், "நாங்கள் என்ன செய்வது, பின்னாலுள்ளவர்கள் எங்களை நெருக்கித் தள்ளுகின்றனர்" என இரைந்தனர்.

அது உண்மைதான், ஆனால் முன்வரிசையிலுள்ளவர்கள் இந்த நெருக்குதலுக்கு குறைவான எதிர்ப்பையே பதிலாகத் தந்தனர். அவர்கள் இந்த நெருக்கடியைப் பயன்படுத்தி உணவக அரங்குக்குள் சென்றுவிடலாமென நம்பினர்.

லிம்பர் தடியை தனது மார்புக்கு குறுக்கே வைத்தபடி, முன்வரிசை ஆட்களைநோக்கி கண்மூடித்தனமாக விரைந்தான். (அந்தத் தடி தெருச் சண்டையில் ஒரு தடையரணாக விளங்கியிருக்கும்.) அவனது உதவியாளன், நன்னடத்தைக் கைதி, அவனுடன் தனது கம்பைப் பகிர்ந்துகொண்டான். அதுபோலவே உணவக தலைமைச் சமையலர், அந்தத் தடியால் தனது கைகளை அழுக்காக்கிக் கொள்வதெனத் தீர்மானித்தார். அவர்கள் தங்களின் அனைத்துத் தசையாலும், வலுவாகத் தள்ளினர்- அவர்களிடம் நிறைய ஆற்றல் இருந்தது. சிறைவாசிகள் பின்னே சரிந்தனர். முன்வரிசையில் இருந்தவர்கள், பின்வரிசையிலிருந்தவர்கள் மேல் கோதுமைத் தாள்களைப் போல் சரிந்துவிழுந்தனர்.

"யேய் முட்டாள் லிம்பர், நாங்கள் உனக்குப் பாடம் கற்பிக்கிறோம்," கூட்டத்தில் ஒருவன், மற்றவர்களின் பின் மறைந்துகொண்டு கத்தினான். மற்றவர்களோ, ஒரு வார்த்தையுமின்றி விழுந்து, எத்தனை விரைவாய் முடியுமோ படியில் எழுந்துநின்றனர். படிகள் காலியாகிவிட்டன. தலைமைச் சமையலர் திரும்பவும் தாழ்வாரத்துக்குச் செல்ல, லிம்பர் மேற்படியிலேயே நின்றிருந்தான்.

"முட்டாள்களே, ஐந்து ஐந்து பேராய் நில்லுங்கள்," அவன் கத்தினான். "நான் தயாரானதும், உங்களை உள்ளே விடுவேன் என எத்தனை முறை சொல்லியிருக்கிறேன்." சுகோவ், தான் சென்காவின் தலையை தாழ்வாரத்தின் முன்பகுதியில் பார்த்ததாக நினைத்தான். அவன் பெரிதும் மகிழ்ச்சியாக

உணர்ந்தான், அவன் தனது கைமுட்டியைப் பயன்படுத்தி வழியேற்படுத்தி அவனருகே செல்ல முயற்சித்தான். ஆனால் அந்த பின்வரிசையிலிருந்தவர்களைப் பார்த்தால், அவன் இது தனது சக்திக்கு அப்பாற்பட்டது என அறிந்திருந்தான். அவனால் அங்கே சென்றடைய முடியாது.

"இருபத்தி ஏழு, முன்னால் செல்லுங்கள்" லிம்பர் அழைத்தான். இருபத்தேழாவது குழு துள்ளி, கதவை நோக்கி விரைந்தது. மற்றவர்கள் அவர்களுக்குப் பின்னால் அலைபோல் விரைந்துவந்தனர். அவர்களுடன் சுகோவ், தனது சக்தியையெல்லாம் பயன்படுத்தி நெருக்கினான். தாழ்வாரம் நடுங்கியது, தலைக்குமேலிருந்த விளக்கு கீச்சொலி எழுப்பி எதிர்ப்பைக் காட்டியது.

"மறுபடி என்ன, கழிசடைகளா?" லிம்பர் ஆத்திரத்தில் கத்தினான். அவனது கம்பு ஒருவனது தோளில், இன்னொருவனது முதுகில் இறங்கியது. ஆட்களை பின்னே தள்ளி ஒருவர் மற்றொருவர்மேல் விழச்செய்தது.

திரும்பவும் அவன் படிகளைக் காலிசெய்தான்.

கீழிருந்து சுகோவ், லிம்பரின் பக்கத்தில் பாவ்லோவைக் கண்டான். குழுவை உணவக அரங்குக்கு நடத்திச்செல்வது பாவ்லோதான்- டியூரின் இந்த ஆரவாரக் கூச்சலில் கலந்துகொண்டு தன்னைத் தாழ்த்திக்கொள்ளமாட்டான். "நூற்று நான்கு, ஐந்து ஐந்து பேராய் நில்லுங்கள்," தாழ்வாரத்திலிருந்து பாவ்லோ அழைத்தான். "அவர்களுக்கு வழிவிடுங்கள், நண்பர்களே."

நண்பர்களாம்- அவர்கள் வழிவிடுவதைப் பாருங்கள்- அவர்கள் நாசமாய்ப் போக. "முன்னால் நிற்பவர்களே, என்னைப் போகவிடுங்கள். அது என் குழு," சுகோவ் உறுமியபடி, ஒருவனின் முதுகை நெருக்கினான். அவன் மகிழ்ச்சியாக வழிவிட்டிருப்பான், ஆனால் மற்றவர்கள் அவனை அனைத்துப் பக்கங்களிலுமிருந்து நெருக்கிப் பிழிந்துகொண்டிருந்தார்கள்.

கூட்டம், யாரும் மூச்சுக்கூட விடமுடியாதவாறு நெருக்கியது, வெளித்தள்ளியது. ஸ்டியுவைப் பெறுவதற்காக. கூட்டத்தினரின் உரிமையுள்ள ஸ்டியு. அவன் தனக்கு இடப்புறமுள்ள தாழ்வாரத் தடுப்பைப் பிடித்தபடி, தனது கைகளை தூணைச்சுற்றிப்

பிடித்துக்கொண்டு முண்டியடித்தான். யாரோ ஒருவரின் முழங்காலை அவன் உதைத்தான், விலாவில் ஒரு குத்து வாங்கினான், சில சாபங்கள் கிடைத்தன, ஆனால் அவன் முன்னேறிச்சென்றான். அவன் மேல் படிக்கு நெருக்கமாக இருந்த தாழ்வாரத்தின் தரையில் ஒரு காலை வைத்தபடி காத்திருந்தான். ஏற்கெனவே அங்கிருந்த அவனது குழு நண்பர்கள் சிலர் அவனுக்குக் கைகொடுத்தனர்.

தலைமைச் சமையலர் கதவருகே சென்று திரும்பிப் பார்த்தார். “லிம்பர், இன்னும் இரண்டு குழுக்களை உள்ளே அனுப்பு.”

“நூற்று நான்கு,” லிம்பர் கத்தினான்.

“நீ எங்கே ஊர்ந்துபோவதாக நினைத்துக்கொண்டிருக்கிறாய், முட்டாளே?” மற்றொரு குழுவைச் சேர்ந்த ஆள் ஒருவனை தனது கம்பால் கழுத்தின் பின்புறம் அடித்தான்.

“நூற்று நான்கு,” தனது ஆட்களை உள்ளே அனுப்பியபடி பாவ்லோ கத்தினான்.

“ப்பா!” சுகோவ் உணவக அரங்கினுள் பெருமூச்சுவிட்டான். பாவ்லோவின் உத்தரவுக்காகக் காத்திருக்காமல், அவன் காலித் தட்டுகளைத் தேடத் தொடங்கினான்.

உணவக அரங்கு வழக்கம்போல் கதவின்வழியாக நீராவி மேகங்கள் சுழன்றுசெல்ல, சூரியகாந்திப் பூவில் அதன் விதைகளைப்போல், ஆட்கள் தோளோடு தோளாக நெருக்கியடித்தபடி அமர்ந்திருந்தனர். மற்றவர்கள் சாப்பாட்டு மேஜைகளுக்கு நெருக்கியடித்துக்கொண்டிருந்தனர், இன்னும் சிலர் உணவு அடுக்கப்பட்ட தட்டுகளைச் சுமந்தபடி காணப்பட்டனர். இத்தனை வருடங்களில் சுகோவ் அந்தச் சூழலுக்கு நன்கு பழகியிருந்ததால், அவனது கூர்மையான கண்கள் எஸ் 208 வைத்திருந்த தட்டில் வெறும் ஐந்து கிண்ணங்கள் மட்டுமே இருந்ததைக் கவனித்துவிட்டன. அவர்களது குழுவுக்கான கடைசித் தட்டு அது என்பதே அதன் பொருள். இல்லையெனில் அந்த தட்டு முழுமையாக நிரம்பியிருக்கவேண்டும்.

அவன் அந்த நபரிடம் சென்று அவனது காதில் முணுமுணுத்தான்: "நீங்கள் பயன்படுத்தியபின் அந்த தட்டு வேண்டும்."

"உணவு வழங்குமிடத்தில் ஒருவர் இதற்காகக் காத்துக் கொண்டிருக்கிறார். நான் தருவதாக உறுதியளித்திருக்கிறேன்."

"அந்த சோம்பேறி இழிமகன் காத்திருக்கட்டும்."

அவர்கள் ஒரு புரிதலுக்கு வந்தனர்.

எஸ் 280 தனது தட்டை மேஜைக்கு எடுத்துச்சென்று, கிண்ணங்களை அதில் எடுத்துவைத்தான். சுகோவ் அதனை உடனடியாகப் பெற்றுக்கொண்டான். அந்தக் கணத்தில், அந்தத் தட்டு யாரிடம் தரப்படுவதாக உறுதியளிக்கப்பட்டதோ அவன் ஓடிவந்து அதைப் பிடுங்கமுயன்றான். ஆனால் அவன் சுகோவைவிட பலவீனமாக இருந்தான். சுகோவ் அவனை தட்டால் தூரத் தள்ளினான்- பிடுங்கவா பார்க்கிறாய் வீணனே?- அவனை ஒரு கம்பத்தின் மேல் தள்ளினான். பின் தட்டை தனது கைகளுக்கிடையே வைத்தபடி உணவு வழங்கும் சாளரத்துக்கு விரைந்தான்.

பாவ்லோ அங்கே வரிசையில் நின்றபடி, காலித் தட்டு இல்லையேயென கவலையில் இருந்தான். அவன் சுகோவைப் பார்த்து பெரிதும் மகிழ்ச்சியடைந்தான். தனக்கு முன்னால் நின்றவனை வழியைவிட்டு தூரத் தள்ளி: "நீ ஏன் இங்கே நிற்கிறாய்? எனக்கு தட்டு கிடைத்துவிட்டதென்பதை நீ பார்க்கவில்லையா?" என்றான்.

அங்கே கோப்சிக் மற்றொரு தட்டுடன் வருவதைப் பார்த்தான்.

"அவர்கள் விவாதித்துக்கொண்டிருந்தனர். நான் அதைப் பறித்து வந்துவிட்டேன்," அவன் சிரிப்புடன் கூறினான்.

கோப்சிக் நன்றாக வருவான். அவன் இன்னும் வளரவேண்டியிருக்கிறது- இன்னொரு மூன்று வருடங்கள் போனால் அவன் ரொட்டி வெட்டுபவனாக உருவாவன். அதற்கு குறைவாக மாறமாட்டான். அவன் அதற்கெனவே பிறந்தவன்.

பாவ்லோ அவனிடம் இரண்டாவது தட்டை யெர்மோலெயேவிடம் தரச் சொன்னான். இந்த திடகாத்திரமான சைபீரியனும் சுகோவைப் போலவே, ஜெர்மானியர்களிடம் பிடிபட்டதால் பத்தாண்டுக் காலம் சிறைவாசம் விதிக்கப்பட்டவன். அவனை, ஆட்கள் சாப்பிட்டு முடியும் தறுவாயிலிருக்கும் மேஜையில் ஒரு கண் வைத்திருக்கச் சொன்னான். சுகோவ் தனது தட்டை வைத்துவிட்டுக் காத்திருந்தான்.

“நூற்று நான்கு,” பாவ்லோ உணவு வழங்குமிடத்தில் அறிவித்தான்.

அங்கே மொத்தமாக இப்படி ஐந்து கவுண்டர்கள் இருந்தன: மூன்று வழக்கமான உணவை விநியோகிப்பதற்காக, சிறப்பு உணவு சாப்பிடும் சிறைவாசிகளுக்காக ஒன்று (வயிற்றுப்புண் நோயாளிகள், கணக்கெழுதும் அலுவலர்கள் ஆகியோருக்கு ஒரு சலுகையாக), மற்றது சாப்பிட்டுமுடித்த எச்சில் உணவுப் பாத்திரங்கள் திரும்பவருவதற்கு. (அங்கேதான் ஒருவர் மற்றவருடன் சச்சரவிட்டுக்கொண்டு உணவுப் பாத்திரங்களில் எஞ்சியதைச் சுவைப்பவர்கள் கூடியிருந்தனர்). உணவு வழங்கும் சாளரங்கள் இடுப்புயரத்துக்கு தாழ்வாக அமைந்திருந்தன. சமையல்காரர்கள் பார்வைக்குத் தட்டுப்படவில்லை. அவர்களது கைகள், அகப்பைகளை மட்டுமே பார்க்கமுடிந்தது.

சமையல்காரரின் கைகள் வெண்மையாகவும் நன்கு பராமரிக்கப் பட்டும், அதேசமயம் பெரிதாகவும் முடிகளடர்ந்ததாகவும் இருந்தன: அது ஒரு குத்துச்சண்டைக்காரனின் கைகளே தவிர சமையல்காரனுடையது அல்ல. அவர் ஒரு பென்சிலை எடுத்து சுவரில் குறித்துக்கொண்டு- தனது பட்டியலை அங்கே பராமரித்தார்.

“நூற்று நான்கு- இருபத்து நான்கு பங்குகள்.” பாண்டலேவ் உணவை அரங்குக்குள் நழுவினான். அவனிடம் வித்தியாசமாக எதுவும் தென்படவில்லை, பெட்டை நாய்க்குப் பிறந்தவன்.

சமையல்காரர் ஒரு பெரிய அகப்பையை எடுத்துக் கலக்கு, கலக்கென கலக்கினார். சூப் பாத்திரம் மறுபடியும் அப்போதுதான் விளிம்புவரை நிரப்பப்பட்டிருந்தது. அதிலிருந்து ஆவி பறந்துகொண்டிருந்தது.

பெரிய அகப்பைக்கு பதில் சிறிய அகப்பையை எடுத்துக்கொண்டு, இருபது அவுன்ஸ் பங்குகளாக ஸ்டியுவை ஊற்றத் தொடங்கினார். அவர் பாத்திரத்தின் அடியிலிருந்து முகரவில்லை.

“ஒன்று, இரண்டு, மூன்று, நான்கு...”

சில கிண்ணங்கள், அகப்பையால் கலக்கியபின் அதிலுள்ளவை அடியில் படியும்முன் நிரப்பப்பட்டவை, சில கிண்ணங்களோ பயனற்றவை- சூப்பைத் தவிர ஏதுமற்றவை. சுகோவ் எந்தக் கிண்ணம் எத்தகையது என மனதில் குறித்துக்கொண்டான். அவன் தனது தட்டில் பத்துக் கிண்ணங்களை அடுக்கி எடுத்துச்சென்றான். கோப்சிக், இரண்டாவது வரிசை கம்பங்களிலிருந்து வரும்படி கையசைக்கப்பட்டான்.

“இங்கே வா, இவான் டெனிசோவிச், இங்கே வா.” ஸ்டியு கிண்ணங்களை எடுத்துச்செல்கையில் விளையாட்டுத்தனம் கூடாது. சுகோவ் மோதிவிடக்கூடாதென்பதில் கவனமாக இருந்தான். “ஏய் ஹெச் 920 கொஞ்சம் நகர், பையா கொஞ்சம் வழிவிடு.” அவன் தனது தொண்டையிலிருந்து பரபரப்பாக சப்தம் கொடுத்தபடியே வந்தான்.

இதுபோன்ற கூட்டத்தில், ஒரு கிண்ணத்தைச் சிந்தாமல் தூக்கிச்செல்வதே சிரமமானது. அவன் பத்துக் கிண்ணங்களைத் தூக்கிச்சென்றான். அதேபோன்று, அவன் அந்தத் தட்டை கோப்சிக் காலிசெய்த மேஜையில் பாதுகாப்பாக இறக்கிவைத்தான். சற்றும் தளும்பாமல். அவன் அமரவிருக்கும் இடத்துக்கு எதிரே கெட்டியான ஸ்டியு உள்ள இரண்டு கிண்ணங்கள் வரும்படி தட்டை திட்டமிட்டு வைப்பதிலும் வெற்றிபெற்றான்.

யெர்மோலேயேவ் மற்றொரு பத்து கிண்ணங்களைக் கொண்டுவந்தான். கோப்சிக் ஓடிச்சென்று பாவ்லோவுடன் கடைசி நான்கு கிண்ணங்களை தன் கைகளில் கொண்டுவந்தான்.

கில்காஸ் ரொட்டித் தட்டைக் கொண்டுவந்தான். அன்றிரவு அவர்கள், அன்றைய தினம் செய்துமுடித்த வேலைக்கேற்ப உணவளிக்கப்பட்டனர். சிலருக்கு ஆறு அவுன்ஸ், சிலருக்கு ஒன்பது. சுகோவுக்கு பன்னிரண்டு அவுன்ஸ்.

அவன் மேலோட்டுடன் கூடிய துண்டை தனக்கும், ஆறு அவுன்ஸ் எடையுள்ள ரொட்டியின் நடுவிலிருந்து ஒரு துண்டை சீஸருக்கும் எடுத்துக்கொண்டான்.

தற்போது உணவக அரங்கெங்கும் இருந்த சுகோவின் குழுவைச் சேர்ந்தவர்கள், தங்கள் இரவுணவைப் பெறவும் கிடைத்த இடத்தில் அதைச் சாப்பிடவும் குழுமத் தொடங்கினர். கிண்ணங்களைக் கொடுக்கும்போது, அவன் இரு விஷயங்களைக் கவனத்தில் கொள்ளவேண்டும்: யாருக்கெல்லாம் கொடுத்தான் என்பதை நினைவில் கொள்ளவேண்டும். அத்துடன் இன்னொரு ஓரத்தில் தட்டையும் கண்காணிக்கவேண்டும். (அவன் தனது கரண்டியை ஒரு கெட்டியான ஸ்டியு உள்ள கிண்ணத்தில் போட்டிருந்தான். அதன் பொருள் அது ஒருவருக்கு ஒதுக்கப்பட்டது.) முதலில் வந்தவர்களுள் ஃபெட்டிகோவும் இருந்தான்.ஆனால் விரைவிலேயே அவன் அந்தக் குறிப்பிட்ட மாலைப்பொழுதில் இரந்துபெறுவதற்கு எதுவுமில்லை என மதிப்பிட்டு விலகிச்சென்றான். அதைவிட உணவகத்தைச் சுற்றிவந்து மிச்சம்வைப்பதைத் தேடிச்செல்லலாமெனக் கிளம்பினான். (யாராவது தனது ஸ்டியுவைக் காலிசெய்யாமல் கிண்ணத்தை திரும்ப அளித்தால், கழுகைப் போல் அதன்மேல் அவசரமாகப் பாய்வதற்கு ஆட்கள் எப்போதும் இருந்தார்கள்).

சுகோவ், பாவ்லோவுடன் சேர்ந்து பங்குகளை எண்ணினான். அது சரியாகவே இருந்தது. அவன் டியூரினுக்காக ஒரு கெட்டியான ஸ்டியு கிண்ணத்தை ஓரம் தள்ளினான். பாவ்லோ தனது ஸ்டியுவை, குறுகிய மூடியுடனான ஜெர்மானிய உணவக-தகரப் பாத்திரத்தில் ஊற்றினான்- நீங்கள் அதனை கோட்டுக்குப் பின்னால் உங்கள் மார்புக்கு அருகில் வைத்து எடுத்துச்செல்ல முடியும்.

காலித் தட்டுகள் கையளிக்கப்பட்டன. பாவ்லோ அங்கே தனது இரு பங்கு சூப்புடன் உட்கார, சுகோவ் தனது இரண்டு கிண்ணங்களுடன் உட்கார்ந்தான். இப்போது அவர்கள் ஒருவர் மற்றவரிடம் சொல்ல எதுவும் இல்லை எனும்- புனிதமான கணங்கள் வந்தது.

சுகோவ் தனது தொப்பியைக் கழற்றி அதை தனது முட்டியில் மாட்டினான். அவன் ஒரு கிண்ணத்தை ருசி பார்த்தான்,

மற்றதையும் ருசி பார்த்தான். மோசமில்லை- அதில் கொஞ்சம் மீன் இருந்தது. பொதுவாக, மாலை ஸ்டியு, காலையில் தருவதைவிட நீர்த்ததாக இருக்கும். வேலைக்குச் செல்வதால், சிறைவாசிகள் காலையில் நன்கு உணவளிக்கப்படவேண்டும். மாலையில், எப்படியும் அவர்கள் தூங்கத்தானே செல்கிறார்கள்.

அவன் ஆர்வமாகப் பருகத் தொடங்கினான். முதலில் அவன் சாறை மட்டும் பருகினான். மேலும் பருகினான். அது உள்ளே சென்றதும், அவனது முழு உடலையும் வெம்மையால் நிறைத்தது. ஸ்டியுவை எதிர்கொண்டதும் அவனது வயிறு முழுவதும், பரபரக்கத் தொடங்கியது. அரு-மை! அதனைத் தொடர்ந்து, ஒரு சிறைவாசி எதிர்பார்த்துக் காத்திருக்கும் அந்த குறுகிய கணம் வந்தது.

இப்போது சுகோவ் எதைப்பற்றியும் புகார் சொல்லமாட்டான். அவனது சிறைத்தண்டனையின் காலத்தைப் பற்றியோ, நாளின் நீளத்தைப் பற்றியோ, அவர்கள் மற்றொரு ஞாயிறை எடுத்துக்கொண்டதைப்பற்றியோ... இப்போது அவன் நினைத்ததெல்லாம் இதுதான்: கடவுள் அருளால் நாங்கள் பிழைத்திருப்போம். நாங்கள் தாக்குப்பிடிப்போம், சிறைவாசம் முடியும் வரை. அவன் இரண்டு கிண்ணங்களிலும் இருந்த சூடான சூப்பைக் காலிசெய்தான். பின் இரண்டாவதில் எஞ்சியிருந்ததை முதல் கிண்ணத்துக்கு மாற்றி, தனது கரண்டியால் சுத்தமாக வழித்தான். அது அவன் மனதை அமைதிப்படுத்தியது. இப்போது அவன் இரண்டாவதில் ஒரு கண் வைத்திருக்கவோ அல்லது அதன் மேல் கைவைத்திருக்கவோ வேண்டுமென சிந்திக்கவேண்டியதில்லை.

இப்போது அவன் சுதந்திரமாக, தனது அருகிலுள்ளவர்களின் கிண்ணங்களை பார்வையிட முடியும். அவனது இடப்புறமிருந்தவனின் கிண்ணம் நீரை விட சற்று மேம்பட்டதாக இருந்தது. அழுக்குப் பிடித்த பாம்புகள். அவர்கள் கையாண்ட தந்திரங்கள்! அதுவும் அவர்களுடைய சக சிறைவாசிகள் மீது.

சூப்பில் மிஞ்சிய கோஸை அவன் சாப்பிடத் தொடங்கினான். இரண்டு கிண்ணங்களுள் ஒன்றில்- சீஸருடையதில், ஒரு உருளைக்கிழங்கு தட்டுப்பட்டது. பனியால் தாக்குண்ட,

நடுத்தர அளவிலான உருளைக்கிழங்கு அது, கடினமாகவும், இனிப்பாகவும் இருந்தது. சூப்பில் மீன் அதிகமில்லை, தவறிப்போய் வந்த சில வெற்று மீனெலும்புகள் மட்டும் கிடந்தன. ஆனால் நீங்கள் அவசியம் ஒவ்வொரு எலும்பையும், ஒவ்வொரு துடுப்பையும் மென்று, அவற்றிலிருந்து சாறை உறிஞ்சியெடுக்கவேண்டும், அந்த சாறு ஆரோக்கியமானது. நிச்சயமாக அதற்கு நேரமெடுக்கும், ஆனால் எங்கேயும் செல்லவேண்டிய அவசரத்தில் அவன் இல்லை. இன்றைய தினம் அவனளவில் இனிமையான, நினைவில் கொள்ளவேண்டிய நாள்: மதிய உணவு வேளையில் இரண்டு பங்கு உணவு, இரவுணக்கு இரண்டு பங்கு உணவு. மற்றதெல்லாம் காத்திருக்க முடியும்.

ஒருவேளை, அந்த விடுபட்ட புகையிலைக்கான பயணத்தைத் தவிர. காலையில் எதுவும் விடுபடவில்லை. அவன் தனது இரவுணவை ரொட்டியின்றிச் சாப்பிட்டான். இரு பங்கு உணவுடன் ரொட்டி என்பது கொஞ்சம் அதிகம்தான். ரொட்டியை நாளைக்குச் சாப்பிடலாம். வயிறு ஒரு பேய். அது நேற்று அதனை எத்தனை நன்றாகக் கவனித்தாய் என்பதை ஞாபகத்தில் வைத்திருக்காது. நாளை இன்னும் கூடுதலாகக் கேட்டு கூச்சலிடும்.

தன்னைச் சுற்றி என்ன நடக்கிறது என்பதில் அதிக ஆர்வமின்றி தனது ஸ்டியுவைச் சாப்பிட்டு முடித்தான். அதற்கு அவசியம் இல்லை: அவன் கூடுதல் உணவுக்காகத் தேடிக்கொண்டு இல்லை, அவன் தனது சொந்த உரிமையுள்ள உணவுப் பங்கீட்டைச் சாப்பிட்டுக்கொண்டிருந்தான். அதேநேரம், அவனுக்கு நேர் எதிரே அமர்ந்திருந்த உயரமான வயோதிகர்-யு 81 எழுந்ததைக் கவனிக்கத்தான் செய்தான். அவர் 64-வது அணியில் இருந்தார் என்பதை சுகோவ் அறிவான். சிப்பத்துக்கான வரிசையில் காத்திருக்கையில் அன்று 64-வது அணி, 104-வது அணிக்குப் பதிலாக சமதர்ம வழியிலான வாழ்க்கை குடியிருப்புக்கு அனுப்பப்பட்டிருந்தனர் எனவும் முழுநேரமும் வெம்மையைப் பெற வாய்ப்பின்றி, தங்களது சொந்தப் பகுதிக்கு முள்வேலி கட்டுவதில் ஈடுபட்டிருந்தனர் எனவும் கேள்விப்பட்டிருந்தான்.

இந்த வயதான மனிதர் எத்தனை வருடங்கள் என்ற கணக்கில்லாமல் முகாம்களிலும் சிறைகளிலும் வருடங்களைச் செலவிட்டிருக்கிறார், அவர் ஒரேயொரு பொதுமன்னிப்பில்கூட ஆதாயமடைந்ததில்லை என கேள்விப்பட்டிருந்தான். எப்போதெல்லாம் ஒரு பத்து வருடம் முடிகிறதோ, அப்போதெல்லாம் அவர்கள் அவருக்கு இன்னொரு பத்து வருடங்கள் நீட்டித்துவிடுவார்கள்.

இப்போது சுகோவ் அந்த மனிதரை கூர்ந்து கவனித்தான். மற்ற சிறைவாசிகள் அனைவரும் சற்றே கூனலுடன் வளைந்து அமர்ந்திருக்க, அவர் நேராக அமர்ந்திருந்தார்- இருக்கையில் ஏதோ ஒன்றை வைத்து, அதன்மேல் அவர் அமர்ந்திருப்பதுபோல் தோன்றியது. அவரது தலையில் வெட்டுவதற்கு ஒன்றும் மிச்சமில்லை: சந்தேகமில்லை, அவரது தீவிரமான வாழ்க்கையால் வெகுநாட்களுக்கு முன்பே அவரது முடிகள் உதிர்ந்திருக்கவேண்டும். அவரது கண்கள் உணவக அரங்கில் நிகழ்ந்துகொண்டிருந்த ஒவ்வொன்றின்பின்பும் அலைந்துகொண்டிருக்கவில்லை. அவர் அவற்றை, சுகோவின் தலைமேல் ஓரிடத்தில் எதையும் நோக்காது நிலைநிறுத்தியிருந்தார். அவரது தேய்ந்த மரக்கரண்டி நீர்த்த ஸ்டியுவில் ஒரு லயத்துடன் மூழ்கியெழுந்தது, ஆனால் மற்றெல்லோரையும் போல் தனது தலையை கிண்ணத்தைநோக்கித் தாழ்த்துவதற்குப் பதில், அவர் கரண்டியை தனது உதடுகளுக்கு உயர்த்தினார்.அவர் தனது பற்களனைத்தையும் இழந்திருந்ததால் ரொட்டியை இரும்புபோன்ற தாடையால் மென்றார். அவரது முகத்தில் ஜீவகளை அனைத்தும் வடிந்திருந்தது ஆனால் அது நோயுற்றதாகவோ பலவீனமாகவோ இல்லாமல், கடினமாய், கறுப்புநிறத்தில் செதுக்கப்பட்ட பாறைபோல காணப்பட்டது. அவரது கைகள், பெரிதாக, வெடிப்பு விழுந்து, கறுத்து, அவர் மென்மையான வேலைகள் செய்திருக்க வாய்ப்புகள் குறைவு என்பதைக் காட்டின. ஆனால் அவர் தோல்வியை ஏற்கப்போவதில்லை, ஓ இல்லை! அவர் தனது ஒன்பது அவுன்ஸ் ரொட்டியை அழுக்கடைந்த, சேறான மேஜையில் வைக்கப்போவதில்லை- நன்கு சலவைசெய்யப்பட்ட பழந்துணியில்தான் வைக்கப்போகிறார்.

எனினும், அவன் அந்த வயதான மனிதரையே கவனித்துக்கொண்டிருக்கப் போவதில்லை, அவன் செய்யவேண்டிய வேறு விஷயங்கள் இருக்கின்றன. அவன் தனது இரவுணவை முடித்து, தனது கரண்டியை சுத்தமாக நக்கி, தனது காலணியில் வைத்துக்கொண்டான். அவன் தனது தொப்பியை கண்களுக்கு மேலாக இழுத்துவிட்டுக்கொண்டு, தனது ரொட்டியையும் சீஸரின் ரொட்டியையும் எடுத்துக்கொண்டு வெளியேவந்தான். உணவக அரங்கிலிருந்து செல்லும் மற்றொரு தாழ்வாரம் காணப்பட்டது. மேலும் இரு ஏவல் பணியாட்கள் அங்கே நின்றிருந்தனர்.

கதவைத் திறந்து ஆட்களை உள்ளே அனுமதித்து, திரும்பவும் கொண்டியைப் போடுவதைத்தவிர, அவர்கள் செய்வதற்கு வேறெதுவும் இருக்கவில்லை.

சுகோவ் நிறைந்த வயிறுடன் வெளியே வந்தான். அவன் தன்னளவில் மகிழ்ச்சியாக உணர்ந்தான், உறங்குவதற்கான நேரத்திற்கு நெருக்கமாக இருந்ததால், அவன் இடப்புறமாக விரைந்தோடிச் சென்றான். அவனது ராணுவ முகாமுக்கு ரொட்டியை எடுத்துச்செல்வதற்குப் பதில், அவன் ஏழாவது ராணுவ முகாமுக்கு நடைபோட்டான். நிலவு உச்சியில்- தெளிவாகவும் வெண்மையாகவும், வானத்திலிருந்து செதுக்கியெடுத்ததுபோன்று பிரகாசித்தது. வானம் தெளிவாகக் காணப்பட, அதில் பிரகாசமான சில நட்சத்திரங்கள் தனித்துத் தெரிந்தன. ஆனால் உணவக அரங்கில் ஆட்களைக் கவனிப்பதற்கோ, நட்சத்திரங்களை ரசிப்பதற்கோ அவனுக்கு நேரமில்லை. உறைபனி மிதமாக இல்லையென்ற ஒரு விஷயத்தை அவன் உணரவந்தான். இன்னும் நேரம் செல்லச் செல்ல இரவில் -25°யும் விடிகாலையில் -40°யும் இருக்குமென ஒருவன் சொன்னான்.

தொலைவில் குடியிருப்பில் அவன் ட்ராக்டரின் மெல்லிய உறுமலைக் கேட்டான். பிரதான பாதையின் திசையிலிருந்து மண்தோண்டும் எந்திரத்தின் கிறீச்சிடும் சத்தம் கேட்டது. முகாமில் நடக்கும், ஓடும் ஒவ்வொரு ஜோடி காலணிகளின் க்றீச், க்றீச் சத்தம் எழுந்தது.

அங்கே காற்றே இல்லை.

அவன் முன்பு கொடுத்த விலையில்- ஒரு ரூபிளுக்கு ஒரு கண்ணாடிக் குவளை நிறைய புகையிலை வாங்க நினைத்திருந்தான். வெளியே அந்த விலைக்கு மூன்று மடங்கு புகையிலை அதிகமாகக் கிடைக்கும், இன்னும் சில வேறுவகையில் நறுக்கப்பட்ட புகையிலை இதனினும் கூடுதலாகவே கிடைக்கும். கட்டாய உழைப்பு முகாமில் அனைத்து விலைகளும் அவ்வப்பகுதிக்குரியது. வேறெங்கும் உள்ளதைவிட முற்றிலும் மாறுபட்டிருக்கும், உள்ளே பொருள் வருவதும் மிகச் சிரமம். ஏனெனில் நீங்கள் அங்கே பணத்தைச் சேமிக்கவே முடியாது, சிலர் மட்டுமே பணம் வைத்திருப்பர். யாருக்கும் அவரது வேலைக்கு ஒரு கோபக் தரப்படாது (உஸ்த்-இஸ்மாவில் அவன் மாதத்துக்கு குறைந்தபட்சம் 30 ரூபிள் பெற்றான்.) எவராவது ஒருவரின் உறவினர் தபாலில் பணம் அனுப்பினாலும், அவன் அதைப் பணமாகப் பெறமுடியாது. அது அவனது தனிப்பட்ட கணக்கில் சேர்க்கப்படும். நீங்கள் மாதத்துக்கு ஒரு முறை சிறையிலமைந்துள்ள கடையில் சோப், வார்க்கப்பட்ட பிஸ்கட்கள், பிரைமா சிகரெட்கள் வாங்கி தனிப்பட்ட கணக்கிலிருந்து கழித்துக்கொள்ளலாம். அங்குள்ள பொருட்களை நீங்கள் விரும்புகிறீர்களோ இல்லையோ, தலைமை அலுவலர் உங்களுக்கு எழுதித்தந்துள்ள காகிதத்தில் உள்ள தொகைக்கு செலவழித்தாகவேண்டும். இல்லையெனில், அந்தத் தொகை வெறுமனே செலவழிந்ததாகக் கணக்கெழுதப்பட்டுவிடும்.

சுகோவ் பணத்துக்காக, - ஒரு ஜோடி இரண்டு ரூபிள்கள் விலையில்- வாடிக்கையாளர்களின் கந்தல் உடைகளிலிருந்து செருப்புகள்அல்லது விலையைப் பேசிக்கொண்டு கிழிந்த மேற்சட்டையைச் சரிசெய்து தருதல் என தனிப்பட்ட வேலைகளைச் செய்தான். 9-வது ராணுவக் குடியிருப்பைப் போலன்றி, 7-வது ராணுவக் குடியிருப்பு இரண்டு பெரிய பாதி அறைகளாக இல்லை. அது நீண்ட பாதையுடன், பத்துக் கதவுகளுடன் அமைந்திருந்தது. ஒவ்வொரு அறையிலும், ஏழடுக்குப் படுக்கைகள் இடப்பட்டு ஒரு குழு தங்கவைக்கப்பட்டிருந்தது. கூடுதலாக வாளிகளுக்காகவும், மூத்த ஏவல் பணியாட்களுக்காகவும் அங்கே சிறு தடுப்பறைகள் காணப்பட்டன. ஓவியர்கள் தங்களுக்கெனவும் ஒரு தடுப்பறையைக் கொண்டிருந்தனர்.

சுகோவ் அந்த லித்துவேனியனின் அறைக்குச் சென்றான். அவர் அடுக்கிலுள்ள கீழ்ப்படுக்கையில் சாய்ந்து, தனது கால்களை விளிம்பில் முட்டுக்கொடுத்திருப்பதைக் கண்டான். அவர் தனது பக்கத்துப் படுக்கையைச் சேர்ந்த லாட்வியனுடன் பேசிக்கொண்டிருந்தார்.

சுகோவ் அவரது அருகிலமர்ந்து, மாலைவணக்கம் சொன்னான். பதிலுக்கு தனது கால்களை இறக்கிக்கொள்ளாமலே, மாலைவணக்கம் சொன்னார் அந்த லித்வேனியர். அந்த அறை மிகவும் சிறியது, அனைவரும் கவனித்துக்கொண்டிருந்தனர். அவன் யார்?, அவனுக்கு என்ன தேவை?

ஆனால் சுகோவும் லித்வேனியரும், அந்த நபர்கள் ஆர்வமாயிருப்பதை உணர்ந்தனர், எனவே அந்த உரையாடலை தொடர்ந்தான் சுகோவ். சரி, எப்படியிருக்கிறீர்கள்? ஓ, அத்தனை மோசமில்லை. இன்றைக்கு குளிராக இருக்கிறது. ஆமாம். சுகோவ் அனைவரும் மறுபடியும் பேசத் தொடங்கும்வரை காத்திருந்தான். (அவர்கள் கொரியப் போர் குறித்து பேசிக்கொண்டிருந்தனர்- தற்போது அதில் சீனர்களும் சேர்ந்தால், அது உலகப் போரா... இல்லையா) அவன் லித்வேனியரின் பக்கம் குனிந்தான். "புகையிலை எதுவும் இருக்கிறதா?"

"இருக்கிறது."

"அதைப் பார்க்கலாமா."

லித்வேனியர் விளிம்பிலிருந்து தனது காலையெடுத்து தரையில் அவற்றை வைத்து, எழுந்தமர்ந்தார். அவர் கஞ்சத்தனமான நபர்- கண்ணாடிக் குவளையில் புகையிலையை நிரப்பும்போது, ஒரு கிள்ளு கூடிவிடுமோ என்பதுபோல் பயந்து பயந்து நிரப்புபவர்.

அவர் சுகோவுக்கு தனது புகையிலைப் பையை அதன் விளிம்பைத் திறந்து காண்பித்தார்.

சுகோவ், சிறிது புகையிலையை எடுத்து, அதனை தனது உள்ளங்கையில் வைத்து சோதித்துப் பார்த்தான். கடந்தமுறையைப் போன்றே பழுப்புநிறமாக, கடினமாக வெட்டப்பட்டிருந்தது. அவன் அதை தனது மூக்கருகில்

கொண்டுபோய் முகர்ந்தான். அதே சரக்குதான். ஆனால் லித்வேனியரிடம் சொன்னான்:

"எவ்வாறேனும், அதே புகையிலையல்ல."

"அதே, அதே புகையிலை." லித்வேனியர் கோபமாகக் கூறினார். என்னிடம் ஒருபோதும் வேறு வகை புகையிலை கிடையாது. எப்போதும் அதேதான்."

"சரி, எனக்கு ஒரு கிளாஸில் திணியுங்கள், நான் ஒருமுறை புகைத்துப் பார்த்துவிட்டு. ஒருவேளை இரண்டாவது குவளை வாங்குவேன்."

அவன் திணியுங்கள் என வேண்டுமென்றேதான் கூறினான், ஏனெனில் லித்வேனியர் புகையிலையைத் தளர்வாக நிரப்பும் பழக்கமுள்ளவர்.

தனது தலையணைக்குக் கீழிருந்து முதல் பையைவிட கூடுதலாக புகையிலை இருந்த மற்றொரு பையை எடுத்தார் லித்வேனியர். பெட்டகம் ஒன்றிலிருந்து தனது குவளையை வெளியே எடுத்தார். உண்மையில் அதுவொரு பிளாஸ்டிக் குவளை, ஆனால் சுகோவ் அதை சாதாரண கண்ணாடிக் குவளை போலவே நினைத்தான். லித்வேனியர் புகையிலையை எடுத்து குவளையில் அடைக்க ஆரம்பித்தார். "நன்கு அழுத்துங்கள், அழுத்துங்கள்," தனது கட்டைவிரலை அதன் மீது வைத்தபடி சுகோவ் சொன்னான்.

"எப்படி அழுத்தவேண்டுமென எனக்குத் தெரியும்," என கடுமையாகச் சொன்ன அவர், குவளையை அவனிடமிருந்து விலக்கி, அதேசமயம் இலேசாக புகையிலையை அழுத்தினார். சற்றே புகையிலையை அதில் அவர் சேர்த்தார்.

அதேவேளை, சுகோவ் தனது மேற்சட்டை பொத்தான்களை அவிழ்த்து, உள்ளே பருத்தியாலான உட்புறத் துணியில் விரல்களை ஓட்டி, எங்கிருக்கிறதென அவன்மட்டுமே அறிந்த துண்டுக் காகிதத்தைத் தேடினான், இரண்டு கைகளையும் பயன்படுத்தி, துணிக்குக் கீழாகவே நகர்த்தி, முற்றிலும் வேறுபட்ட மற்றோரிடத்திலுள்ள சிறு துளை வழியாக அதை வெளியே தள்ளினான். சில தளர்வான தையல் இணைப்பின்

மூலம் அந்தச் சிறு கிழிசலை அவன் இணைத்துவைத்திருந்தான். அந்தக் காகிதம் துளையை நெருங்கியதும் விரல் நகத்தால் நூலை அறுத்தான். நீளவாக்கில் மடித்துவைக்கப்பட்டிருந்த அந்தக் காகிதத்தை (ஏற்கெனவே அது நீள்செவ்வக வடிவில் மடித்து உள்ளே வைக்கப்பட்டிருந்தது) துளையின் வழியே உருவினான். இரண்டு ரூபிள்கள். சரசரக்காத புழங்கித்தேய்ந்த ரூபாய் நோட்டு.

அறையில் ஒரு சிறைவாசி கத்தினான்: "வயதான மீசைக்காரன்★ உன்மீது இரக்கம்கொள்ளவேண்டுமென்று நினைக்கிறாயா? ஏன், அவன் தனது சொந்தச் சகோதரனையே நம்பமாட்டான்? உன்மீது இரக்கம்கொள்ள வாய்ப்பே இல்லை, மூடனே."

இந்தச் சிறப்பு முகாம்களைப் பற்றி ஒரு நல்ல விஷயம் என்னவெனில்- உங்களது கொதிப்பை வெளியேற்றச் சுதந்திரம் உண்டு. உஸ்த் இஸ்மாவில், வெளியே தீப்பெட்டிகளுக்கு பற்றாக்குறை இருக்கிறது என்று முணுமுணுத்தாலே போதும், அவர்கள் உங்களை காவலர் இல்லத்தில் அடைத்து உங்களுக்கு இன்னொரு பத்து வருடம் நீட்டித்துவிடுவார்கள். ஆனால் இங்கு நீங்கள் விரும்பும் எதையும் அடுக்குப் படுக்கையின் மேலடுக்கிலிருந்து கத்தலாம்- காட்டிக்கொடுப்பவர்கள் அதை வெளியே சொல்லமாட்டார்கள்- பாதுகாவல் இளைஞர்கள் இதைப் பற்றி அக்கறை காட்டுவதை நிறுத்திவிட்டார்கள்.

தொந்தரவு என்னவெனில், நீங்கள் பேசுவதற்கு அதிக நேரமில்லை என்பதுதான்.

"ஹ, நீங்கள் புகையிலையை ரொம்பத் தளர்வாக நிரப்புகிறீர்கள்," சுகோவ் குறை சொன்னான்.

"ஓ, அப்படியா சொல்கிறாய்," என்றபடி லித்வேனியர், மேலும் ஒரு கிள்ளு புகையிலையை அதன்மேல் வைத்தார்.

சுகோவ், தனது உள் பையிலிருந்து தனது பையை எடுத்து, குவளையிலிருந்து புகையிலையை அதற்குள் போட்டுக்கொண்டான்.

★ ஸ்டாலின்

“சரி,” விலைமதிப்புமிக்க முதல் சிகரெட்டை, அவசரமாகப் புகைத்து வீணாக்கவேண்டாம் என அவன் முடிவுசெய்தான். “மீண்டும் குவளையை அழுத்தி நிரப்புங்கள்.”

இன்னும் கொஞ்சம் பூசலிட்டுவிட்டு, அவன் இரண்டாவது குவளை நிறைய புகையிலையை தனது பைக்குள் போட்டு, இரண்டு ரூபிள்களை அவரிடம் தந்துவிட்டு, ஒரு தலையசைப்புடன் அங்கிருந்து கிளம்பினான்.

அவன் வெளியேவந்ததும், இருமடங்கு வேகமாக 9-வது ராணுவக் குடியிருப்புக்கு விரைந்தான். சீஸர், அவனது சிப்பத்துடன் திரும்பும்போது, அவனைத் தவறவிட சுகோவ் விரும்பவில்லை.

ஆனால் ஏற்கெனவே சீஸர், சிப்பத்தைப் பெற்றுவந்த திருப்தியுடன் தனது படுக்கையில் இருந்தான். சிப்பத்தில் வந்தவை அவனது படுக்கையிலும், அதன் மேலடுக்கிலிருந்த பெட்டகத்திலும் பரப்பிவைக்கப்பட்டிருந்தன. சுகோவின் அடுக்குப் படுக்கை நடுவில் இருந்ததால், அங்கே நேரடி வெளிச்சம் இல்லை. பார்ப்பதும் அத்தனை எளிதில்லை.

சுகோவ் நின்று கேப்டனின் படுக்கைக்கும் சீஸரின் படுக்கைக்கும் இடையில் நுழைந்து சீஸரிடம் அவனது ரொட்டிப் பங்கை ஒப்படைத்தான். “சீஸர் மார்க்கோவிச், உனது ரொட்டி.”

அவன், “சரி, நீங்கள் சிப்பத்தைப் பெற்றுவிட்டீர்களா” என கேட்கவில்லை. அது, “நான் வரிசையில் அந்த இடத்தைத் தக்கவைத்துக்கொண்டிருந்தேன், இப்போது என் பங்கைப் பெறுவதற்கான உரிமை இருக்கிறது” என குறிப்புத் தொனிப்பதாகிவிடும். அந்த உரிமை அவனுடையது என்பதை அவன் அறிவான், எட்டு வருட சிறைத்தண்டனைகூட அவனை நரித்தனம் உடையவனாக ஆக்கிவிடவில்லை- எத்தனை நீண்ட காலம் அவன் முகாமில் செலவிட்டானோ, அத்தனை வலுவானவனாக அவன் தன்னை மாற்றிக்கொண்டிருந்தான்.

ஆனால் அவனது கண்களின் விஷயம் வேறு. அந்தக் கண்கள், சிறைவாசியின் பருந்துபோன்ற கண்கள், ஒரு பக்கமாகப் பாய்ந்து, விரைவாக அங்கே

பரப்பிவைக்கப்பட்டிருந்தவற்றின் மீது இறங்கியது. அங்கே உணவு இன்னும் பிரிக்கப்படாமலிருந்தும், சில பொதிகள், இன்னும் திறப்படாமலே இருந்தும், துரிதப் பார்வையும் மூக்கின் ஆதாரமும் அவனுக்கு, சீஸரிடம் கொத்திறைச்சி, செறிவாக்கப்பட்ட பால், புகைபதனப்படுத்தப்பட்ட தடித்த மீன், உப்பிடப்பட்ட பன்றி இறைச்சி, க்ராக்கர்கள், பிஸ்கட்கள், நான்கு பவுண்டு சர்க்கரைக் கட்டி, வெண்ணெய்போல தோற்றமளிக்கும் ஒன்று, அதேபோல் சிகரெட்டுகள், குழாய்க்கான புகையிலை - இவை மட்டுமன்றி பலவும் இருப்பதை உணர்த்தின.

"சீஸர் மார்க்கோவிச், உங்களுடைய ரொட்டி" என்று சொல்லும் குறுகிய கணத்தில் அவன் இவையனைத்தையும் அறிந்திருந்தான். சீஸர், முழுக்க பரபரப்பும் சற்று தடுமாற்றமுமாய் (யார்தான் இத்தகைய சிப்பம்வந்தபின் தடுமாறமாட்டார்கள்) ரொட்டியை நோக்கி கையசைத்துச் சொன்னான்:

"அதை வைத்துக்கொள், இவான் டெனிசோவிச்."

அவனது ஸ்டியு கிண்ணம், இப்போது இந்த ஆறு அவுன்ஸ் ரொட்டி—அது முழுமையான இரவுணவு, நிச்சயமாக அந்த சிப்பத்துக்கு காத்திருந்ததற்கு சுகோவுக்கான நியாயமான பங்குதான்.

சீஸர் வெளியே பரப்பிவைத்ததிலிருந்து ஏதாவது சுவையானதைப் பெறும் எந்த ஒரு எண்ணத்தையும் அவன் தன் மனதிலிருந்து விலக்கினான். எந்த இலக்குமின்றி உங்களது வயிறு வேலைசெய்வதைவிட மோசமானது எதுவுமில்லை.

நல்லது, அவன் 12 அவுன்ஸ் ரொட்டி வைத்திருந்தான், இப்போது இந்த கூடுதல் ஆறு அவுன்ஸ் வேறு, தவிரவும் அவனது மெத்தையிலிருந்து ரொட்டித்துண்டு வேறு குறைந்தது ஆறு அவுன்ஸுகள் இருக்கும். மோசமில்லை. அவன் இப்போது ஆறு அவுன்ஸ் சாப்பிடுவான், தாமதமாக இன்னும் கொஞ்சம். மறுநாள் வேலைக்கான உணவுப் பங்கீடு வேறு இன்னும் இருக்கிறது. உயர்வான வாழ்க்கை, ஹ! மெத்தைக்குள் இருக்கும் ரொட்டித் துண்டு, அங்கேயே இருக்கட்டும். அதை உள்ளே வைத்து தைப்பதற்கு அவன் நேரம் கண்டுபிடித்தது நல்ல விஷயம். 75-வது குழுவைச் சேர்ந்த ஒருவரின் ரொட்டித் துண்டு

அவனது பெட்டகத்திலிருந்து திருடப்பட்டுவிட்டது. அது மோசமான இழப்பு. அதைக்குறித்து எதுவும் செய்யவியலாது.

ஒருவன் சிப்பம் பெறுவது அருமையான விஷயமென மக்கள் கற்பனை செய்கிறார்கள், இறுக்கமான சாக்குப் பொதியை பிரித்துத் திறந்து சந்தோஷமாக இருக்கவேண்டியதுதான் என நினைக்கிறார்கள்.

ஆனால் நீங்கள் அதைக் கவனித்தீர்கள் என்றால் எத்தனை எளிதாக வருகிறதோ, அத்தனை எளிதாகச் செல்லும் என்பதைக் காண்பீர்கள். மற்ற எல்லாரையும் போலவே, ஒரு நபர் தனக்கு சிப்பம் வரும்முன் கொஞ்சம் கூடுதல் காசாவுக்காக அல்லது சிகரெட்டின் பின்பகுதியை இரவல் பெறுவதற்கு எடுபிடி வேலைசெய்யும் ஆட்களை சுகோவ் அறிவான். அவன் அதை காவலனுடனும், குழுத் தலைவனுடன் பகிர்ந்துகொள்ளவேண்டும்- சிப்பங்களுக்கான அலுவலகத்தில் வேலைசெய்யும் நன்னடத்தைக் கைதிக்கு எதுவும் கொடுக்காமல், அவன் எப்படி சிப்பத்தைக் கொடுத்து உதவுவான்? ஏன், அடுத்த முறை அந்த நபர் உங்கள் சிப்பத்தை மறந்துபோவான், உங்கள் பெயர் மறுபடியும் பட்டியலில் தோன்ற ஒரு வாரம் ஆகிவிடலாம். நீங்கள் உங்கள் உணவை ஏதாவது அகப்படுமா எனத் தேடுபவர்களிடமிருந்தும் திருடர்களிடமிருந்தும் பாதுகாப்பாக வைக்க ஒப்படைக்கும் இடத்திலுள்ளவனுக்கு நீங்கள் கொடுத்தாகவேண்டும்- காலை வேலைப்பட்டியலுக்கு பெயர்கொடுக்கும்முன், அனைத்தையும் ஒன்றாகப் பொதிந்துகொண்டு சீஸர் அங்கிருப்பான். நல்லதொரு பங்கை அவசியம் அவனுக்குக் கொடுத்தாகவேண்டும், கொடுக்கவிரும்பவில்லையெனில், நீங்கள் கொடுப்பதைவிடவும் நாளெல்லாம் அங்கே அமர்ந்து மற்ற நபர்களின் உணவில் வயிறு வளர்க்கும் அந்த எலி, கொஞ்சம் கொஞ்சமாக திருடித் தின்னக்கூடும். அவன்மீது ஒரு கண் வைத்திருக்க முயற்சிக்கவேண்டும். மேலும் அங்கே சுகோவின் சேவையைப் போல சிலவும் அங்கிருந்தன. குளியலறை உதவியாளருக்கு, உங்களுக்கு நாகரிகமான உள்ளாடை வழங்குவதற்காக- அதிகமில்லாவிட்டாலும் ஏதாவது கொடுக்கவேண்டும். காகிதம் வைத்து சவரம் செய்கிற முடிதிருத்துபவருக்கு – (அவர் சவரக் கத்தியை வழக்கமாக உங்களது கால்மூட்டில்தான்

துடைப்பார்). அவருக்கு அதிகமில்லாவிட்டாலும், மூன்று அல்லது நான்கு சிகரெட்டுகளாவது தரவேண்டும். கலாச்சார மற்றும் கல்வித்துறையில், உங்களது கடிதங்களை தனியாக எடுத்துவைத்திருக்கவும், தொலைந்துபோகாமலிருக்கவும். வேலைக்குச் செல்வதற்குப் பதில் ஒருநாளோ அல்லது இருநாளோ வெறுமனே நேரம் செலவிட விரும்பினால், நீங்கள் மருத்துவருக்கு ஏதாவது கொஞ்சம் தரவேண்டும். நீங்கள் பெட்டகத்தைப் பகிர்ந்துகொள்ளும் பக்கத்து படுக்கைக்காரனை என்ன சொல்ல... (சீஸர் விஷயத்தில், அது கேப்டன்) அவர் நிச்சயம் தனது பங்கைப் பெறுவார். அனைத்துக்கும் மேல், அவர் உங்களுக்குக் கிடைக்கும் ஆசிர்வதிக்கப்பட்ட அவுன்ஸ் ஒவ்வொன்றையும் அவர் காண்கிறார். அவருக்கு அவரது பங்கைத் தராமலிருக்கும் வலிமை யாருக்கு இருக்கிறது?

பிறரின் கையிலிருக்கும் முள்ளங்கி, உங்கள் கையிலிருப்பதைவிட பெரிதாக இருக்கிறதென எப்போதும் நினைப்பவரிடம் பொறாமையை விட்டுவிடுங்கள். சுகோவ் வாழ்க்கையை அறிவான், அவன் தனக்கு உரிமையில்லாத ஒன்றிற்காக தனது வயிறை ஒருபோதும் திறந்துவைக்கமாட்டான்.

அதேநேரம் அவன் தனது காலணிகளைக் கழற்றிவிட்டு, தனது படுக்கைக்கு ஏறி, கையுறையிலிருந்து அந்த வெட்டும் ரம்பத் துண்டை எடுத்து, நாளை நல்ல கூழாங்கல்லைத் தேடியெடுத்து அந்த கத்தியைக் கூர்தீட்டி அதனை தோல்வேலை செய்வதற்கான கத்தியாக்குவதெனத் தீர்மானித்தான். காலையும் மாலையும் அமர்ந்தால், நான்கு நாள் வேலை. அவனிடம் கூர்மையான, வளைந்த வாய்ப்பகுதியுடனான அருமையான குட்டிக் கத்தி அவனிடமிருக்கும்.

ஆனால் தற்போது அவன் கண்டெடுத்த அதனை காலைவரைக்கும் மட்டுமாவது மறைத்துவைக்கவேண்டும். உத்திரக்கட்டையின் இடைத்தடுக்கின் விளிம்பின்கீழ் அவன் அதை மறைப்பான். கேப்டன் இன்னும் தனது கீழ்க்கடைசியிலிருக்கும் தனது படுக்கைக்குத் திரும்பாததால், மரத்தூள் அவரது முகத்தில் விழாது, சுகோவ் தனது மெத்தையின் தலைப்பகுதியைத் திருப்பி, அதனை ஒளித்துவைத்தான்.

அருகிலிருக்கும் அவனது மேலடுக்குப் படுக்கைவாசிகள் அவன் என்ன செய்துகொண்டிருந்தான் என்பதைப் பார்க்கமுடியும்: பாப்டிஸ்ட் அலோய்ஷா பக்கவாட்டிலும், அடுத்த அடுக்கில் அந்த இரண்டு எஸ்தோனியர்களும் இருந்தனர். ஆனால் அவன் அவர்களைப் பற்றிக் கவலைப்படவில்லை.

ஃபெடிகோவ் ராணுவக் குடியிருப்புக்குள் நடந்துவந்தான். அவன் தேம்பிக்கொண்டிருந்தான், உடலெல்லாம் கூனியிருக்க, அவனது வாய் இரத்தக் கறையுடன் காணப்பட்டது. ஆக அவன் திரும்பவும் கிண்ணம் தொடர்பான சண்டையில் அடித்து அனுப்பப்பட்டுள்ளான். தனது கண்ணீரை மறைக்க எந்த முயற்சியுமின்றி, யாரையும் பார்க்காமல், மொத்தக் குழுவையும் கடந்து, தனது படுக்கைக்குள் ஊர்ந்துசென்று, தனது மெத்தையில் முகத்தைப் புதைத்துக்கொண்டான்.

நீங்கள் அதனைப் பற்றி யோசிக்கும்போது அவனுக்காக வருந்துவதைத் தவிர்க்கமுடியாது. தனது சிறைக்காலம் முடிவதைக் காண அவன் உயிருடன் இருக்கப்போவதில்லை. அவனது அணுகுமுறை முற்றிலும் தவறானது.

சற்றுநேரத்தில் கேப்டன் தோன்றினார். அவர் உற்சாகத்துடன் தேநீர் பாத்திரமொன்றைச் சுமந்தபடிக் காணப்பட்டார். சிறப்புத் தேநீர், நீங்கள் பந்தயம் கட்டலாம்! ராணுவ முகாமில் இரண்டு தேநீர் பீப்பாய்கள் வைக்கப்பட்டிருந்தன, ஆனால் அதனை என்னவிதமான தேநீர் என அழைப்பீர்கள்? கழிவுநீர்: மரம் மற்றும் கெட்டுப்போனவற்றைக் கொதிக்கவைத்து, நிறமேற்றப்பட்ட சுடுநீர், அந்த பீப்பாய், பாத்திரம் கழுவப்பட்ட நீரின் வாசனையடிக்கும் - அந்த மாதிரியான தேநீர்தான் பணிபுரிபவர்களுக்கு. ஆனால் கேப்டன், சீஸரிடமிருந்து ஒரு பிடி அசல் தேநீர்த் தூள் எடுத்திருக்கவேண்டும், அதனை தனது பானையில் இட்டு, சுடுநீர்க் குழாய்க்கு விரைந்தார்.

இப்போது, முழு திருப்தியுடன், அவர் தனது பெட்டகத்தின் அருகில் வந்துசேர்ந்தார்.

"குழாயில் கிட்டத்தட்ட என் விரல்களை புண்ணாக்கிக்கொள்ளப் பார்த்தேன்," அவர் பெருமையடித்துக்கொண்டார். கீழே சீஸர் ஒரு காகித விரிப்பைப் பரப்பி, அதில் இது அதுவென பரப்பிவைத்தான். சுகோவ் தனது மெத்தையின் தலைப்பகுதியை

மறுபடியும் திருப்பினான். அங்கே என்ன நடக்கிறது என அவன் பார்க்கவிரும்பவில்லை. அவன் தன் மனநிலையைக் கெடுத்துக்கொள்ள விரும்பவில்லை. ஆனால் இப்போதும் அவர்கள் அவனின்றிச் செயல்பட முடியவில்லை. சீஸர், தனது முழு உயரத்துக்கும் எழுந்துநிற்க, அவனது கண்கள் சுகோவின் கண்களுக்குச் சமமாக வர, கண்ணடித்தான். "இவான் டெனிசோவிச்! ம்... உனது பத்து நாட்களை எனக்குக் கடன் கொடு."

அதன் பொருள் ஒரு சிறிய பேனாக் கத்தி. ஆமாம், சுகோவிடம் ஒரு பேனாக்கத்தி இருந்தது- அவன் அதை தடுப்பில் மறைத்துவைத்திருந்தான். விரல் நீளத்தில் பாதிக்கும் சற்றே சிறிது, ஆனால் அது உப்பிடப்பட்ட பன்றியிறைச்சியை ஐந்து விரல்கள் ஆழத்துக்கு வெட்டும். அவன் அதற்கான ப்ளேடை அவனே தயாரித்து, அதை ஒன்றில் பொருத்தி, கூராக தீட்டிவைத்திருந்தான்.

அவன் உத்திரத்தை நோக்கி ஊர்ந்தான். கத்தியைத் தேடியெடுத்தான். அதை அவனிடம் கொடுத்தான். சீஸர் ஆமோதித்தபடி, தலையை கீழே இழுத்துக்கொண்டான். அந்தக் கத்தி பணம் ஈட்டித்தருவதும்கூட. அனைத்துக்கும்மேல் அதை வைத்திருந்ததற்காக நீங்கள் சிறையில் அடைக்கப்படலாம், விழிப்புணர்வு இல்லாத மனிதன் மட்டுமே, எங்களுக்கு உன் கத்தியைக் கொடு, நாங்கள் கொத்திறைச்சியை துண்டுகளாக்கப் போகிறோம் என சொல்லக்கூடும். பின் நீங்கள் பலியாடாக வேண்டியதுதான். தற்போது சீஸர் திரும்பவும் கடன்பட்டவனானான்.

ரொட்டி மற்றும் கத்தி விவகாரத்தை முடித்துவிட்டு, சுகோவ் தனது புகையிலைப் பையைத் திறந்தான். முதலில் அவன் அதிலிருந்து ஒரு கிள்ளு புகையிலை, அவன் கடன் வாங்கிய அளவுக்குச் சமமாக எடுத்து, பக்கவாட்டிலிருந்த எஸ்தோனியன் இனோவிடம் நீட்டினான். நன்றி.

அந்த எஸ்தோனியனின் உதடுகள் புன்னகையெனத் தோன்றும்விதத்தில் விரிந்தன. அவன் தனது "சகோதரனிடம்" ஏதோ முணுமுணுத்தான், அவர்கள் அந்த புகையிலைத்

துணுக்கை ஒரு சிகரெட்டாக மடித்தனர். சுகோவின் புகையிலையை நாம் இழுத்துப் பார்ப்போம்.

உங்களுடையதைவிட மட்டமானதல்ல. விரும்பினால், நீங்கள் இதை முயற்சித்துப் பாருங்கள். அவன், தானே புகைத்துப் பார்க்க விரும்பினான், ஆனால் அவனது மூளையிலிருந்த நேரக் காப்பாளன் அவனிடம், மாலைநேர கணக்கெடுப்பு விரைவில் தொடங்குமெனச் சொன்னான். காவலர்கள் ராணுவக் குடியிருப்பில் சுற்றிவரும் நேரம் இது. அவன் புகைப்பதாக இருந்தால், நடைபாதைக்குச் செல்லவேண்டும், ஆனால் தனது படுக்கையின்மேல் அவன் ஓரளவு கதகதப்பாக உணர்ந்தான். உண்மையைச் சொன்னால், ராணுவக் குடியிருப்பு கதகதப்பிலிருந்து தொலைவிலிருந்தது - உறைபனிப் படலம் இன்னும் அதன் மேற்கூரையில் காணப்பட்டது.

அவன் இரவில் நடுங்கக்கூடும், ஆனால் இப்போது குளிர் தாங்கக்கூடியதாக இருந்தது. சுகோவ் தனது படுக்கையிலிருந்தபடியே தனது ரொட்டியின் சிறு துணுக்குகளைக் கொறிக்கத் தொடங்கினான். சீஸரும் ப்யூனோவ்ஸ்கியும், கீழிருந்து தேநீர் பருகியபடியே பேசுவதை விருப்பமின்றி கேட்டுக்கொண்டிருந்தான்.

"நீங்களே போட்டுக்கொள்ளுங்கள், கேப்டன். போட்டுக் கொள்ளுங்கள், தயங்காதீர்கள். இந்த புகைபதனப்படுத்தப்பட்ட மீனைக் கொஞ்சம் எடுத்துக்கொள்ளுங்கள். கொத்திறைச்சித் துண்டு கொஞ்சம் சாப்பிடுங்கள்."

"நன்றி, நான் எடுத்துக்கொள்வேன்."

"அந்த ரொட்டியில் கொஞ்சம் வெண்ணெய் தடவிக்கொள்ளுங்கள். இது அசல் மாஸ்கோ ரொட்டி."

"உங்களுக்குத் தெரியுமா, தூய வெள்ளை ரொட்டியை இன்னும் சுடுகிறார்கள் என்பதை என்னால் நம்பவே முடியவில்லை. அத்தகைய சொகுசு எனக்கு நான் பிரதான தூதனாக இருந்த காலகட்டத்தை நினைவுபடுத்துகிறது..."

சுகோவின் பக்கமிருந்த பாதிக் குடியிருப்பிலிருந்த இருநூறு குரல்கள் பயங்கர சத்தத்தை எழுப்பிக்கொண்டிருந்தன,

ஆனால், அவன் இரும்புத்துண்டில் ஒலியெழுப்பப்பட்டதை கேட்டதாக நினைத்தான். வேறெவரும் அதைக் கேட்டதுபோல் தெரியவில்லை. அவன் மேலும் காவலன் "சப்பைமூக்கன்" ராணுவக் குடியிருப்புக்குள் வருவதைக் கவனித்தான். சிறிய, இளம்சிவப்பு கன்னங்களுடைய அவனை, பையன் என்பதைவிட அதிகம் மதிக்கமுடியாது. அவன் ஒரு காகிதத் தாளைப் பிடித்திருந்தான், இதனாலும் அவனது நடத்தையாலும், அவன் மாலை நேரக் கணக்கெடுப்புக்கோ, அல்லது புகைப்பவர்களைப் பிடிப்பதற்கோ வரவில்லை, ஆனால் ஏதோவொன்றைப் பெறுவதற்காக வந்திருக்கிறான் எனத் தெளிவானது.

தனது பட்டியலில் ஏதோவொன்றைச் சரிபார்த்த "சப்பைமூக்கன்": "நூற்று நான்காவது குழு எங்கே?" எனக் கேட்டான்.

"இங்கே," அவர்கள் பதிலளித்தனர். எஸ்தோனியர்கள் தங்கள் சிகரெட்டை மறைத்துக்கொண்டு, புகையை கையைவீசி விலக்கினர்.

"குழுத் தலைவர் எங்கே?"

"சொல்லுங்க?" தனது படுக்கையிலிருந்து கால்களைத் தயக்கமாக இறக்கியபடி சொன்னான்.

"உங்களது ஆட்கள், கூடுதல் ஆடைகளை அணிந்ததற்கான விண்ணப்பங்களில் கையெழுத்திட்டனரா?"

"அவர்கள் அவற்றில் கையெழுத்திடுவார்கள்," டியூரின் நிச்சயத்துடன் சொன்னான்.

"அவர்கள் கையெழுத்திடுவதற்கான காலம் கடந்துவிட்டது."

"எனது ஆட்கள் அதிகம் படித்தவர்களில்லை. அது எளிதான வேலையில்லை. (இது சீஸர் மற்றும் கேப்டனைப் பற்றியது. என்ன ஒரு குழுத் தலைவர்! பதிலுக்காக ஒருபோதும் தடுமாறுவதில்லை.) பேனாக்கள் இல்லை. மை இல்லை."

"அவர்கள் வைத்திருந்திருக்கவேண்டும்."

“அவர்கள் அவற்றை எங்களிடமிருந்து எடுத்துக்கொண்டார்கள்.”

“சரி, குழுத் தலைவரே இங்கே பாருங்கள், நீங்கள் இப்படியே பேசிக்கொண்டிருந்தால் நான் மற்றவர்களுடன் உங்களையும் காவலர் அறையில் அடைக்கவேண்டியிருக்கும்,” “சப்பைமூக்கன்” டியூரினிடம் உறுதியாக, ஆனால் தணிவாகச் சொன்னான். “இப்போது அந்த விண்ணப்பங்கள்- அவை நாளைக் காலை வேலைப் பட்டியல் கணக்கெடுப்புக்கு முன்பாக காவலர் அறையில் வழங்கப்படவேண்டும். அனைத்து தடைசெய்யப்பட்ட ஆடைகளும் தனிப்பட்ட உடைமைகள் அலுவலகத்தில் ஒப்படைக்கப்படவேண்டும் என உத்தரவிடு. புரிந்ததா?”

“நான் புரிந்துகொண்டேன்.”

(கேப்டனுக்கு அதிர்ஷ்டமிருந்ததாக சுகோவ் நினைத்தான். அவர் ஒரு வார்த்தைகூட கேட்கவில்லை, அவர் தனது கொத்திறைச்சியுடன் அருமையாக நேரத்தைச் செலவிட்டுக்கொண்டிருந்தார்.)

“நாம் இப்போது எஸ் 311-க்கு வரலாம். அவன் உங்கள் குழுவில் ஒருவனா?” காவலன் கேட்டான்.

“ எனது பட்டியலில் பார்க்கவேண்டும்,” டியூரின் நிச்சயமின்றிச் சொன்னான்.

“அந்த அனைத்துப் பாழாய்ப்போன எண்களையும் என் தலைக்குள் வைத்திருப்பேன் என எதிர்பார்க்கிறீர்களா?”

(அவன் நேரத்தைப் போக்க விளையாண்டான். கணக்கெடுப்பதற்கான நேரம் வரும்வரை விஷயத்தை இழுத்தடித்து, அவன் ப்யூனோவ்ஸ்கியை குறைந்தபட்சம் ஒரு இரவாவது காப்பாற்ற விரும்பினான்.)

“ப்யூனோவ்ஸ்கி. அவன் இங்கிருக்கிறானா?”

“ஹ நான் இங்கிருக்கிறேன்,” சுகோவின் படுக்கைக்கு கீழிருந்த தனது இடத்திலிருந்து கேப்டன் குரல் கொடுத்தார்.

அங்கிருக்கிறீர்கள்... விரைவாக ஓடும் பேன்தான் சீப்பில் முதலில் அகப்படும்.

"நீயா? ஆமாம், அது சரிதான். எஸ் 311. தயாராகு."

"நான் எங்கே செல்லவேண்டும்?"

"எங்கேயென நீங்கள் அறிவீர்கள்."

கேப்டன் பெருமூச்சுவிட்டார். அவர் உறுமினார். கூடுதலாய் எதுவுமில்லை. நட்பான உரையாடலிலிருந்து தன்னைத் துண்டித்துக்கொண்டு, நடுக்கும் சிறையறைக்குச் செல்வதைவிட, புயல்வீசும் இருண்ட இரவில், அழிவை ஏற்படுத்தும் படைப்பிரிவை வெளியே கொண்டுவருவது அவருக்கு எளிதாயிருந்திருக்கும்.

"எத்தனை நாட்கள்?" அவர் இறங்கிப்போன குரலில் கேட்டார்.

"பத்து. வாங்க. வாங்க. போய்க்கொண்டிருப்போம்."

அந்தக் கணத்தில் ராணுவக் குடியிருப்பு ஏவல் பணியாட்கள் சத்தமிட்டனர்:

"மாலை நேர கணக்கெடுப்பு. மாலை நேர கணக்கெடுப்புக்காக அனைவரும் வெளியேறுங்கள்." அவர்களை எண்ணவிருக்கும் காவலன் ஏற்கெனவே ராணுவக் குடியிருப்புக்குள் நுழைந்துவிட்டான் என்பது இதன் பொருள்.

கேப்டன் சுற்றிலும் பார்த்தார். அவர் தனது கோட்டை எடுத்துக்கொள்ளவேண்டுமா? அவர் அங்கே சென்றதும், எப்படியும் அவரிடமிருந்து அதைக் கழட்டச் சொல்லப் போகிறார்கள். அவர் இப்படியே செல்வது நல்லது. வோல்கோவாய் அதை மறந்திருப்பார் என நம்பி எந்த ஒரு ஆபத்தும் இல்லாமலிருந்தார் அவர் (ஆனால் வோல்கோவோய் எதையும் ஒருபோதும் மறப்பதில்லை). தனது மேற்சட்டையில் கேப்டன் ஒரு கிள்ளு புகையிலையைக்கூட மறைத்துவைக்காமல் இருந்தார். அதை கைகளில் எடுத்துச்செல்வது பயனற்றதாக இருக்கும். அவர்கள் அவரை சோதனையிட்ட நிமிடமே அவரிடமிருந்து அதை எடுத்துக்கொள்வார்கள்.

இருந்தும்... அவர் தொப்பியை அணிந்தபோது சீஸர் சில சிகரெட்டுகளை அவரது மேற்சட்டையினுள் போட்டார்.

“நல்லது, சகோதரர்களே, வருகிறேன்,” கேப்டன் தனது சக சிறைவாசிகளிடையே சங்கடத்துடன் தலையசைத்து, காவலனைப் பின்தொடர்ந்து வெளியே சென்றார்.

சில குரல்கள் கத்தின: முகத்தை நிமிர்த்தியபடி செல். ஆனால் உண்மையில் அவரிடம் என்ன சொல்லிவிட முடியும்? 104-வது குழுவைச் சேர்ந்தவர்கள் சிறையைப் பற்றி அறிவார்கள். அவர்கள்தாம் அதைக் கட்டியது. செங்கல் சுவர்கள், சிமெண்ட் தரை, ஜன்னல்கள் கிடையாது, சுவரிலுள்ள பனி உருகி, தரையில் நீர் தேங்கும்படி மட்டும் ஒரேயொரு அடுப்பை அவர்கள் எரியவிடுவார்கள். நீங்கள் வெறும் பலகையில் உறங்கவேண்டும். உங்களுக்குச் சாப்பிட பற்கள் ஏதாவது மிச்சமிருந்தால், அவர்களது உரையாடலையெல்லாம் முடித்தபிறகு தினசரி 9 அவுன்ஸ் ரொட்டி தருவார்கள். மூன்றாவது, ஆறாவது, ஒன்பதாவது நாளில் மட்டும் சூடான ஸ்டியு தருவார்கள்.

பத்து நாட்கள். சிறையில் பத்து நாட்கள் கடினமானது. நீங்கள் கடைசி நாள் வரை அங்கே அமர்ந்திருந்தால், உங்களது ஆரோக்கியம் மிச்ச வாழ்க்கை முழுமைக்கும் கெட்டுப்போய்விடும். காசநோய் வந்து, உயிர்விடும்வரைக்கும் நீங்கள் மருத்துவமனையில் கிடக்கவேண்டியதுதான்.

பதினைந்து நாட்கள் தண்டனை கிடைத்தவர்களோ, கடினம் என்பதைத் தாண்டி அங்கே உட்கார்ந்திருந்து- அவர்கள் நேரே குளிர்ந்த பூமியின் குழிக்குள் சென்றுவிடவேண்டியதுதான். ராணுவக் குடியிருப்பில் நீங்கள் இருக்கும்வரை- கடவுளின் பெருமையைப் பாடியபடி, இறுக்கமாக உட்கார்ந்துகொள்ள வேண்டியதுதான்.

“இப்போதே நான் மூன்று எண்ணுவதற்குள் வெளியே வாங்க”, ராணுவக் குடியிருப்பின் படைத்தலைவர் கத்தினார். “அப்படி வராதவர்களின் எண்கள் குறித்துக்கொள்ளப்படும். நான் அதை காவலர்களிடம் அளித்துவிடுவேன்.” ராணுவக் குடியிருப்பின் படைத்தலைவர் மிகப்பெரிய முட்டாள்களில் ஒருவர். கொஞ்சம் யோசித்துப்பாருங்கள், இரவெல்லாம் எங்களுடன்தான் ராணுவக்

குடியிருப்பில் வைத்துப் பூட்டப்படுகிறார். ஆனால் யாரையும் எண்ணிப் பயப்படாததுபோல் நடிக்கிறார். மாறாக, அனைவரும் அவரைப் பார்த்துப் பயப்படுகிறார்கள். எங்களில் சிலர், அவர் காவலர்களுக்குத் துரோகமிழைத்துவிட்டதாகக் கூறுகின்றனர், வேறுசிலர் அவர் தன்னைத்தானே தோற்கடித்துக்கொண்டதாகக் கூறுகின்றனர். அவர் தனது கட்டைவிரலை எந்திரமொன்றில் இழந்து, பணிக்குத் தகுதியற்றவராக மாறினார். ஆனால் அவரது முகம் ஒரு கொள்ளையனின் முகம். உண்மையில் அவர் குற்றப்பதிவுள்ள ஒரு போக்கிரி, அவர் மீதான குற்றச்சாட்டுகளில் ஒன்று சட்டப் பிரிவு 58, 14-ன் கீழ் வரும். எங்களுக்கு நடுவே அவர் வந்துசேர்ந்தது இப்படித்தான்.

அவர் உங்கள் எண்ணை எழுதிக்கொள்ளவோ, அதை காவலர்களிடம் தரவோ இருமுறை யோசிக்கமாட்டார்- அதன் பொருள் உங்களுக்கு காவலர் கொட்டடியில் இருநாள் வேலையுடன் சிறை. எனவே அவர்கள் ஒருவர்பின் ஒருவராக தயங்கி கதவுக்குச் செல்வதற்குப் பதில், ஒரு கூட்டமாக அடுக்குப் படுக்கையிலிருந்து கரடியைப் போன்று விழுந்தடித்து குறுகிய வாசல் வழியே அவர்களனைவரும் நெருக்கியடித்துக் கொண்டிருந்தனர்.

சுகோவ், தனது உள்ளங்கையில் சிகரெட் இருக்க- அவன் அதற்கு வெகுநேரம் ஏங்கியிருந்தான்- ஏற்கெனவே அதை சுருட்டியும் வைத்திருந்தான்- வேகமாகக் கீழே குதித்தான், தனது கால்களை வேலங்கிக்குள் நுழைத்தான். அவன் கிளம்பும் கட்டத்தில் சீஸருக்காக பரிதாபப்பட்டான். அவன் அந்த மனிதனிடமிருந்து இன்னும் ஏதாவது பெற விரும்பினான் என்பதல்ல. அவன் உண்மையிலே அவனுக்காக வருத்தப்பட்டான். சீஸர், தன்னைக் குறித்த அனைத்து மேலான அபிப்ராயங்களைத் தவிர, வாழ்க்கையைப் பற்றி எதுவும் அறிந்திருக்கவில்லை. தனது சிப்பத்தைப் பெற்றபிறகு அதுகுறித்து அவன் பெரிதாய் பெருமிதம் கொண்டிருக்கக்கூடாது. அவன் அதை எடுத்துக்கொண்டு மாலைநேர கணக்கெடுப்புக்கு முன் நேராய் சேமிப்பு அறைக்குச் சென்றிருக்கவேண்டும்.

சாப்பிடும் பொருள் காத்திருக்கமுடியும். ஆனால் இப்போது அந்தப் பொருட்களனைத்தையும் சீஸர் என்ன செய்யப்போகிறான்? அவன் தனது மூட்டையை,

கணக்கெடுப்பின்போது உடன் கொண்டுசெல்ல முடியாது. அது என்னவொரு ஏளனச் சிரிப்பைக் கொண்டுவரும். நானூறு சிறைவாசிகளின் தலைகள் கொந்தளிக்கின்றன. ஆனால் எத்தனை குறைவான நேரத்துக்கு இதனை ராணுவக் குடியிருப்புக்குள் விட்டுச்செல்வதாக இருந்தாலும், எண்ணிக்கை முடிந்து முதலாவதாக ஓடிவருபவர்கள் அதில் கைவைத்துவிடுவார்கள். (உஸ்த்-இஸ்மாவில் இன்னும் குரூரமாயிருக்கும், வேலையிலிருந்து நாம் திரும்பும்போது, முதலாவதாக உள்ளே வரும் வஞ்சகர்கள் எங்களது பெட்டகங்கள் அனைத்தையும் காலிசெய்துவிடுவார்கள்.)

சீஸர் அந்த அபாயத்தை உணரவந்ததை சுகோவ் கண்டான். அவன் அங்குமிங்குமாக அலைபாய்ந்துகொண்டிருந்தான், ஆனால் மிகவும் தாமதமாகிவிட்டது. அவன் கொத்திறைச்சியையும், உப்பிடப்பட்ட பன்றியிறைச்சியையும் தனது மேல்சட்டைக்குள்ளே திணித்திருந்தான். கணக்கெடுப்புக்கு எடுத்துச்செல்வதன்மூலம் குறைந்தபட்சம் அவற்றையாவது காப்பாற்றமுடியும்.

பரிதாபப்பட்டு, சுகோவ் அவனுக்கு சில அறிவுரைகள் சொன்னான்: “சீஸர் மார்க்கோவிச், கடைசிக் கணம் வரை இங்கே இரு. நிழலில் மறைந்து, கடைசி நபரும் கிளம்பும்வரை இங்கேயே இரு. காவலர்கள், ஏவல் பணியாட்களுடன் வந்து ஒவ்வொரு அடுக்குப்படுக்கையாகத் தேடவரும்போது, வெளியே வந்து உடல்நலம் மோசமாக இருப்பதாகச் சொல். நான் முதல் ஆளாக வெளியே சென்று, முதல் ஆளாகத் திரும்பிவருவேன். அதுதான் வழி...”

அவன் விரைவாக ஓடிமறைந்தான்.

முதலில் அவன் கையால் வழியேற்படுத்திக்கொண்டு இரக்கமின்றி கூட்டத்துக்குள் (எனினும் அவன் தனது கைப்பிடிக்குள் வைத்திருந்த சிகரெட்டைப் பாதுகாத்தபடியே.) முன்னேறினான். நடைபாதை, ராணுவக் குடியிருப்பின் இரு பாதிக்கும் பொதுவானது. அதில் கதவின் அருகில் முன்னாலிருந்தவர்கள், அந்த கூண்டிலடைக்கப்பட்ட மிருகங்கள் தயங்கியபடி, சுவரையொட்டி இரண்டு வரிசைகளாய் நின்றுகொண்டு, குளிரை விரும்பும் எந்தவொரு முட்டாளாவது

ஊடுருவிசெல்லப் போதுமான இடம் மட்டும் விட்டிருந்தார்கள். அவர்கள் அங்கேயே நிற்கவிருந்தார்கள். நாளெல்லாம் அவர்கள் வெளியே இருந்திருந்தார்கள். அவசியமின்றி பத்துநிமிடங்கள் அவர்கள் ஏன் குளிரில் விறைத்துப் போகவேண்டும்? இங்கே யாரும் முட்டாள்கள் இல்லை! நீங்கள் இன்று இறக்கலாம், ஆனால் நான் நாளை வரை வாழ்ந்தாகவேண்டும். மற்ற எந்தச் சமயமாயிருந்தால் சுகோவும்கூட சுவரைப் பற்றிக்கொண்டு நின்றிருப்பான். ஆனால் இப்போது அவன் கதவைநோக்கி நடந்தபடி, அசட்டுச் சிரிப்பை வெளிப்படுத்தினான்.

"முட்டாள்களே, எதைப் பார்த்துப் பயப்படுகிறீர்கள்? இதற்குமுன் ஒருபோதும் சைபீரிய உறைபனியைப் பார்த்ததில்லையா? வெளியேவந்து ஓநாயின் சூரியனில் உங்களைக் கதகதப்பாக்கிக்கொள்ளுங்கள். நமக்குக் கொஞ்சம் நெருப்புக் கொடுங்கள், மாமா." கதவருகே வைத்து அவன் தனது சிகரெட்டைப் பற்றவைத்துக்கொண்டு தாழ்வாரத்துக்கு நகர்ந்தான். சுகோவின் கிராமத்தில், அக்கிராமத்தினர் நிலவை ஓநாயின் சூரியனென அழைத்தனர்.

நிலவு இப்போது உயரத்தில் நகர்ந்துகொண்டிருந்தது, முன்பிருந்ததைவிட உயரத்தில், இதுதான் அதன் உச்ச உயரமாயிருக்கும். வானம் பசுமைகலந்த வெண்மையாய்க் காணப்பட்டது. அரிதாய்க் காணப்பட்ட நட்சத்திரங்கள் அற்புதமாக மின்னின. பனி வெண்ணிறத்தில் மின்னியது, ராணுவக் குடியிருப்பின் சுவர்கள் வெண்ணிறத்தில் மிளிர்ந்தன. விளக்குகளின் வெளிச்சம், மங்கலாகத் தெரிந்தது.

ராணுவக் குடியிருப்பு ஒன்றின் வெளியே அடர்த்தியான கறுநிறக் கூட்டம் தென்பட்டது. சிறைவாசிகள் கணக்கெடுக்கப்படுவதற்காக வெளியே வந்திருக்கவேண்டும். அங்கேயும் வெளியே வந்துகொண்டிருந்தார்கள். ஆனால் ராணுவக் குடியிருப்பிலிருந்து நீங்கள் கேட்டது குரல்களால் எழுந்த சத்தம் அல்ல- பனியில் காலணிகள் கிறீச்சிடும் சத்தம்.

சில சிறைவாசிகள் படிகள் இறங்கிவந்து ராணுவக் குடியிருப்புக்கு எதிரே வரிசைகட்டி நின்றனர். ஐந்து ஐந்து பேராக முன்னாலும், மூன்று பேராக பின்னாலும். சுகோவ் மூன்று பேர் வரிசையில் சேர்ந்துகொண்டான். கூடுதலாக

கொஞ்சம் ரொட்டிக்கும், உதட்டில் சிகரெட்டுக்கும்பின் அங்கே நிற்பது அத்தனை மோசமாக இல்லை. நல்ல புகையிலை- ராணுவ துணைநிலை அதிகாரி அவனை ஏமாற்றிவிடவில்லை. காரமான, நல்ல வாசனையுடான புகையிலை.

படிப்படியாக, மற்ற சிறைவாசிகளும் கதவினூடாக வரத்தொடங்கினர். இரண்டு அல்லது மூன்று ஐந்து பேருடனான கூடுதல் வரிசைகள் அவனுக்குப் பின்னால் உருவாயின. அவர்கள் தற்போது கோபத்துடன் வெளிவந்தனர். அந்த எலிகள் ஏன் நடைபாதையில் நெருக்கியடித்துக்கொண்டிருக்கின்றனர்? ஏன் அவர்கள் வெளியேவரவில்லை? அவர்களுக்காக நாங்கள் ஏன் விறைத்துப்போகவேண்டும்?

எந்தவொரு சிறைவாசியும் கடிகாரத்தையோ அல்லது கைக்கடிகாரத்தையோ எப்போதும் கண்டதில்லை. அவனுக்கு அவற்றால் என்னதான் பயன்? அவன் அறியவேண்டியதெல்லாம்: துயிலெழுவதற்கான சத்தம் சீக்கிரம் கேட்குமா? வேலைக்குப் பெயர்கொடுப்பதற்கு எத்தனை நேரமாகும்? மதிய உணவுக்கு எவ்வளவு நேரமாகும்? இரும்புத் துண்டில் எழுப்பப்படும் கடைசி சப்தத்துக்கு எவ்வளவு நேரமிருக்கிறது?

மாலைநேர கணக்கெடுப்பு ஒன்பது மணிக்கென அனைவரும் கூறினர். ஆனால் அது ஒருபோதும் ஒன்பது மணிக்கு முடிந்ததில்லை- அவர்கள் இரண்டு முறை சமயங்களில் மூன்று முறைகூட திரும்ப எண்ணுவர். நீங்கள் ஒருபோதும் பத்து மணிக்கு முன் கிளம்பமுடியாது. மறுநாள் காலை ஐந்து மணிக்கு முதல் சப்தம் எழுந்ததுமே அவர்கள் உங்களை படுக்கையைவிட்டு விரட்டியடிப்பர்.

அந்த மோல்டோவியன், அன்றைய வேலை முடியும்முன்பாக கடையில் தூங்கிப்போனதில் எந்த ஆச்சரியமும் இல்லை. எங்கெல்லாம் சிறைவாசிக்கு சிறிது கதகதப்பு கிடைக்கிறதோ, அங்கெல்லாம் அந்த இடத்திலேயே அவன் தூக்கத்தில் விழுவான். வாரத்தில் நீங்கள் இழந்த அளவுக்கதிகமான தூக்கத்தை- வேலைக்கனுப்பாத அந்த ஞாயிறில் மொத்த ராணுவக் குடியிருப்புகளில் உள்ள சிறைவாசிகளும் நாளெல்லாம் தூங்கியே கழிப்பார்கள்.

கடைசியில், அவர்கள் இப்போது முன்னோக்கி வரத்தொடங்கினர். ராணுவக் குடியிருப்பு தளபதியும், காவலனும் அவர்களை பின்பகுதியில் உதைத்து இழுத்துக்கொண்டு வந்தனர். அவர்களைச் சரியாகக் கவனியுங்கள், ஏமாற்றும் இழிபேர்வழிகள்.

"என்ன?" முன்வரிசையில் உள்ளவர்கள் பின்பகுதியில் உள்ளவர்களைப் பார்த்துக் கத்தினர்.

"ரொம்ப புத்திசாலிகளாக்கும், முட்டாள்களே, அந்த அசிங்கத்தை தெரிந்துகொண்டே ஆகவேண்டுமா? நீங்கள் முன்கூட்டியே வெளியே வந்திருந்தால் நாங்களும் பின்தொடர்ந்து வந்திருப்போம்."

மொத்த ராணுவக் குடியிருப்பும் காலியாகியிருந்தது. நானூறு மனிதர்கள். ஐந்து பேர் கொண்ட எம்பது வரிசைகள். அவர்கள் ஒரு தொகுதியாய் வரிசையில் நின்றனர், முன்னால் நிற்பவர்கள் கட்டாயமாக ஐந்தைந்து பேராய் நிற்கவேண்டும், மற்றவர்கள் எந்தவொரு பழைய முறையிலும். "ஏய் பின்னால் நிற்பவனே, வரிசையில் சேர்ந்து நில்," ராணுவக் குடியிருப்பு படைத்தலைவன் படியில் நின்றபடி கத்தினான்.

அவர்கள் நகரவில்லை, நாசமாய்ப் போக.

சீஸர், நோயிலிருப்பதுபோல் பாவனைசெய்தபடி நடுங்கிக்கொண்டு வந்தான். படைத் தலைவனின் காலடியில், ராணுவக் குடியிருப்பின் இரு பாதியிலிருந்து இரண்டிரண்டு ஏவல் பணியாளராக நான்கு பேர், உடல் ஊனமுற்ற சிறைவாசி ஒருவன் காணப்பட்டனர். அவர்கள் முன்வரிசையில் நிற்க, சுகோவ் தற்போது மேலும் ஒரு வரிசை பின்னால் சென்றான்.

சீஸர் தொகுதியின் பின்பகுதிக்கு அனுப்பப்பட்டான்.

காவலனும்கூட வெளியே வந்தான்.

"ஐந்து ஐந்து பேராய் நில்லுங்கள்!" அவன் தொகுதியின் பின்பகுதிக்குக் கேட்கும்படி உக்கிரமாகக் கத்தினான்.

"ஐந்து ஐந்து பேராய் நில்லுங்கள்!" ராணுவக் குடியிருப்பு படைத்தலைவன் இன்னும் உக்கிரமாய்க் கத்தினான்.

அங்கிருந்தவர்கள் சற்றும் நகரவில்லை, நாசமாய்ப் போக.

ராணுவக் குடியிருப்பு படைத்தலைவன் தாழ்வாரத்திலிருந்து தொகுதியின் பின்பகுதிக்கு விரைந்து அவர்களைத் திட்டவும் அடிக்கவும் செய்தான். ஆனால் யாரை அடிப்பதென அவன் கவனமாக இருந்தான். சாதுவானவர்களை மட்டுமே அடித்தான்.

வரிசைகள் உருவாயின. அவன் திரும்பிச்சென்று கத்தினான்.

“ஒன்று, இரண்டு, மூன்று…”

அவர்கள் எண்ணிமுடித்ததும் ஆட்கள் கலைந்துசென்று ராணுவக் குடியிருப்புக்குள் விரைந்தனர்.

இன்றைய தினத்தின் எல்லாப் பொழுதுகளிலும் அதிகாரிகள். சரியான எண்ணிக்கை வரவேண்டும், இல்லையெனில் மறு எண்ணிக்கைதான். அந்த ஒட்டுண்ணிகள் சரியான பேதைகள், அவர்கள் எந்த மேய்ப்பனைவிடவும் மோசமாகக் கணக்கிட்டார்கள். மேய்ப்பவனுக்கு எழுதவோ வாசிக்கவோதான் தெரியாது, மந்தையை ஓட்டிச்செல்லும்பொழுது கன்று ஒன்று தொலைந்துபோனால் அவன் அறிந்திருப்பான். இந்த ஒட்டுண்ணிகள் பயிற்சியளிக்கப்பட்டிருந்தும், அந்தப் பயிற்சி இவர்களுக்கு என்ன நன்மை செய்தது.

முந்தைய குளிர்காலத்தில் அங்கே காலணிகள் உலர்த்துவதற்கான கொட்டகைகள் எதுவும் கிடையாது, சிறைவாசிகள் தங்கள் வேலங்கியை, ராணுவக் குடியிருப்பில் ஒவ்வொரு நாள் இரவிலும் விடவேண்டியிருந்தது. எனவே கணக்கெடுப்பு மீண்டும் மேற்கொள்ளப்பட்டால், அனைவரும் திரும்பவும் வெளியில் அனுப்பப்படவேண்டும், இரண்டாவது, மூன்றாவது, நான்காவது முறைகளில்- ஏற்கெனவே உடை களைந்து, அப்படியே அவர்கள் உள்ளவாறு, போர்வையால் போர்த்திக்கொண்டு கணக்கெடுப்பை நடத்தினர். அதன்பின் ஒரு உலர்த்தும் கொட்டகை கட்டப்பட்டது. அது அனைத்துக் காலணிகளையும் ஒரே நேரத்தில் விடுமளவுக்குப் பெரியதல்ல, ஆனால் குறைந்தபட்சம் அனைத்துக் குழுக்களும் இரண்டு அல்லது மூன்று நாட்களுக்கு ஒருமுறை அதன் ஆதாயத்தைப் பெறமுடிந்தது. எனவே மறு கணக்கெடுப்பு நடந்தால் அதை உள்ளேயே எடுத்துக்கொண்டனர். அவர்கள் ராணுவக்

குடியிருப்பின் ஒரு பாதியிலிருந்த சிறைவாசிகளை அடுத்த பாதிக்கு மாற்றி, அவர்களைக் கணக்கிட்டு பதிவுசெய்துகொண்டனர்.

சுகோவ் குடியிருப்புக்குத் திரும்பியவர்களில் முதலாமாவன் அல்ல. ஆனால், தனக்கு முன்னால் சென்றவர்களின் மீது ஒரு கண் வைத்திருந்தான். அவன் சீஸரின் அடுக்குப் படுக்கைக்குச் சென்று அதில் அமர்ந்தான். அவன் தனது காலணியைக் களைந்து, அடுப்புக்கு அருகிலிருந்த அடுக்குப் படுக்கைகளின் மேல்படுக்கைக்கு ஏறினான். அவன் தனது காலணியை தனிச்சிறப்புமிக்க முதல் மூலையிலிருந்த அடுப்பின்மேல் வைத்தான்- பின் சீஸரின் அடுக்குப் படுக்கைக்கு வந்தான். அவன் அங்கே காலை மடித்து, ஒரு கண்ணை சீஸரின் படுக்கைக்கும் (அவர்கள் அவனது பொதிகளை அவனது படுக்கையின் தலைப்பகுதிக்கு கீழ்ப்புறமிருந்துகூட அபகரிப்பார்கள்), இன்னொரு கண்ணை தனக்கெனவும் (அவர்கள் அவனது காலணிகளை அடுப்பிலிருந்து தள்ளிவிடக்கூடும்) வைத்தான்.

"ஏய்," அவன் கத்தினான், "ஏய் சிவப்பா. அந்தக் காலணியை உன் வாயில் வாங்க விரும்புகிறாயா? உன் சொந்தக் காலணியை மேலே வை, ஆனால் மற்றவர்களது காலணியைத் தொடாதே."

சிறைவாசிகள் ஒரு நீரோடை போன்று வந்துகொண்டிருந்தனர்.

20-வது குழுவைச் சேர்ந்தவர்கள் கத்தினர்.

"உங்களது காலணிகளை எங்களுக்குக் கொடுங்கள்."

அவர்கள் ராணுவக் குடியிருப்பைவிட்டு காலணிகளுடன் அகன்றதும் கதவு பூட்டப்பட்டது. அவர்கள் ஓடிமுடித்து திரும்பி வந்ததும் கத்தினர்.

"குடிமக்கள் தலைவரே. எங்களை உள்ளே விடுங்கள்."

காவலர்கள் தங்களது அறைகளில் அவர்களுடைய பலகைகளுடன் கூடி யாராவது தப்பியிருக்கிறார்களா, அல்லது எல்லாம் ஒழுங்காக இருக்கிறதா? என்ற கணக்கீடுகளில் இறங்கினர்:

நல்லது, சுகோவ் அந்த மாலையில் அத்தகைய விஷயங்களைச் சிந்திக்கத் தேவையில்லை. அங்கே சீஸர் தனது அடுக்குப்படுக்கைகளின் இடையே பாய்ந்து திரும்பிவந்தான்.

"நன்றி, இவான் டெனிசோவிச்."

சுகோவ் ஆமோதித்தபடி தனது படுக்கைக்கு ஒரு அணிலைப் போலத் தாவினான். இப்போது அவன் தனது ரொட்டியை முடித்துவிட்டு, இரண்டாவது சிகரெட்டைப் புகைத்துவிட்டு, படுக்கச் செல்லலாம்.

ஆனால் அவன் அத்தகையதொரு நல்ல நாளை கொண்டிருந்தான், தனக்குள் நல்லதொரு உற்சாகத்தை உணர்ந்தான், ஓரளவுக்கு, அவன் இன்னும் தூங்குவதற்கான மனநிலைக்கு வரவில்லை.

அவன் இப்போது தனது படுக்கையைத் தயார்செய்வான்- அதற்கு அதிகமாய் எதுவும் செய்யவேண்டியதில்லை. அவனது மெத்தையின் மீது முரட்டுத்தனமான போர்வையை விரித்து அதன்மேல் படுத்துக்கொள்ளவேண்டியதுதான்- (அவன் கடைசியாக படுக்கைவிரிப்பில் தூங்கியது 41-ல் வீட்டிலிருந்தபோதாக இருக்கும். பெண்கள் விரிப்பைக் குறித்து கவலைப்படுவது விநோதமாக இருக்கும், எல்லாம் அந்தக் கூடுதல் சலவை காரணமாக). மரப்பட்டைகளைத் திணித்து உருவாக்கிய தலையணையில் தலை, மேற்சட்டை கைப்பகுதிக்குள் கால்கள். போர்வைக்கு மேலே கோட்- ஓ கடவுளே, உனக்கு மகிமை. மற்றொரு நாள் முடிந்தது. நான் சிறைக் கொட்டடியில் இன்றைய இரவைச் செலவிடாததற்காக உமக்கு நன்றி. இங்கே இன்னும் வாழ்க்கை சகிக்கக்கூடியதாக இருக்கிறது.

அவன் தனது தலையை சாளரத்துக்கருகில் வைத்திருந்தான். ஆனால், அவனுக்கு அடுத்தபடியாக அதே மட்டத்தில் தூங்கிய அலோய்ஷா, தாழ்வான மரத் தடுப்பிலிருந்து வரும் வெளிச்சத்தைப் பெறுவதற்காக நேர் எதிர் கோணத்தில் படுத்திருந்தான். அவன் மறுபடியும் தனது பைபிளை படித்துக்கொண்டிருந்தான்.

மின்விளக்கு மிக அருகிலிருந்தது. நீங்கள் வாசிக்கலாம், அந்த வெளிச்சத்தில் தைக்கக்கூட செய்யலாம்.

அலோய்ஷா, சுகோவ் பிரார்த்தனையை முணுமுணுப்பதைக் கேட்டு அவனிடம் திரும்பினான்:

"இங்கிருக்கிறாயா, இவான் டெனிசோவிச். உனது ஆன்மா பிரார்த்தனைக்கு இறைஞ்சுகிறது. நீ ஏன் அதற்கு உரிய சுதந்திரத்தை அளிக்கக்கூடாது?"

சுகோவ் அவனைப் பார்த்தான். அலோய்ஷாவின் கண்கள் இரு மெழுகுவர்த்திபோல சுடரிட்டன.

"நல்லது, அலோய்ஷா," அவன் ஒரு பெருமூச்சுடன் சொன்னான், "இது எப்படியெனில் பிரார்த்தனைகள் நமது வேண்டுகோள்களைப் போல. ஒன்று அவை சென்றடையும் அல்லது அவர்களால் நிராகரிப்பட்டு ஊர்ந்து திரும்பவந்தடையும்."

பணியாளர் குடியிருப்புக்கு வெளியே நான்கு முத்திரையிடப்பட்ட பெட்டிகள் இருந்தன- அவை மாதத்துக்கு ஒருமுறை பாதுகாப்பு அலுவலரால் காலிசெய்யப்படும். பல்வேறு வேண்டுகோள்கள் அவற்றுள் எழுதியிடப்படும். எழுதியவர்கள், வாரங்களை கணக்கிட்டபடி காத்திருப்பார்கள். ஒன்று அல்லது இரண்டு மாதங்களில் அவற்றுக்குப் பதில் வரும்.

ஆனால் பதில் வரவே செய்யாது. அல்லது வந்தால் அது நிராகரிக்கப்பட்டது என்பதாக மட்டுமே இருக்கும்.

"ஆனால், இவான் டெனிசோவிச், நீ மிக அரிதாகவோ மோசமாகவோ பிரார்த்திப்பதால்தான் அப்படி ஆகிறது. உண்மையிலே முயற்சிசெய்யாமல் இருப்பதால். அதனால்தான் உனது பிரார்த்தனைகள் பதிலளிக்கப்படாமலே போகிறது. ஒருவர் எப்போதும் பிரார்த்திப்பதை நிறுத்தவே கூடாது. நீ உண்மையான நம்பிக்கை வைத்திருந்து, மலையை நகரச் சொன்னால், அது நகரும்…"

சுகோவ் கேலியாகச் சிரித்தபடியே மற்றொரு சிகரெட்டை உருட்டினான். அவன் எஸ்தோனியனிடம் இருந்து அதைப் பற்றவைத்துக்கொண்டான்.

"மடத்தனமாகப் பேசாதே, அலோய்ஷா. நான் ஒருபோதும் மலை நகர்ந்து பார்த்ததில்லை. சரி, உண்மையைச் சொல்வதென்றால், நான் மலையையே பார்த்ததில்லை. ஆனால் நீ காகஸஸிலுள்ள உன்னுடைய பாப்டிஸ்ட் சமூகத்தைச் சேர்ந்த அனைவரோடும் சேர்ந்து பிரார்த்தித்தாய்- உன்னால் ஒரு மலையையாவது நகரச் செய்ய முடிந்ததா?"

அவர்கள் அதிர்ஷ்டமில்லாத குழுவினரும்கூட. கடவுளிடம் பிரார்த்தித்ததன் மூலம் அவர்கள் யாருக்கு என்ன தீங்கு செய்தார்கள்? வீணாய்ப்போன அவர்கள் ஒவ்வொருவருக்கும் இருபத்து ஐந்து வருடங்கள் சிறைத்தண்டனை வழங்கப்பட்டது. தற்போதெல்லாம் அவர்கள் எல்லாத் துணிகளையும் ஒரே அளவாகத்தான் வெட்டுகிறார்கள்- இருபத்தைந்து வருடங்கள்.

"ஓ, நாங்கள் அதற்காக பிரார்த்திக்கவில்லை, இவான் டெனிசோவிச்,"

அலோய்ஷா ஆர்வத்துடன் கூறினான். கையில் பைபிளுடன் அவன் சுகோவுக்கு நெருக்கமாக, அவர்கள் முகத்துடன் முகம் நோக்கும்வகையில் நெருங்கிவந்தான். "மண்தொடர்பான மற்றும் மரணத்துடன் தொடர்பான விஷயங்களில் எங்கள் தேவன், எங்களது தினசரி ரொட்டிக்காக மட்டுமே பிரார்த்திக்க கட்டளையிட்டுள்ளார். 'எங்களுக்கு எங்களது தினசரி ரொட்டியைக் கொடும்'."

"நமது உணவுப் பங்கீட்டை நீ சொல்ல வருகிறாயா?" சுகோவ் கேட்டான்.

ஆனால் அலோய்ஷா விட்டுத்தரவில்லை. தனது நாவைவிடவும் கண்களால் அதிகமாக விவாதித்தான். அவன் சுகோவின் கரங்களைப் பற்றி, அவனது கையை வருடிச் சொன்னான்:

"இவான் டெனிசோவிச், நீ சிப்பங்களைப் பெறுவதற்கோ அல்லது கூடுதல் ஸ்டியுவுக்கோ, அதுபோன்ற விஷயங்களுக்கோ பிரார்த்திக்கக் கூடாது. மனிதன் அதிக மதிப்பளிக்கும் விஷயங்கள் நமது தேவனின் பார்வையில் அற்பமானவையாக காட்சியளிக்கும். நாம் ஆவி தொடர்பான விஷயங்கள் குறித்து- தேவன் இயேசு நமது இதயத்திலிருந்து கோபம் எனும் கறையை நீக்குவது குறித்து பிரார்த்திக்கவேண்டும்..."

"நான் சொல்வதைக் கேள். போலோம்னியாவிலுள்ள எங்களது தேவாலயத்தில் ஒரு மதகுரு இருந்தார்…"

"என்னிடம் உனது மதகுரு பற்றிப் பேசாதே," அலோய்ஷா ஏதோ காரணத்துடன் கூறினான், அவனது புருவங்கள் துயரத்தால் நெருக்கின.

"இல்லை, கவனி." சுகோவ் அவனை தனது மூட்டால் இடித்துக் கூறினான். "போலோம்னியாவில் எங்களது மதகுருவைவிட பணக்கார மனிதன் யாரும் கிடையாது. உதாரணத்துக்கு கூரைமேய்வதை எடுத்துக்கொள்வோம். நாங்கள் சாதாரண மனிதர்களுக்கு கூரைமேய ஒரு நாளைக்கு முப்பத்தைந்து ரூபிள்கள் கட்டணம் வாங்கினால், மதகுரு நூறு ரூபிள்கள் வாங்கினார். அவர் முணுமுணுப்பின்றி யாருக்கும் எதுவும் வழங்கியதில்லை. அவர் மூன்று வெவ்வேறு நகர்களிலுள்ள மூன்று பெண்களுக்கு ஜீவனாம்சம் வழங்கிக்கொண்டிருந்தார், நான்காவதாக ஒருத்தியுடன் வாழ்ந்துகொண்டிருந்தார். அவர் தலைமை குருவை தன் பிடியில் வைத்திருந்தார் என என்னால் சொல்லமுடியும். ஆமாம், அவர் பெரியதொரு பங்கை தலைமை குருவுக்கு அளித்தார். அவர் அந்தக் கிராமத்துக்கு அனுப்பும் இதர மதகுருக்கள் அனைவரையும் வெளியேற்றினார். அவர்களுடன் ஒரு பொருளைக் கூட பகிர்ந்துகொள்ளமாட்டார்.

"நீ ஏன் மதகுருக்களைப் பற்றி என்னிடம் பேசிக் கொண்டிருக்கிறாய்? மரபான தேவாலயம் வேதத்திலிருந்து விலகிவிட்டது. அது ஏனென்றால், அவர்களுடைய நம்பிக்கை நிலையானதில்லை, அவர்கள் சிறையிலில்லை." சுகோவ் அமைதியாகப் புகைபிடித்தபடி தனது உணர்ச்சிவசப்பட்ட தோழனைக் கவனித்தபடியிருந்தான்.

"அலோய்ஷா," தனது கையை பின்னுக்கிழுத்தபடி, புகையை அவன் முகத்தில் ஊதியபடி சொன்னான், "நான் கடவுளுக்கு எதிரானவன் அல்லன், அதைப் புரிந்துகொள். நான் கடவுள் நம்பிக்கை உடையவன். ஆனால் எனக்கு சொர்க்கத்திலோ நரகத்திலோ நம்பிக்கை இல்லை. நீ ஏன் எங்களை முட்டாள்களாக நினைத்துக்கொண்டு உன்னுடைய சொர்க்க, நரகக் கதைகளை எங்களிடம் திணிக்கப் பார்க்கிறாய்? அதுதான் நான் விரும்பாதது."

படுக்கையின் சட்டகத்துக்கும் சாளரத்துக்கும் இடையே, கீழிருந்த கேப்டனின் உடைமைகள் எதன்மீதும் நெருப்புத் துகள் படாதவாறு கவனமாக சிகரெட் சாம்பலைத் தட்டிவிட்டு, அவன் மல்லாந்து படுத்தான். அவன் தனது சிந்தனைக்குள் மூழ்கினான். அலோய்ஷாவின் முணுமுணுப்பு எதனையும் கேட்கவில்லை.

"நல்லது," அவன் முடிவாகச் சொன்னான், "எத்தனைதூரம் நீ பிரார்த்தித்தாலும் அது உனது தண்டனைக்காலத்தைக் குறைக்கப்போவதில்லை. நீ காலை முதல் ராத்திரிவரை உட்கார்ந்து எவ்விதம் பிரார்த்தித்தாலும்."

"ஓ, நீ அதற்காகக்கூட பிரார்த்தனை செய்யக்கூடாது," அலோய்ஷா திடுக்கிட்டபடி சொன்னான். "நீ ஏன் விடுதலையை விரும்புகிறாய்? விடுதலையின்போது, உனது கடைசித் துணுக்கு நம்பிக்கையும் களைமண்டிப்போகிறது. நீ சிறையில் இருப்பதற்காக பெருமகிழ்ச்சி கொள்ளவேண்டும். இங்கே உனது ஆன்மாவைக் குறித்து சிந்திக்க உனக்கு நேரமிருக்கிறது. தூதர் பால் எழுதியதுபோல்: 'ஏனிந்தக் கண்ணீர்த் துளிகள்? நீ ஏன் என் தீர்மானத்தை பலவீனமாக்க முயற்சிக்கிறாய்? எனதளவில் நான் வெறுமனே கட்டுப்படுவதற்கு மட்டுமல்ல தேவன் இயேசுவின் நாமத்துக்காக இறக்கவும் தயாராக இருக்கிறேன்.'

சுகோவ் மௌனமாகக் மேற்கூரையைப் பார்த்துக் கொண்டிருந்தான். இப்போது அவன் விடுதலையை விரும்பினானா இல்லையா என்பதைக்கூட அவன் அறிந்திருக்கவில்லை. முதலில் அவன் அதற்காக ஏங்கினான். ஒவ்வொரு நாள் இரவும் தனது சிறைக்காலத்தின் நாட்களைக் கணக்கிடுவான்- எத்தனை நாட்கள் கடந்திருக்கின்றன, எத்தனை நாட்கள் செல்லவேண்டும்.பின் அவன் அப்படி கணக்கிடுவதில் சலிப்படைந்தான். அவனைப் போன்ற ஆட்கள் ஒருபோதும் வீடுதிரும்ப, அனுமதிக்கமாட்டார்கள் அவர்கள் நாடுகடத்தப்படலாம் எனத் தெளிவானான். அவனது வாழ்க்கை இங்கிருப்பதைவிட அங்கே சிறப்பாயிருக்குமா- யார் சொல்ல முடியும்?

சுதந்திரம் என்பது அவனைப் பொறுத்தவரை ஒன்றுதான்- வீடு. ஆனால் அவர்கள் அவனை வீடுதிரும்ப அனுமதிக்கமாட்டார்கள்.

அலோய்ஷா உண்மையைத்தான் பேசிக்கொண்டிருந்தான். அவனது குரலும் கண்களும், அவன் சிறையில் மகிழ்ச்சியாகத்தான் இருந்தான் என்பதில் எந்த சந்தேகத்தையும் வெளிப்படுத்தவில்லை. "அலோய்ஷா, இங்கே பார், உனக்கு அது ஓரளவுக்கு சரியாக இருக்கும்: இயேசு கிறிஸ்து உன்னை சிறையில் அமர்த்த விரும்பினார், ஆகவே நீ அவர் நிமித்தம் இங்கே அமர்ந்திருக்கிறாய். ஆனால் யாரின் நிமித்தம் நான் இங்கிருக்கிறேன்? நாற்பத்தொன்றில் நாம் போருக்கு ஆயத்தமாக இல்லாததன் பொருட்டா? அதற்காகவா? ஆனால் அது என் தவறா?"

"மறு கணக்கெடுப்பு இருக்காதுபோலத் தெரிகிறது," கில்காஸ் தனது படுக்கையிலிருந்து முணுமுணுத்தான்.

"ஆமாம்," என்றான் சுகோவ். "நாம் அவசியம் புகைப்போக்கிக் குழாயினுள் கரியால் எழுதிவைக்கவேண்டும். இரண்டாவது கணக்கெடுப்பு இல்லை." அவன் கொட்டாவி விட்டான்.

"நாம் தூங்கச் செல்லலாம்."

சரியாக அந்தக் கணத்தில் கதவின் தாழ் சத்தமிட்டு, ராணுவக் குடியிருப்பில் அப்போது நிலவிவந்த அமைதியைக் குலைத்தது. நடைபாதையிலிருந்து இரண்டு சிறைவாசிகள் காலணியை எடுத்துக்கொண்டு உலர்த்தும் கொட்டகைக்கு ஓடினர்.

"இரண்டாவது கணக்கெடுப்பு," அவர்கள் கத்தினர்.

அவர்களது காலடியில் ஒரு காவலன் வந்துநின்றான்.

"எல்லோரும் மறுபாதி ராணுவக் குடியிருப்புக்குச் செல்லுங்கள்."

ஏற்கெனவே சிலர் தூங்கியிருந்தனர். அவர்கள் முணுமுணுத்தபடியே கிளம்பத் தொடங்கி, தங்களது காலணிகளை அணிந்தனர் (இரவில் ஒருவரும் தனது பருத்தியுறை கால்சட்டைகளைக் களைவதில்லை- உங்களது போர்வைக்குள் அதை அணியாமல்போனால் குளிரில் கால்கள் மரத்துப்போகும்.) "அவர்கள் பாழாய்ப்போக," மிதமாகத் திட்டினான் சுகோவ், ஏனெனில் அவன் இன்னும் தூங்கியிருக்கவில்லை.

சீஸர் ஒரு கையை உயர்த்தி, அவனுக்கு இரண்டு பிஸ்கட், இரண்டு கட்டி சர்க்கரை, ஒரு துண்டு கொத்திறைச்சி கொடுத்தான்.

“நன்றி, சீஸர் மார்க்கோவிச்” அவனது படுக்கையின் விளிம்பில் குனிந்து சுகோவ் சொன்னான். “இப்போது, உனது மூட்டையை மேலே கொடு. நான் அதை எனது மெத்தைக்குக் கீழ் வைப்பேன். (போகும் வழியில் மேலடுக்குப் படுக்கையிலிருந்து பொருட்களை அபகரிப்பது அத்தனை எளிதல்ல. தவிரவும் சுகோவின் படுக்கையில் ஏதாவது இருக்குமென யார் தேடப்போகிறார்?)

சீஸர் தனது மூட்டையை மேலே கொடுக்க, சுகோவ் அதனை தனது மெத்தைக்குக் கீழ் மறைத்தான். நடைபாதையில் அவன் வெறுங்காலுடன் நெடுநேரம் காத்திருக்கமுடியாது என்பதால் அவன் பெரும்பாலான ஆட்கள் வெளியே செல்லும்வரை காத்திருந்தான். ஆனால் காவலன் அவனைப் பார்த்துக் கத்தினான்.

“மூலையில் இருப்பவனே, சீக்கிரம் வா.”

சுகோவ் மெதுவாக தரையில் குதித்தான் (அவனது காலணிகளும், காலுறைகளும் அடுப்பின்மேல் மிக நன்கு வைக்கப்பட்டிருந்தன. அவற்றை நகர்த்துவது சரியானதல்ல) அவன் மற்றவர்களுக்காக நிறைய செருப்புகள் உருவாக்கியிருந்தாலும், தனக்கென சொந்தமாக ஒன்று அவனிடம் கிடையாது. ஆனால் அவன் இதற்குப் பழக்கப்பட்டவன், இந்தக் கணக்கெடுப்புக்கு நீண்ட நேரமாகாது.

அவர்கள் பகலில் கண்டால், செருப்பையும்கூட பறிமுதல் செய்திருப்பார்கள்.

தங்களது காலணிகளை உலர்த்திட அனுப்பிய குழுவினருக்கு, இப்போது மறு கணக்கெடுப்பு அறைக்குள் நடைபெறுவதால் அத்தனை மோசமாக இருக்காது. சிலர் செருப்பு அணிந்திருந்தனர், சிலர் வெறும் காலுறை மட்டும் அணிந்திருந்தனர். சிலர் வெறுங் காலுடன் சென்றனர்.

“வாங்க, வாங்க,” காவலன் உறுமினான். “உங்களை அழைத்துப்போகவேண்டுமென விரும்புகிறீர்களா, முட்டாள்களே?” ராணுவக் குடியிருப்பு படைத்தலைவன் கத்தினான்.

அவர்கள், குழுவினர் அனைவரையும் பின்தங்குபவர்களையும் ராணுவக் குடியிருப்பின் மறு பாதிக்குத் தள்ளிச்சென்றனர். சுகோவ் சுவரையொட்டி வாளிக்குப் பக்கத்தில் நின்றான். தரை காலுக்கடியில் ஈரமாகக் காணப்பட்டது. பனிப் படலமொன்று தாழ்வாரத்திலிருந்து முன்னேறிவந்திருந்தது.

அவர்கள், அனைவரையும் வெளிக்கொண்டுவந்தபின் காவலர்களும் ஏவல் பணியாளனும் இருண்ட மூலைகளில் யாரும் தூங்கிவழிகிறார்களா என சுற்றிப் பார்த்தனர். கணக்கிடும்போது எண்ணிக்கை குறைந்தால், பிரச்சனையாகும். அதன் பொருள் மற்றொரு கணக்கெடுப்பு. சுற்றிச் சுற்றி பார்வையிட்டு வந்தபின் அவர்கள் கதவுக்குத் திரும்பினர்.

“ஒன்று, இரண்டு, மூன்று, நான்கு...” இப்போது அவர்கள் ஒவ்வொருவராக கணக்கிட்டதால், விரைவாக அனுப்பினர். சுகோவ் சமாளித்து பதினெட்டாவது ஆளாக முன்னேறினான். அவன் தனது படுக்கைக்குச் சென்று, கால் வைக்குமிடத்தில் காலைவைத்து எம்பி, மேலே வந்தடைந்தான்.

எல்லாம் முடிந்தது, காலை தனது மேற்சட்டையின் கைப்பகுதிக்குள் திரும்பவும் நுழைத்தான். போர்வையை மேலே மூடிக்கொண்டான். அதன்மேல் கோட். தூங்கவேண்டியதுதான். தற்போது அவர்கள் அனைவரையும் ராணுவக் குடியிருப்பின் மறுபாதி வழியாக எங்கள் பகுதிக்கு அனுமதித்தனர். ஆனால் அது நமது கவலையல்ல.

சீஸர் திரும்பினான். சுகோவ் அவனது மூட்டையை அவனிடம் இறக்கினான். அலோய்ஷா திரும்பிவிட்டான். நடைமுறைக்கு மாறானவன், அதுதான் அவனது சிக்கல். அனைவருக்கும் தன்னை நல்லவனாக மாற்றிக்கொண்டான். எப்படி உதவிசெய்வதெனவோ, அந்த உதவியின் பலனைப் பெறுவதெனவோ அறியாதவன்.

"நீ இங்கிருக்கிறாயா அலோய்ஷா," என்றபடி சுகோவ், அவனுக்கொரு பிஸ்கெட்டைக் கொடுத்தான்.

அலோய்ஷா சிரித்தான்.

"நன்றி. ஆனால் உனக்கென உன்னிடம் ஒன்றுமில்லை."

"சாப்பிடு."

(எங்களிடம் ஒன்றுமில்லை, எனினும் நாங்கள் கொஞ்சம் கூடுதலைக் கண்டடைய ஒரு வழி கண்டுவிடுகிறோம்.)

இப்போது அந்த கொத்திறைச்சித் துண்டு. வாயில் போட்டு, உங்களது பற்களை அதன்மேல் கொண்டு வாருங்கள். இறைச்சியின் ருசி. இறைச்சியின் சாறு, அசல் பொருள். அதனை உங்களது வயிற்றுக்குள் இறங்கவிடுங்கள்.

போய்விட்டது.

மிச்சமுள்ளது காலைக்கு என சுகோவ் தீர்மானித்தான். வேலைக்கான அழைப்புக்கு முன்னால்.

அவன் அவனது தலையை அந்த மெலிதான, துவைக்காத போர்வைக்குள் புதைத்தான், கணக்கெடுக்கப்படுவதற்காக மறுபாதி ராணுவக் குடியிருப்பைச் சேர்ந்தவர்கள் அடுக்குப் படுக்கையின் சட்டகங்களுக்கு இடையே முட்டிமோதிக்கொண்டிருந்தனர். அந்த சிறைவாசிக் கூட்டத்தின் இரைச்சலுக்கு தற்போது காதுகொடுக்க மறுத்தான்.

சுகோவ் முழுநிறைவுடன் தூங்கச் செல்வான். அவனுக்கு அன்று அதிர்ஷ்டத்தின் தீண்டுதல் பல முறை இருந்தது. அவர்கள் அவனை சிறையில் போடவில்லை. அவர்கள் அவனது குழுவை குடியிருப்புக்கு அனுப்பவில்லை. மதிய உணவு வேளை ஒரு கிண்ணம் காசாவை அபகரித்தான். குழுத்தலைவர் வேலைக்கான விலையை நன்கு தீர்மானித்தார். அவன் ஒரு சுவரை எழுப்பும்வேலையை நன்கு அனுபவித்துச் செய்தான். அவன் துண்டு ரம்பத்தை உள்ளே கடத்திவந்தான். அன்று மாலை சீஸரிடமிருந்து ஒரு உதவியைப் பெற்றான். அவன் அந்த புகையிலையை வாங்கினான். அவன் உடல்நலம் கெட்டுப் போகவில்லை, அதிலிருந்து குணமாகி வந்தான்.

கருமேகம் இல்லாத ஒரு நாள். கிட்டத்தட்ட மகிழ்ச்சியான நாள். அவனது சிறைவாசத்தில் மூவாயிரத்து அறுநூற்று ஐம்பத்து மூன்று நாட்கள் நாட்கள் இருந்தன. முதல் மணிச் சப்தத்திலிருந்து கடைசி மணிச் சப்தம் வரை. மூன்றாயிரத்து அறுநூற்று ஐம்பத்து மூன்று நாட்கள். லீப் வருடங்களுக்கும் சேர்த்தால் மூன்று கூடுதல் நாட்கள் வேறு.

ooo

க.சுப்பிரமணியன், பத்திரிகைத் துறையில் கடந்த பதினைந்து ஆண்டுகளாக பணியாற்றி வருபவர். இவரது சிறுகதை மற்றும் கவிதைகள் பல பிரபல இதழ்களில் வெளியாகியுள்ளன. 'இலக்கியச் சிந்தனை' விருதுபெற்ற இவரது சிறுகதை தமிழின் குறிப்பிடத்தக்க இயக்குநரான பாலுமகேந்திராவின் 'கதைநேரம்' பகுதிக்காகவும் தேர்வாகி தொலைக்காட்சியில் ஒளிபரப்பாகியுள்ளது. 'பேரிடர்களின் பருவம்' என்கிற கவிதைத் தொகுப்பை வெளியிட்டுள்ளார். மொழிபெயர்ப்பில் ஆர்வமுடைய இவர் சுயமுன்னேற்ற நூல்கள் முதல் நாவல்கள் வரையிலான பல நூல்களை ஆங்கிலத்திலிருந்து தமிழுக்கு மொழிபெயர்த்துள்ளார்.